வாழ்வெல்லாம் வசந்தம்

கவிஞர் தியாரூ

நியூ செஞ்சுரி புக் ஹவுஸ் (பி) லிட்.,
41- பி, சிட்கோ இண்டஸ்டிரியல் எஸ்டேட்,
அம்பத்தூர், சென்னை- 600 050.
☎: 044 - 26251968, 26258410

Language: Tamil

Vaazhvellam Vasantham

Author: **Kavignar Thiyaru**

First Edition: February, 2022

Copyright: Author

No. of pages: 188

Publisher:

New Century Book House Pvt. Ltd.,

41-B, SIDCO Industrial Estate,

Ambattur, Chennai - 600 050.

Tamilnadu State, India.

Email : info@ncbh.in

Online:www.ncbhpublisher.in

ISBN: 978 - 81 - 2344 - 192 - 4

Code No. A 4545

₹ 240/-

Branches

Ambattur 044 - 26359906, **Spenzer Plaza (Chennai)** 044-28490027 **Trichy** 0431-2700885 **Pudukkottai** 04322- 227773 **Thanjavur** 04362-231371 **Tirunelveli** 0462-4210990, 2323990, **Madurai** 0452-4374106 **Dindigul** 0451-2432172 **Coimbatore** 0422-2380554 **Erode** 0424-2256667 **Salem** 0427-2450817 **Hosur** 04344-245726 **Krishnagiri** 04343-234387 **Ooty** 0423-2441743 **Vellore** 0416-2234495 **Villupuram** 04146-227800 **Pondicherry** 0413-2280101 **Nagercoil** 04652-234990

வாழ்வெல்லாம் வசந்தம்

ஆசிரியர்: கவிஞர் தியாரூ

முதல் பதிப்பு: பிப்ரவரி, 2022

அச்சிட்டோர்: **பாவை பிரிண்டர்ஸ் (பி) லிட்.,**

16 (142), ஜானி ஜான் கான் சாலை, இராயப்பேட்டை, சென்னை - 14

☎: 044-28482441

All rights reserved. No part of this book may be reprinted or reproduced or utilised in any form or by any electronic, mechanical, or other means, now known or hereafter invented, including photocopying and recording, or in any information storage or retrieval system, without permission in writing from the publishers.

நன்றி

இந்நூல் மிகச்சிறப்பாக வெளிவருவதற்குத் தேவையான பொருளாதாரத்தின் ஆதாரமாக நின்று ஆதரவு அளித்த என் அன்பிற்கினிய நண்பர் பெருமானார்

கவிஞர் எல்லோரா மணி

தலைவர் – ஓசூர் தமிழ்ச்சங்கம்

மற்றும்

என் நெஞ்சிற்கினிய நண்பர்

திரு. கே. மணிக்கண்டன்

நிர்வாக இயக்குநர் – ஸ்ரீஹரிகரபுத்ரா சிட்ஸ்

ஆகியோருக்கு என் உளங்கனிந்த நன்றி.

– தியாரூ

5

பொருளடக்கம்

i. இதை வாசியுங்கள் உங்களுக்கு வாழ்க்கை வசப்படும் 7

ii. வாழ்வெல்லாம் வசந்தம் 11

தலைப்புகள்

1. உங்கள் வாழ்வே உங்கள் சொர்க்கம் 15
2. தொலைந்து போகாதீர்கள் 21
3. காத்திருங்கள் கண்டடைவீர்கள் 27
4. இடுக்கண் வருங்கால் சிந்தியுங்கள் 34
5. தற்பெருமை கொள்ளுங்கள் 41
6. இளையோர் ஆற்றல் பெரிது 48
7. பாரங்கள் வெறும் பனித்துளிகள் 56
8. வாசல் திறந்து வையுங்கள் 63
9. தருவதும் பெறுவதும் 70
10. தாய் என்னும் திருக்கோயில் 77
11. போதை பழக்கங்களைக் கைவிட ஒருநொடி போதும் 85
12. உதவும் கைகளே கோயில்கள்' 93
13. நலமான வாழ்வுக்கு நான்கு விஷயங்கள் 100
14. பிரச்சினைகளுக்குத் தீர்வு தற்கொலை அல்ல! 104
15. மனச்சோர்விற்கு மகத்தான மருந்து 108
16. மனிதத்தின் மறுபெயர் 112
17. காயங்கள் 120
18. தனித்திருக்கும் தவம் நமக்குப் பலம் 127
19. உயிர்நாடி 131

பகுதி இரண்டு

1. என் வாழ்வில் ரோஜா 137
2. ''ஆழ்ந்து சிந்தித்தால் தவம்; அதில் நாம் பெறும் தெளிவுதான் வரம்'' 141

3.	விளம்பரப் படங்கள் பெண்களையே மையப்படுத்தி எடுக்கப்படுவது ஏன்?	147
4.	வெற்றிக்கு ஒரு வழிகாட்டி	151
5.	விளம்பரப் படைப்புகளும் இலக்கியமே	154
6.	நம்பிக்கை ஒளி விளக்கு	159
7.	ஏர்வாடியாரின் மனத்தில் தியாரு	164
8.	பாரதியில் பாதி; துலங்கிடும் தனித்திறன் மீதி!	171
9.	வைரக் கட்டிகள்	180
10.	வார்த்தைச் சித்தர் வழங்கிய வாழ்த்து	185

இதை வாசியுங்கள்
உங்களுக்கு வாழ்க்கை வசப்படும்

வாழ்க்கையில் வெற்றிபெற வேண்டும் என்கிற வேட்கையுள்ள வர்கள் வானத்தை வசப்படுத்தி வெற்றியாளர்களாக முடியும். ஆனால் நல்லவண்ணம் வாழ்வதையே வெற்றியாகக் கொள்கிறவர்கள் மட்டுமே வாழ்க்கையை வசப்படுத்துகிறவர்களாக வாழ்வை வசந்தமாக்கிக் காட்டுகிறவர்களாக வெற்றி பெறுகிறார்கள். எனவேதான் என் கவிதையொன்றில் இப்படி என் விழைவை வெளிப்படுத்தியிருக்கிறேன்.

'வானம் வசப்படுவதிருக்கட்டும் - முதலில்
வாழ்க்கை வசப்படட்டும்'

வாழ்க்கை வசப்படவும் அது வசந்தமாகவும் என் இனிய நண்பர் வாழ்வியல் சிந்தனையாளர் கவிஞர் தியாரூ அவர்கள் பல்வேறு அனுபவங்களையும், செய்திகளையும், நிகழ்ச்சிகளையும் நம்மோடு பகிர்ந்து கொள்ளும் அருமையான நூல்தான் இந்த 'வாழ்வெல்லாம் வசந்தம்.' இந்நூலின் 188 பக்கங்களை வாசித்து முடிக்கிறபோதே நமக்கு வசந்தகாலம் தொடங்கிவிட்டதாக உணர்வோம்.

வாழ்க்கை என்பது ஒரு நீண்ட பயணம். வேண்டியவற்றோடு பயணத்தை வசதியாக்கிக் கொள்கிறவர்களே சேரிடத்திற்குச் சரியாகவும் சுகமாகவும் சென்று சேர்வார்கள். மாறாகப் பொதிகளை அதிகமாக்கிக் கொள்கிறவர்கள் பயணத்தின் இனிமையை இழப்பார்கள். வேண்டியவற்றை வைத்துக் கொள்வதும், வேண்டாதவற்றைத் தவிர்ப்பதுவும்தான் பயணத்தை மட்டுமல்ல; நம் வாழ்க்கைப் பயணத்தையும் இனிதாக்கும்.

மேற்கொள்ளத்தக்கவை எவை மறுக்க வேண்டியவை எவை என்பதைச் சரியாகப் புரிந்து கொண்டால் அதுதான் வாழ்க்கை. வாழ்க்கையை வாழ்ந்து புரிந்து கொண்டவர்களும் வாழத் தெரிந்து வைத்திருக்கிறவர்களும் கொடுத்து வைத்தவர்கள் எனலாம். வாழ்க்கை ஒரு கலை. அதை வாழ்ந்து பார்த்தவர்களால் மட்டுமே விரிவாகக் கூற முடியும்.

'வாழச் சொல்கிறேன் வாழ்க்கையைச் சொல்கிறேன்' என்று வாய்மலரும் என் இனிய நண்பர் தியாரூ அவர்கள் நல்ல வாழ்க்கையைக் காட்டும் தகுதியுள்ளவர். ஏனெனில் நல்லவண்ணம் வாழ்கிறவர் அவர்.

எர்னஸ்ட் ஹெமிங்வே என்னும் ஆங்கில அறிஞர் 'வாழ்க்கையைப் பற்றி எழுதுவதற்குமுன் நீங்கள் வாழ்ந்திருக்க வேண்டும்' என்று கூறியிருப்பது தியாரூ அவர்களுக்கும் முற்றிலும் பொருந்தும். அதற்குச் சான்றாக வாழ்கிறவர் அவர்.

கவிஞர் தியாரூ அவர்களின் 'வாழ்வெல்லாம் வசந்தம்' என்ற இந்நூலின் வாசிப்பு, நம்மை வாழ்க்கையை நேசிக்க வைக்கும். 'வாழ்வதொன்றும் அத்தனைப் பெரிய விஷயமல்ல, எளிது' என்பதை இதமாகச் சொல்கிற அவரது எளிமையான நடை பெரிதும் பாராட்டிற் குரியது. ஆர்வத்தோடு அத்தனை பக்கங்களையும் வாசித்து இன்புற்றேன்.

ஒவ்வொரு தலைப்பும் நேர்மறைச் சிந்தனையின் வெளிப்பாடாக இருப்பது அருமை. 'உங்கள் வாழ்வே உங்கள் சொர்க்கம்' என்ற முதற்கட்டுரையே சொர்க்கத்தின் வாசலில் நின்று நம்மைச் சாமரம் வீசி வரவேற்பது போலிருக்கிறது. எந்த நேரமும் நம்மைப் பலன் தருகிறவர்களாகப் பார்த்துக் கொள்ள வேண்டும் என்பதை ஒரு சரித்திரச் சான்றுடன் அவர் உணர்த்துகிறார்.

ஜெலட்டின் குச்சிகள், டைனமைட் போன்றவற்றைக் கண்டு பிடித்தவர் நோபல் என்கிற விஞ்ஞானி. ஆயிரமாயிரம் உயிர்களைக் கொன்று குவிக்கப் போகின்றனவே அவை என்று குமைந்த அவர் பிராயச்சித்தமாகவோ அல்லது பெருமளவில் பிறருக்குப் பயன்படட்டுமே என்ற உயர் எண்ணத்திலோ உலகின் மிக உயரிய பரிசான நோபல் பரிசை நிறுவியதால் பல்வேறு துறைசார்ந்த பேரறிஞர்கள் நோபல் பரிசு பெறுவதைப் பெருமையாகக் கருதுவதோடு அவர்கள் சார்ந்த துறைகளும் பெருமையுறுகின்றன.

தொடர்ந்து மற்றுமோர் செய்தி, ஆரம்பத்தில் மிகச்சிறந்த ஆட்சியாளராக இருந்தவர் ஹிட்லர். ஜெர்மனியின் வளர்ச்சிக்கு வித்திட்ட அவர்தான் பின்னாளில் சர்வாதிகாரியாகி நிர்மூலமாக்கிய கொடுங்கோலன் ஆனார். உலகமே அவரை வெறுத்தது. எப்படித் தொடங்கினோம் என்பது முக்கியமல்ல, எப்படி நிறைவு செய்கிறோம் என்பதே வாழ்க்கை. ஓட்டப் பந்தயத்தில் கடைசி வரை இல்லா விட்டால்கூட கடைசியிலாவது வேகத்தை அதிகரித்து வெற்றி வாகை சூட வேண்டும் என்பதை 'தொலைந்து போகாதீர்கள்' என்ற கட்டுரை நமக்குப் புலப்படுத்துகிறது.

‘காத்திருங்கள் கண்டடைவீர்கள்’ என்ற கட்டுரை, ‘காத்திருத்தல் என்பது தாமதித்தல் அல்ல’ என்கிற கருத்தை தெளிவுபடுத்துகிறது. கவிஞர் தியாரூ அவர்களின் மகள் திருமண நிச்சயதார்த்த விழாவில் ‘காத்திருத்தல்’ குறித்து நான் 30 நிமிடங்கள் பேசினேன். அன்று நான் பேசியதற்கு அப்பாலும் பல செய்திகள் இருக்கின்றன என்பதை இக்கட்டுரையை வாசித்து விளங்கிக் கொண்டேன். ‘காத்திருக்க வேண்டிய தருணங்கள் வாழ்வில் உண்டு. அச்சூழ்நிலைகளில் காத்திருந்துதான் ஆக வேண்டும்’ என்பது வேத வசனமாகவே நாம் கொள்ள வேண்டும். தூக்குத் தண்டனை விதிக்கப்பட்ட மூன்று கைதிகளின் கதை சுவாரஸ்யம்.

போதையிலிருந்தும், கவலைகளிலிருந்தும் விடுபடுதல் குறித்த கவிஞர் தியாரூவின் ஆலோசனைகள் அருமை. என்ன செய்யலாம் என்பதற்கு ‘ஒரு நொடி போதும்’ என்ற அவரது கட்டுரை ஒன்றே அற்புதமான அறிவுரையாகக் கொள்ளலாம். குடியின் கூட்டாளிகளாக சூது, திருட்டு, தவறான சிந்தனைகள், தவறான சேர்க்கை, தவறான வாழ்க்கை என்று பல்வேறு தவறுகள் சேர்ந்து கொள்ளும் என்பதை மிக அழகாக விளக்கியிருக்கிறார் கவிஞர் தியாரூ அவர்கள். கவலைகள் காரணமாகக் குடிக்கிறவர்கள் குடியை கூடுதலாக ஒரு கவலையாகச் சேர்த்துக் கொள்கிறார்கள் என்பதுதான் உண்மை.

‘நலமாக வாழ நான்கு வழிகள்’ - பயனுள்ள கட்டுரை. இப்போதெல்லாம் இறைவன் எதிரே வந்தால் எதை முதலில் கேட்போம் என்றால் நலத்தைதான் முதலில் கேட்போம். ஏனெனில் இந்த பூமிப்பந்தில் பெரும்பாலானோர் பெருந்தொற்று கொரோனா வினால் பாதிக்கப்பட்டுவிட்டோம். செல்வம் இருந்தாலும்கூட அதைவிட முக்கியமாக நலத்துக்காகக் கரைக்க நிர்பந்திக்கப்பட்டு விட்டோம். நல்ல தூக்கம், நடைப்பயிற்சி, ஒழுங்கான உணவு முறை, மகிழ்ச்சி ஆகியவற்றை யார் கடைபிடிக்கிறார்களோ அவர்களே நலத்தோடு நீடு வாழ்வர் என்கிற நற்செய்தியை இக்கட்டுரை தருகிறது.

இன்றைய சமூகத்தின் மிகப்பெரிய கவலை தற்கொலை. உலகிலேயே மிக அதிகமாகத் தற்கொலை நிகழும் நாடுகளில் இந்தியா முன்னிற்கிறது எனும் போது வேதனை நம்மை வளைத்துக் கொள்கிறது. தற்கொலை என்பது ஒரு கண நேர முடிவு. மூளை தரும் முட்டாள்தனமான உத்தரவு. ‘எண்டார்பின்’ அதிகமாக சுரக்கிறபோது தற்கொலை எண்ணம் தூண்டப்படுகிறது என்பது மருத்துவரீதியான உண்மை. அந்தக் கண நேரத் தூண்டுதலைக் கடந்துவிட்டால் தப்பித்துவிடலாம் என்பதோடு தற்கொலை எண்ணத்தைத் தவிர்க்கும் உபாயங்களையும் தருகிறார் கவிஞர் தியாரூ அவர்கள்.

இந்நூலை அவர் இரண்டு பகுதிகளாகப் பிரித்துத் தந்துள்ளார். முதல் பகுதி வாழும் விதம் என்றால் இரண்டாவது பகுதி அவர் வாழ்ந்த விதம். அவர் பெற்ற சிறப்புகளைப் பகுதி இரண்டில் பார்க்கிறோம். புகழுக்குரிய பெருமகனாரான தியாரூ அவர்களை அந்நாளிலேயே வார்த்தைச் சித்தர் வலம்புரி ஜான் அவர்கள் வானளாவப் புகழ வார்த்தைகளைத் தேர்ந்து தொகுத்து வழங்கி மகிழ்ந்துள்ளார்; பேராசிரியர் மோகன் அவர்கள் 'பாரதியில் பாதி; துலங்கிடும் தனித்திறன் மீதி' என்று கவிஞர் தியாரூ அவர்களைப் புகழ்ந்துள்ளார்.

போற்றும் புகழுரைக்கெல்லாம் பொருந்தும் பேராற்றலும், பண்பு நலன்களும் மிகுந்த கவிஞர் தியாரூ அவர்கள் வாழ்வியல் சிந்தனைகளை வழங்கிப் புகழ் குவித்த பெருமக்கள் அப்துல் ரகீம், உதயமூர்த்தி, பி.எஸ்.ஆர்.ராவ், மெர்வின், பஜில்லா ஆசாத், தமிழ்வாணன், கவிதாசன், கவிநேசன் ஆகியோர் வரிசையில் வைத்தெண்ணத்தக்க வாழ்வியல் எழுத்தாளராக விளங்குதற்கு இந்நூல் கூடுதல் சான்றாக விளங்குகிறது.

அவரைப் போலவும், அவர் எழுதிய வண்ணமும் வாழ்வோர்களின் வாழ்வெல்லாம் இனி வசந்தம்தான். இந்நூலைப் படிக்க வேண்டும், படித்துக் கொண்டே இருக்க வேண்டும். ஏனெனில் இதுவொரு வாழ்வியல் கையேடு; எப்போதும் நாம் எடுத்துச் செல்ல வேண்டும் கையோடு.

என்றும் அன்புடன்

சென்னை 600 040

கலைமாமணி

4. 1. 2022

ஏர்வாடி எஸ். இராதாகிருஷ்ணன் எம்.ஏ

ஆசிரியர் - கவிதை உறவு, இலக்கிய மாத இதழ்

வாழ்வெல்லாம் வசந்தம்

தினத்தந்தி இளைஞர் மலரில் நான் எழுதிய 'மணல்வெளியில் சில மயிலிறகுகள்' மற்றும் 'வாழ்ந்திடச் சொல்கிறேன்' ஆகிய வாழ்வியல் தொடர்கள் வாசகப் பெருமக்களின் மிகப்பெரிய வரவேற்பைப் பெற்றன. முறையே முப்பது மற்றும் ஐம்பது வாரங்களாக அத்தொடர்கள் வெளிவந்தன.

'பாக்கெட் நாவல்' ஜீ. அசோகன் அவர்களின் 'குடும்ப நாவல்' பத்திரிகையில் 25 மாதங்கள் நான் எழுதிய தன்னம்பிக்கைத் தொடர் - கல்பூக்கள்.

பின்னர், மேற்கூறிய தொடர்கள் அனைத்தும் நூல்களாக நியூ செஞ்சுரி புக் ஹவுஸ் மூலம் மிகச்சிறப்பாக வெளியிடப்பட்டன. பல பதிப்புகள் வந்துள்ளன.

இப்போது, 'வாழ்வெல்லாம் வசந்தம்.'

இந்நூலில் இரண்டு பகுதிகள். முதல் பகுதி முழுவதும் தினத்தந்தி, ராணி, கல்கி ஆகிய பத்திரிகைகளில் அண்மையில் நான் எழுதிய வாழ்வியல் கட்டுரைகள்.

இரண்டாம் பகுதி முற்றிலும் வித்தியாசமானது. என் முதல் கவிதை பிறந்த கதை, மக்கள் குரல் மற்றும் கல்கியில் வெளிவந்த என்னுடைய பேட்டிகள், என் படைப்புகள் பற்றிய தமிழறிஞர்களின் கருத்துரைகள் ஆகியவை இப்பகுதியில் இடம்பெற்றுள்ளன. நிறைய இருப்பினும் ஒரு சிலவற்றை மட்டும் இதில் சேர்த்திருக்கின்றேன். இப்பகுதி, வாசகர்களுக்கும் இனிவரும் ஆய்வாளர்களுக்கும் பெரிதும் உதவியாக இருக்கும் என்பது என் நம்பிக்கை.

மேலும், பத்திரிகை நேர்காணல்களில் விளம்பரத் துறை பற்றியும், விளம்பரப் படைப்பாக்கங்களின் நுணுக்கங்கள் பற்றியும் ஓரளவு சொல்லியிருக்கின்றேன். விளம்பரத் துறைக்கு வர வேண்டும் என்ற ஆர்வமுடைய இளைஞர்களுக்கு அது ஒரு வழிகாட்டியாக இருக்கும்.

இந்நூலின் முதற்பகுதியில் 17 வாழ்வியல் கட்டுரைகள். வாழ்வைச் செம்மைப்படுத்துவதற்கும் வளப்படுத்துவதற்கும் துணைபுரியக்கூடிய

ஏராளமான விஷயங்கள் இதில் உண்டு. ஊருக்கான உபதேசமாக அல்லாமல், உங்களுடன் ஒரு நண்பனைப்போல் நான் பேசுகிறேன். என்னை நான் சீர்தூக்கிப் பார்ப்பதற்கும், சீர்படுத்துவதற்கும் என் வாழ்வியல் படைப்புகள் எனக்குக் கைகொடுக்கின்றன.

இந்நூலிலுள்ள கட்டுரைகளில் பெரும்பாலானவை கொரோனா ஊரடங்கு நாட்களில் எழுதியவை. எனவே 'தனித்திருத்தல்' பற்றிய கட்டுரையும் இதில் இடம்பெற்றுள்ளது.

வாசக நண்பர்களின் அன்பும், என் படைப்புகள் மீதான மதிப்பும் என்னை மேலும் மேலும் வேகப்படுத்துகின்றன.

நான் எழுதாத நாளே இல்லை. தினந்தோறும் எழுதுகின்றேன். கவிதைகள், கதைகள், கட்டுரைகள் மட்டுமன்றி - எனக்கு வருமானத்தை அள்ளித் தருகின்ற விளம்பரத் துறையின் படைப்பாக்கப் பணியும் என் எழுத்தைச் சார்ந்ததாகவே இருக்கின்றது. இன்று எல்லா ஊடகங்களிலும் என் விளம்பரப் படைப்பாக்கங்கள் பிரபலமாக இருப்பதில் எனக்குப் பெருமகிழ்ச்சி.

எழுதுவதே ஒரு தனிசுகம்தான். கவிதை என்றால் கடகடவென்று சிந்தனைகளும் வார்த்தைகளும் வந்து விழுகின்றன. கதை எழுத அமர்ந்தால் உள்ளுக்குள் ஒரு விறுவிறுப்பு. வாழ்வியல் கட்டுரைகள் எழுதும்போது, அந்த அனுபவம் ஒரு தற்பரிசோதனை. இவை அனைத்திலும் நான் மனநிறைவைக் காண்கின்றேன்.

மகிழ்ச்சியுடன் என் பணி தொடர்கின்றது. வாழ்வின் விழுமியங்களை எழுதுகின்ற போது - அதன் மூலம் பலரும் பயன்பெறுவதாய்ச் சொல்லக் கேட்பதில் மனதுக்கு ஒரு திருப்தி.

தற்கால உலக நிகழ்வுகள் நம்மை கதிகலங்கச் செய்கின்றன. மனித சமூகத்தின் போக்கும் பிரச்சினைகளும் மனதில் வருத்தத்தை ஏற்படுத்துகின்றன. இந்நிலையிலிருந்து உலகம் மீண்டெழுவது மிக அவசியம்.

மனிதனை மனிதன் நேசிக்க வேண்டும். மனிதநேயம் தழைத்தோங்க வேண்டும். சமத்துவமும் சகோதரத்துவமும் துலங்குகின்ற புதியதோர் உலகம் உருவாக வேண்டும். அது ஒன்றே வாழ்வியல் படைப்புகளின் நோக்கம். உங்கள் வாழ்வில் வசந்தம் நிலைத்திருக்க வாழ்த்துகிறேன்.

இந்நூலுக்கு ஆத்மார்த்தமாக அணிந்துரை வழங்கியிருக்கிற என் பெருமதிப்பிற்குரிய படைப்பாளர் கலைமாமணி கவிஞர் ஏர்வாடி எஸ். இராதாகிருஷ்ணன் அவர்களுக்கு என் உள்ளார்ந்த நன்றி.

வாசக அன்பர்களுக்கும், என் அனைத்து நூல்களையும் வெகு சிறப்பாக வெளியீடு செய்கின்ற நியூ செஞ்சுரி புக் ஹவுஸ் நிறுவனத்தின் மேலாண்மை இயக்குநர் என் அன்புச் சகோதரர் திரு.சண்முகம் சரவணன் அவர்களுக்கும் என் நெஞ்சார்ந்த நன்றி.

அன்பன்,
தியாரூ

'சங்கம்'
37, விஜிபி செல்வா நகர் விரிவு
வேளச்சேரி,
சென்னை - 6000 042
மொபைல்: 99400 56332

உங்கள் வாழ்வே உங்கள் சொர்க்கம்

வாழ்க்கை விசாலமானதாக விரிவடைந்து பெருகலாம்; வனப் பெய்தி நெடிதுயர்ந்து நிற்கலாம்; கூனிக் குறுகிச் சுருங்கிப் போகவும் செய்யலாம். அவை ஏற்கனவே எழுதப்பட்டவை அல்ல. காலத்தின் கோலமும் அல்ல.

அப்படியோ இப்படியோ நம் வாழ்க்கை நம்மால்தான் தீர்மானிக்கப்படுகிறது. ஏற்றமோ இறக்கமோ அது நம்மால்தான் ஏற்படுத்தப்படுகின்றது.

கடைக்குள் போனவன் சொத்தைக் கத்தரிக்காயும் அழுகின தக்காளியும் வாங்கிக் கொண்டு வந்தால் சாம்பார் ருசிக்காது. பப்பாளி என்று நினைத்துக்கொண்டு பாகற்காயை பழுக்க வைத்தாலும் அது இனிக்காது.

நமக்குச் சரியான சிந்தை வேண்டும். தெளிந்த பார்வை வேண்டும். சூட்சுமங்களைப் புரிந்துகொள்ள வேண்டும். அப்படியெனில், நொடி தோறும் சுகங்களையும் நாளுக்கு நாள் வாழ்வில் முன்னேற்றங் களையும் நாம் காண முடியும்.

எனவே எல்லாவற்றையும் கவனியுங்கள். கவனிப்பதன் மூலம் ஏராளமான விஷயங்களைக் கற்றுக் கொள்வீர்கள். கற்றுக்கொள்வதன் மூலம் வெற்றிக்கான வழிமுறைகளைக் கண்டு கொள்வீர்கள்.

சிங்கத்திடமிருந்து ஒரு குணம், கொக்கிடமிருந்து ஒரு குணம், கோழியிடமிருந்து நான்கு குணங்கள், காக்கையிடமிருந்து நான்கு குணங்கள், நாயிடத்திலிருந்து ஆறு குணங்கள், கழுதையிடமிருந்து மூன்று குணங்கள் ஆகியவற்றை நாம் கற்றுக்கொள்ள வேண்டும்.

தான் எடுத்த காரியத்தை முழு முயற்சியுடன் முடிக்கும். அது சிங்கத்தின் குணம். வேளை வரும்வரை காத்திருந்து தன் காரியத்தை நிறைவேற்றுவது கொக்கின் குணம்.

தக்க சமயத்தில் பட்டென்று விழித்துக் கொள்ளும்; சண்டையில் பின்வாங்காது; கிடைத்தவற்றை பந்துக்களுக்குப் பங்கிட்டுக் கொடுக்கும்; தானே வலிய ஆக்கிரமிக்கும். இவை கோழியின் குணங்கள்.

தைரியம், தக்க சமயத்தில் உணவு சேகரித்தல், உறவழைத்து உண்ணுதல், பிறரிடம் நம்பிக்கையின்மை - காக்கையின் குணங்கள்.

தான் எவ்வளவு சிரத்தை அடைந்திருந்தாலும் சுமையைத் தாங்குதலும், குளிர் வெப்பத்தைப் பொறுத்தலும், எப்போதும் மகிழ்ச்சியுடனிருத்தலும் கழுதையின் குணங்கள்.

இந்த குணங்கள் அனைத்தையும் கைக்கொள்ளுகிறவன் எடுத்த காரியத்திலெல்லாம் வெற்றி பெறுவான் என்றார்கள்.

நந்தெறும்பு தூக்கணம் புட்காக்கை யென்றிவைபோற்
றங்கரும் நல்ல கடைபிடித்துத் – தங்கரு
மப்பெற்றி யாக முயல்பவர்க் காசார
மெப்பெற்றி யானும் படும்.

அதாவது சிப்பி, தூக்கணாங்குருவி, காகம் இவைகளைப்போல் நல்வினையைக் கடைப்பிடித்து நடுவு நிலைமையில் தங்கள் தங்கள் முயற்சியால் நல்ல செயல்களைச் செய்து வருவாராயின், அவர்களுக்கு நல்லொழுக்கமும் சர்வ பாக்கியங்களும் எவ்விதத்திலும் வந்து சேரும் என்று பாடினான் பெருவாயின் முள்ளி என்னும் புலவன்.

இப்படி விலங்குப் பறவை ஆகியவற்றிடமிருந்து நாம் பல பாடங்களைப் பெறலாம். எனினும் நம் சுயானுபவங்களிலிருந்து நாம் பெற்றுக்கொள்ள வேண்டியவையும், மனிதனிடமிருந்து மனிதன் கற்றுக்கொள்ள வேண்டியவையும் ஏராளம் இருக்கின்றன.

வாழ்க்கையில் பல தருணங்களில் நாம் தவறு செய்துவிடுகின்றோம். அவற்றை படிப்பினையாக எடுத்துக்கொண்டு வாழ்வை செப்பனிட்டுக் கொண்டால் அந்தத் தவறுகள் நமக்கு ஆதாயம்.

செய்கின்ற தவறுகளுக்கெல்லாம் நியாயம் கற்பித்துக்கொண்டு நம் மனதை மழுக்கிக் கொண்டிருந்தால் அது நமக்கு அவமானம்.

சில குடும்பங்களில் எப்போதும் பிரச்சினைகள். கணவன் மனைவிக்கிடையே அடிக்கடி சண்டைகள் வெடித்துக்கொண்டே இருக்கும். காரணம் என்ன?

கணவன் தாராளமாகத் தவறுகள் செய்வான். ஆனால் எந்தத் தவறுக்கும் தான் பொறுப்பேற்க மாட்டான். எல்லாவற்றிற்கும் மனைவியைக் காரணம் சொல்வான்.

மனைவி ஆடம்பரப் பிரியை, ஆத்திரக்காரி - வார்த்தைகளை அள்ளிக் கொட்டுவாள். 'திருந்தாத ஜென்மம்' என்று இருவரும் ஒருவரை ஒருவர் திட்டித் தீர்ப்பார்கள். ஆக, தவறுகளும் திருத்தப் படுவதில்லை; அங்கு சண்டைகளும் ஓய்வதில்லை.

யாராக இருந்தாலும் முதலில் தங்கள் தவறை உணர வேண்டும். வெட்கத்துடன் அதை ஒப்புக்கொள்ள வேண்டும். மீண்டும் ஏற்படாமலிருக்க, நல்லபடி சிந்திப்பதற்கும் நேர்மையுடன் செயல்படு வதற்கும் நம்மை நாம் பழக்கிக்கொள்ள வேண்டும்.

குடும்பத்திலும் சரி, சமூகத்திலும் சரி - அதுதான் ஒருவரை உயர்த்தி நிறுத்தும்.

பயங்கர யுத்தங்களுக்கு மட்டுமின்றி, சுரங்கங்கள் தோண்டுவதற்கும் சக்திமிக்க வெடிமருந்து தேவையாயிருந்தது.

சுவீடன் நாட்டைச் சேர்ந்தவர் ஆல்பிரட் நோபல். அவர்தான் 1867-ல் டைனமைட்டை கண்டுபிடித்தார்.

இவருக்கு முன்னரே பல விஞ்ஞானிகள் கண்டுபிடித்த வெடி மருந்துகள் மிகமிக சக்தி வாய்ந்தவையாகத்தான் இருந்தன. ஆனால் உலகம் அவற்றை ஏற்றுக் கொள்ளவில்லை. டைனமைட்டை மட்டும் ஏற்றுக் கொண்டது. அதற்கு ஒரே காரணம், நோபல் கண்டுபிடித்த டைனமைட் மிகவும் பாதுகாப்பானது என்பதுதான்.

நோபலின் டைனமைட்டுக்கு ஏகப்பட்ட கிராக்கி- அதிகளவில் தயாரிக்க வேண்டிய நிலை. எனவே அதற்காகவே ஒரு தொழிற் சாலையை அவர் நிறுவினார். உலகின் நிலக்கரிச் சுரங்கங்கள் அனைத்தும் நோபலிடம் டைனமைட் கேட்டு வரிசையில் நின்றன. நோபல் ஐரோப்பாவின் பெரும்பணக்காரர்களில் ஒருவரானார்.

டைனமைட்டை மட்டுமல்ல, ஜெலட்டினையும் அவர்தான் கண்டுபிடித்தார். எனவே அவரது புகழ் எங்கெங்கும் பரவியது. பணம் எந்த வழியில் வருகிறது என்று தெரியாத அளவிற்குத் தேடி வந்து குவியத் தொடங்கியது. கணக்கு வழக்கு இல்லாமல் பணம் அவர் வீட்டு வாசலில் கொட்டியது.

ஆனால் நோபலுக்கு மகிழ்ச்சி இல்லை. மனம் கவலையில் ஆழ்ந்தது - ஏன்? அவர் டைனமைட்டை கண்டுபிடிக்கும் போது அவரது சகோதரர் உடல் கருகி இறந்து போனார். அது நோபலின் மனதை பாதித்தது. தான் கண்டுபிடித்த டைனமைட் எத்தனை ஆயிரம் உயிர்களைக் குடிக்கப் போகிறதோ என்று அஞ்சி நடுங்கினார்.

நோபலுக்கு இல்லற வாழ்வு ஏற்படவில்லை. நண்பர்களும் இல்லை. வாழ்வின் இறுதிக் காலத்தில் தன் ஆதங்கத்தைச் சொல்லி அழக்கூட ஆளில்லாமல் தனிமையில் தவித்தார். விரக்தியில் அழுதார்.

டைனமைட்டை கண்டுபிடித்ததன் மூலம், எதிர்காலத் தலைமுறைக்கு மாபெரும் துரோகம் செய்துவிட்டோமோ என்னும் குற்ற உணர்வு அவரை வாட்டி வதைத்தது.

டைனமைட்டை வைத்துக் கொண்டு உலக நாடுகள் யுத்தம் செய்தால் இந்தப் பூமி தாங்காது. எனவே, உலக நாடுகள் ஒற்றுமையாக வாழ்வதற்கான ஒரு திட்டத்தை அவரே வகுத்துக் கொடுத்தார்.

டைனமைட்டை ஏற்றுக்கொண்ட உலக நாடுகள், நோபலின் ஒற்றுமைத் திட்டத்தைக் கண்டுகொள்ளவே இல்லை.

மனம் வெறுத்துப்போனார் நோபல். தனது பெயரிலேயே ஓர் அறக்கட்டளையை நிறுவினார். தான் சம்பாதித்த பணம் பொருள் அனைத்தையும் அதற்கு எழுதி வைத்துவிட்டு அனாதைபோல் இறந்து போனார்.

ஆண்டுதோறும் அவரின் பெயரால்தான் நோபல் பரிசு, மகத்தான சாதனை படைத்தவர்களுக்கு இன்று வழங்கப்பட்டு வருகிறது.

ஆல்பிரட் நோபல் தனது கண்டுபிடிப்பின் மீது மனம் கசந்தார். பரிகாரம் தேட விழைந்தார். அவர் பெயரால் அமைந்த விருதுதானே இன்று உலகின் மிக உன்னத விருதாகக் கருதப்படுகிறது.

மற்றவர்களையே சீண்டிக் கொண்டிராமல் தன்னைத்தான் எவன் உணர்கின்றானோ அவன்தான் தன் தவறுகளை நேர்மையுடன் சிந்திக்கின்றான். அது மட்டுமன்றி, அவற்றிற்கான பிராயச்சித்தத்தையும் தேடுகின்றான்.

பிராயச்சித்தம் என்றால்? கோயில் கோயிலாகச் சென்று காணிக்கை படைப்பதல்ல. செய்துவிட்ட தவறுகளைத் திருத்திக்கொண்டு, அவற்றிற்குப் பன்மடங்காய் நல்லவற்றைச் செய்வதுதான்.

தனிமனித மதிப்பு, குடும்ப மகிழ்ச்சி, சமூக மேம்பாடு - எதை எடுத்துக் கொண்டாலும், அது திருத்தங்களிலும் நல்ல செயல்களிலு மிருந்துதான் முளைத்தெழும்புகிறது.

நல்லவற்றைச் செய்வதற்கு ஆளில்லாத குடும்பங்களில் நன்மைகள் பிறப்பதில்லை. குற்றங் குறைகளைக் களைந்து குணப்படாத மனங்களில் நிம்மதி இருப்பதில்லை.

படி வழுக்குகிறது என்றால் பாசி படிந்திருக்கிறது என்று அர்த்தம். பிஞ்சுகள் வெம்பி விழுகிறது என்றால் மரத்திற்கு நோய் பிடித்திருக்கிறது என்று பொருள். ஒருவனுடைய வாழ்வில் பிரச்சினைகளே வந்து கொண்டிருக்கிறது என்றால், அவனுடைய

சிந்தை சீர்கெட்ட நிலையில் இருக்கிறது என்பதைத் தவிர வேறொன்று மில்லை.

சிலர் இப்படித்தான் தங்கள் வாழ்க்கையைத் தொலைத்து விடுகிறார்கள். தவறானவைகளையே செய்வார்கள். தவறான வழியிலேயே செல்வார்கள். எல்லாவற்றையும் தவறவிட்டபின் விரக்தியில் வீங்குவார்கள்.

சீர்கெட்ட சிந்தைக்குச் சிகிச்சை தேவை. நல்லவற்றை செய்யத் தொடங்க வேண்டும். அதுதான் மருந்து.

செய்கின்ற காரியம் எவ்வளவு சிறியதாக இருந்தாலும் பரவாயில்லை. அது நன்மை பயக்கக்கூடியதாக இருக்க வேண்டும்.

தெள்ளிய வாலின் சிறுபழத் தொருவிதை
தெண்ணீர்க் கயத்துச் சிறுமீன் சினையினும்
நுண்ணிதே யாயினு மண்ணல் யானை
மன்னர்க் கிருக்க நிழலா கும்மே -

என்றார் அதிவீர ராமபாண்டியன்.

ஆலமரத்தின் பழத்திலுள்ள சின்னஞ்சிறு விதை, குளத்தின் சிறிய மீனின் முட்டையைப் பார்க்கிலும் மிகச்சிறியது. ஆனால் அந்த விதை பூமியில் விழுந்து முளைத்துப் படர்ந்து விருட்சமானால், ரதம் கஜம் துரகம் பதாதிகளென்னும் நால்வகைச் சேனைகளும் மாட்சிமை தங்கிய மன்னர்களும் அமைந்திருக்கும்படி நிழலைக் கொடுக்கும் என்று அந்தப் பாடல் கூறுகிறது. அதாவது, எத்தனை சிறிய பொருளானாலும் செயலானாலும் அது பெரிய பயனைத் தரும் என்பதை அப்பாடல் வரிகள் நமக்குத் தெளிவுபடுத்துகின்றன.

வாழ்வின் அழகும் மதிப்பும் நற்செயல்களில் இருக்கின்றன. சின்னச் சின்ன நன்மைகளைச் செய்யத் தொடங்கும்போது எழில்மிகு கோபுரமாய் வாழ்க்கை உயரத் தொடங்கிவிடும்.

உங்கள் குடும்பத்தில் அல்லது உங்களுக்கு நெருக்கமான குடும்பங்களில் மிகவும் கஷ்டப்படுகின்றவர்கள் இருந்தால், அவர்களுக்கு உங்களால் இயன்ற உதவிகளைச் செய்யுங்கள். உங்கள் வாழ்க்கை மேலும் மேலும் வளம்பெறும்.

உங்களிடமுள்ள பழைய நல்ல துணிமணிகளை நன்றாகத் துவைத்து மடித்து, இல்லாதவர்களுக்குக் கொடுங்கள். பொன்னாடைகள் தேடி வந்து உங்களை அலங்கரிக்கும்.

உங்கள் தெருவில் அனாதைகளாய்த் திரிகின்ற நாய்க்குட்டி களுக்கும் பூனைகளுக்கும் தினந்தோறும் கொஞ்சம் அன்னமிடுங்கள். அவை உங்களை கைகூப்பித் தொழும்.

உங்கள் வாழ்க்கை அகராதியில் இருந்து பிடிக்காது, முடியாது என்ற வார்த்தைகளை அழித்துவிடுங்கள். எல்லாம் உங்களுக்குக் கைகூடிவரும்.

அக்கம்பக்கத்தில் இருப்பவர்களிடம் நட்பு பாராட்டுங்கள். உங்கள் சுண்டு விரலில் சிறு காயம் ஏற்பட்டாலும், அவர்கள் ஓடிவந்து உங்களைச் சூழ்ந்திருப்பார்கள்.

பணமும் புகழும் குவிகின்ற போதும் எல்லாரிடமும் சரிசம மாகப் பழகுங்கள். அவர்கள் ஒருபோதும் உங்களை விட்டுப் பிரிய மாட்டார்கள்.

பெற்றோருக்குச் செய்ய வேண்டிய கடமைகளைத் தவறாமல் செய்துவிடுங்கள். அவர்களின் நல்லாசி உங்களை வாழ்விக்கும்.

உங்கள் மீது நேசம் கொண்டவர்களை எப்போதும் நினைத் திருங்கள். அவர்களின் உள்ளம் எப்போதும் உங்களைச் சுற்றியிருக்கும்.

மனைவி, குழந்தைகளிடம் பேரன்பு கொள்ளுங்கள். மகிழ்வித்து மகிழுங்கள். உங்கள் வாழ்வே சொர்க்கமாகும்.

முன்பு பின்பின்றி மூவுலகத்தினும்
அன்பி னல்லதோ ராக்கமுண்டாகுமோ?
என்கிறது இராமாயணப் பாடல்.

ஆதியந்தமின்றி சொர்க்க மத்ய பாதலமென்னும் மூன்று உலகத்திலும் அன்பினைக் காட்டிலும் பெரிய செல்வம் ஒன்றுண்டோ என்று கேட்கிறான் கம்பன். எனவே அன்பை விதைத்திடுங்கள். நற்கனிகளின் விருட்சமாய் உங்கள் வாழ்க்கை செழித்தோங்கி மற்றவர் களின் பசியாற்றும்; நிழல் கொடுக்கும்.

நல்லவற்றைச் செய்யுங்கள். நிமிர்ந்து நில்லுங்கள்- எண்ணமெல்லாம் ஈடேறும்- நொடிதோறும் நலம் திகழும். கவலையை விடுங்கள் - உங்கள் வாழ்வில் இனியெல்லாம் வசந்தமே.

தொலைந்து போகாதீர்கள்

ஊரின் தாகம் தீர்க்கின்ற ஏரிகளும் குளங்களும் சில காலச் சூழ்நிலைகளில் வறண்டு போகின்றன. பருவமழை பெய்யும்போது அவை மீண்டும் நிரம்பிவிடுகின்றன.

ஆனால் சில இடங்களில் பரிதாபம்! ஏரிகளும் குளங்களும் இருந்த இடம் கூட தெரியாமல் மறைந்தே போய்விடுகின்றன.

'இங்குதானே இருந்தது. எங்கே போனது? இப்படியுமா தொலைந்து போகும்?' - அதிர்ச்சியும் ஆச்சரியமும் நம்மைப் பற்றிக் கொள்கின்றன.

மனிதர்களிலும் சிலர் அப்படித்தானே ஆகிவிடுகிறார்கள் - நல்லவர்களாய் இருந்தவர்கள் கூட காலப்போக்கில் நல்ல பண்பு களை இழந்து, தங்களின் அடையாளமே தெரியாத அளவிற்குத் தொலைந்துவிடுகிறார்கள்.

'அவரு பழைய மனுஷனா இப்ப இல்ல. பழச நெனச்சி போனீங்கன்னா அவரை நீங்க பார்க்க முடியாது' என்று சிலரைப் பற்றிச் சிலர் குறிப்பிடுவதுண்டு. குளம் காணாமல் போனது போன்ற நிலைதான் அது.

மனிதர்கள் எப்படியெல்லாம் மாறிப்போய்விடுகிறார்கள்! கவனித்துப் பார்த்தால் வியப்பாகவும் வேதனையாகவும் இருக்கும்.

கொஞ்ச வருமானத்தில் குறைவின்றி வாழ்ந்தவர்கள், வருமானம் பெருகப் பெருக ஆடம்பரத்தில் கடனாளியாகி. மதிப்பை இழந்து முகமூடி போட்டுக்கொண்டு திரிவார்கள்.

ஊருக்கெல்லாம் உபதேசம் செய்வார்கள், அவர்களில் பலர் தங்கள் வாழ்வின் பிற்பகுதியில் படுபாதகச் செயல்களைச் செய்யத் தொடங்கிவிடுகிறார்கள்.

பசுவைப்போல் அமைதியாக இருப்பார்கள். அடக்கத்துடன் நடப்பார்கள். பின்னர் பாருங்கள்; உங்கள் கண்களையே நீங்கள் நம்ப முடியாத அளவிற்குப் பொல்லாத புலியாய் உங்களை கதிகலங்கச் செய்வார்கள்.

மனிதர்களில் பலர் மனிதர்களாக இருப்பதில்லை. உள்ளத்தில் மனிதத்தை இழந்துவிட்டடபின் அவர்களின் முகங்கள் கரடிபோல் மாறிவிடுகின்றன.

கொலை செய்துவிட்டுப் பிடிபட்ட பின்னர்கூட கொஞ்சமும் வெட்கமோ வருத்தமோ இன்றிச் சிரித்துக்கொண்டு போகின்றவர்களைப் பார்க்கின்றோமே. மனிதமனம் எவ்வழியில்தான் இயங்குகிறதோ தெரியவில்லை.

வண்ணங்களுக்கும் மனித உணர்ச்சிகளுக்கும் தொடர்பு உண்டு என்கிறார்கள்.

சிவப்பு நிறம் - ஆசை, கோபம், வெற்றிக்கான வேகம் ஆகியவற்றைக் காட்டுகிறது.

நீல நிறம் - சாந்தம்: பச்சை நிறம் - தூண்டுதல், துல்லியம், அலசும் அறிவு போன்றவற்றை சுட்டுகிறது.

மஞ்சள் நிறம் - உற்சாகம். பரபரப்பு, மாறாத விருப்பம். பிரகாசம். இப்படி ஒவ்வொரு வண்ணத்திற்கும் தொடர்புடைய உணர்ச்சிகளைச் சொல்ல முடியும்.

அதெல்லாம் இருக்கட்டும்! மனித உள்ளத்தின் பார்வைகளையும், நோக்கங்களையும், வக்கிரங்களையும் வெளிப்படுத்துவதற்கென்று பிரத்யேக வண்ணம் உண்டா? கிடையாது. பொய்வண்ணம் காட்டும் பொல்லாதார் கண்களில் நாம் மெய்வண்ணம் காண முடியாது.

நல்லவன் என்று நம்பி கைகுலுக்கினால், விரலில் கிடக்கும் மோதிரத்தைக் கழற்றிவிடுகிறான். பக்திமான் என்று எண்ணிக் கொண்டு அவனிடம் அருள்வேண்டிச் சென்றால், அவளின் கற்பையே அவன் சூறையாடிவிடுகின்றான்.

'ஊரிலிருந்து திரும்பி வரும்வரை என் வீட்டை கொஞ்சம் பார்த்துக்கொள்' என்று ஒருவனிடம் ஒப்படைத்துச் சென்றவன் திரும்பி வருமுன், வீட்டையே வேறொருவனுக்கு விற்றுவிட்டு அவன் ஓடிவிடுகிறான்.

ஏன் இப்படி? தீயவர்கள் நல்லவர்களாய் மாற்றம் பெறுவதை நாம் காண்பது அரிது. ஆனால் நல்லவர்கள் தீயவர்களாய் மாறுகின்ற அவலங்கள் ஏராளம்.

பேராசையும் சுயநலமும் நம்மில் பலரை ஆட்டிப் படைக்கின்றன. அதனாலேயே மானுட மேன்மைகள் குறுகிப்போகின்றன.

மெத்துசலா என்பவன் தொள்ளாயிரத்து அறுபத்தொன்பது வருடம் உயிரோடிருந்ததாக திருமறை கூறுகிறது. அவனுக்கு இரண்டாயிரம் வருடங்களுக்குப் பிறகு பிறந்த தாவீது, 'எங்கள் ஆயுள் நாட்கள் எழுபது வருஷம்: பலத்தின் மிகுதியால் எண்பது வருஷமாயிருந்தாலும் அதன் மேன்மையானது வருத்தமும் சஞ்சலமுமே' என்கிறான்.

அன்னப்பறவை, கழுகு, காகம், மான், யானை, பாம்பு, முதலை முதலியவை முந்நூறு ஆண்டுகளுக்கு மேல் உயிரோடிருக்கக்கூடியவை என்கிறார்கள். சீலம் தேசத்து ராஜாவின் அரண்மனையிலிருந்த ஒரு வெள்ளையானை எழுநூறு வருடம் வாழ்ந்திருந்ததாம்.

ஆமையை ஆயிரம் வருட ஆயுள் கொண்ட உயிரினம் என்று சீனர்கள் கூறுகின்றனர். அதே போல் பல விருட்சங்கள் ஏறத்தாழ எட்டாயிரம் வருடங்கள் நிலைத்திருப்பதாக வாசிக்கின்றோமே. ஆனால் இன்று மனித வாழ்க்கை குறுகிப்போனது; காரணம், மனிதம் சுருங்கிவிட்டது,

கீழே விழுந்துவிட்ட ஒன்றை எடுப்பதற்கு நீங்கள் கொஞ்சம் குனிந்தால், உங்கள் முதுகில் ஏறி உட்கார்ந்து கொண்டு சவாரி செய்வதற்குப் பலர் தயாராக இருக்கிறார்கள். எனவே எச்சரிக்கையுடன் இருங்கள்.

கோயிலுக்குள் தெய்வ சந்நிதியில் நிற்கின்ற போதும், உங்கள் கவனமெல்லாம் வெளியே கழற்றிப் போட்டுவிட்டு வந்த செருப்பின் மீதுதானே இருக்கிறது. ஏனெனில், நிலைமை அப்படி. சாமி தரிசனம் முடித்துவிட்டு வெளியே வந்து பார்க்கும்போது பலரின் செருப்புகள் மாயமாகிவிடுகின்றன.

தொலைப்பதும் தொலைவதும் நமக்கு சகஜம். நல்ல பண்பு களைத் தொலைக்கின்றோம். நட்பை, காதலை தொலைக்கின்றோம். இறுதியில் நாமே தொலைந்துவிடுகின்றோம்.

வாழ்வின் வீழ்ச்சி என்பது நல்லவற்றை இழப்பதிலிருந்து ஆரம்ப மாகின்றது. அதனால்தான் நற்பண்புகளை பேணிப் பாதுகாப்பதன் அவசியத்தை அறநூல்கள் வலியுறுத்துகின்றன.

நன்மை செய்கின்றவர்கள் அதில் உறுதியுடன் இருக்க வேண்டும். ஏனெனில், நல்லவர்களாய் இருந்தவர்கள், வாழ்வின் பிற்பகுதியில் தீயவர்களாய் மாறிவிட்டால், அதைத்தான் இறுதிவரை உலகம் பேசும். ஹிட்லரின் ஆரம்ப கால சாதனைகளைப் பாருங்கள். ஜெர்மனியின் வரலாற்றில் தோன்றிய மாமனிதராகவே அவர் இருந்தார். முதலாம் உலகப்போர் முடிந்த காலம். ஜெர்மனியின்

பொருளாதாரம் படுமோசமான நிலையில் இருந்தது. வறுமையின் பிடியில் மக்கள் சிக்கித் தவித்தனர். அந்நிலையை மூன்றே ஆண்டுகளில் மாற்றிக் காட்டியவர் ஹிட்லர்.

தமது ஆட்சியில் வேலையில்லா திண்டாட்டத்தை ஒழித்தார். வேலைக்கேற்ற ஊதியம், போனஸ். விலைவாசி எல்லாவற்றையும் மிகச்சிறப்பாக நிர்ணயித்தார். நீண்ட சாலைகளை உலகில் முதன்முதாக அமைத்தவர் ஹிட்லர்தான். முதியவர்களுக்கு ஓய்வூதியம். இலவச மருத்துவம், எல்லோர்க்கும் மருத்துவக் காப்பீடு என்று வரிசையாக ஹிட்லர் அறிவித்த ஒவ்வொன்றும் மக்கள் நலன் சார்ந்த மாபெரும் புரட்சித் திட்டங்கள்.

சாமானியர்களும் வாங்கக்கூடிய விலையில் கார் தயாரிக்கச் செய்தவர் ஹிட்லர். தொழிற்சாலைகளால் சுற்றுச்சூழல் பாதிக்கப்படக் கூடாது என்பதில் மிகவும் கண்டிப்புடன் இருந்தார்.

அன்று ஜெர்மனியில் ஓடிய நதிகள் அனைத்தும் சுத்தமாக இருந்தனவாம். ஹிட்லர் காலத்தில் எந்த தொழிற்சாலையிலும் சம்பளப் பிரச்சினை, வேலை நிறுத்தம் இருந்ததில்லையாம். முதலாளிகள் - தொழிலாளர்கள் இருவரில் யார் பக்கமும் சாய்ந்திடாமல் நடுநிலை வகித்தவர் ஹிட்லர்.

ஹிட்லரின் ஆட்சிக் காலம் 12 வருடம். அதில் முதல் ஐந்து வருடம் அவர் செய்த சாதனைகள் அபாரமானவை. உலகப் பொருளாதார மேதைகளையே வியப்பில் ஆழ்த்தியவை. சொல்லப்போனால் ஜெர்மனியின் வளர்ச்சிக்கு அடிப்படையானவர் ஹிட்லர்தான்.

ஆனால் அவரின் துரதிர்ஷ்டம்! பின்னாளில் அவர் நடத்திய கொடுங்கோல் ஆட்சி காரணமாக, அவரின் சாதனைகள் யாருக்கும் தெரியாமலேயே போய்விட்டன.

ஹிட்லர் ஒரு கொலைகார வெறியராக மாறத் தொடங்கியதால், அது மட்டும்தானே இன்றும் பேசப்படுகிறது. நாம் சிந்திக்க வேண்டும். முற்பாதியில் வள்ளலாகவும் பிற்பாதியில் திருடனாகவும் இருந்தால், திருடன் என்ற பட்டம்தான் நிலைபெற்றுவிடும்.

கண்ணியவானாக வாழ்ந்தவன் காமுகனாக வாழ்வை முடித்தால், காமக் கொடூரன் என்ற பெயர்தான் உரக்கச் சொல்லப்படும்.

கொடுத்து மகிழ்ந்தவன் கடன்கேட்கத் தொடங்கிவிட்டால், கடனாளி என்றுதான் உலகம் அவனை அடையாளம் காட்டும்.

எனவே நற்பண்புகளில் இறுதிவரை நிலைநிற்பதுதான் முக்கியம். அப்படியொரு பிரதிக்ஞையை மனதில் எடுத்துக் கொண்டால்,

எந்தவொரு மனிதனும் தீமை இருளுக்குள் தொலைந்து போக மாட்டான். சில குடும்பங்களில் கணவன் - மனைவி இருவரும், சுவரில் மாட்டப்பட்டிருக்கும் போட்டோவில்தான் சிரித்துக் கொண்டிருப் பார்கள். நிஜ வாழ்வில் ஒவ்வொரு நாளும் சண்டையிலும் கண்ணீரிலும் தான் வாழ்வை கரைத்துக் கொண்டிருப்பார்கள்.

‘மனுஷன் மொதல்ல நல்லாத்தான் இருந்தாரு. பொண்டாட்டி புள்ளைங்க மேல ரொம்ப பாசம் வச்சாரு, யாரு கண்ணு பட்டுச்சோ. இப்ப மிருகமாட்டம்ல மாறிட்டாரு’ என்று சில பெண்கள் புலம்புவதை நீங்கள் கேட்டிருப்பீர்களே.

‘எங்க புள்ள மேல உசுரையே வச்சிருக்கோம். அவனும் அப்படித் தானே இருந்தான். எந்தப்பய சூனியம் வச்சானோ. எங்களை அறவே மறந்துட்டான்’ என்று அங்கலாய்க்கும் பெற்றோர்களைப் பார்க்கின்றோமே.

கோவலனும் கண்ணகியும் கொள்ளை இன்பம் அனுபவிக்க வில்லையா. இருந்தும் ஏன் கோவலன் முகவரி மாறிப் போனான்!

காரணம்? முன்பிருந்த மனமும் குணமும் தொலைந்து போயின. அறம்சார்ந்த எண்ணங்களோ செயல்களோ இல்லாததால் இன்னல் களும் இருளும் வாழ்வை மூடிக் கொள்கின்றன.

அறம் பொருள் இன்பம் என்னும் முப்பொருள்களில் நடுவிலிருக்கும் செல்வம் என்னும் ஒரு பொருளை எவர் அடைவாரோ அவர் மற்ற இரண்டு பேறுகளையும் அடைவார் என்னும் கருத்தை -

அறம்பொரு ளின்ப மென்றரா
ரிவற்றி னிடையதனை யெய்துவார்
சீரா ரிருதலையு மெய்துவார்

என்று சிறிய திருமடல் கூறுகிறது.

ஆனால் அது தவறு. ஏனெனில், செல்வத்தை பெற்றுக் கொள்வதன் மூலம் ஒருவன் அறத்தையும் இன்பத்தையும் பெற முடியாது. மாறாக அறவாழ்க்கையின் மூலமாகவே நிலையான செல்வத்தையும் இன்பத்தையும் ஒருவன் பெற்றனுபவிக்க முடியும்.

ஒருவனிடத்தில் அறச்சிந்தனை எப்போது அழிகிறதோ, அப்போதே அவன் தொலைந்து போகின்றான்: மிருகமாகிவிடுகின்றான். அதனால்தான் சத்தியமே பரம தர்மமென்று அத்தனை சாத்திரங்களும் கூறுகின்றன.

முக்கோடி வாழ்நாளையும், முயன்று பெற்ற பெருந்தவத்தையும் எக்கோடி யாராலும் வெல்ல முடியாதவன் என்கிற வரத்தையும்,

திசைகளை எல்லாம் வென்றடக்கிய தோள்வலிமையையும் பெற்றவன் இராவணன். மூவுலகங்களையும் ஆளும் உரிமை கொண்டவன்.

திசையானையைப் பொருத மார்பு. கைலாய மலையை எடுத்த தோள்கள். நாரத முனிவனே வியக்கக்கூடிய இசை வல்லமை, பெருமை மிக்க மகுடங்கள், சங்கரன் கொடுத்த வாள், விண்முட்டும் வீரம் கொண்ட இராவணன் தன்னைத் தொலைத்தது எப்போது?

மூக்கறுபட்ட சூர்ப்பனகை அழுதபடி வந்து, சீதையின் ஒப்பற்ற பேரழகை அவனுடைய மனம் சொக்கும்படி வர்ணித்தாளே. அப்போதுதான்!

தங்கைக்கு நேர்ந்த அவமானம், தம்பிமாரும் சேனைகளும் மாண்டுபோன சோகம் எல்லாவற்றையும் அவன் மறந்துவிட்டான். சீதையைக் கடத்திவருகின்ற பாதகச் செயலுக்குத் துணிந்துவிட்டான்,

தங்கை சூர்ப்பநகை சீதையின் வடிவழகைச் சொல்லச் சொல்ல இராவணன் தன் மனதை தொலைத்தான். முடிவு? போர்க்களத்தில் தன் உயிரைத் தொலைத்தான்.

எப்பேர்ப்பட்ட மாமன்னர்களாகட்டும், ஒழுக்க சீலர்களாகட்டும் - திடீரெனத் தடம்புரண்டு இப்படித்தான் பலர் தங்கள் இழிசெயல்களால் தொலைந்துபோகிறார்கள்,

அழுகின காய்கனிகள் குப்பைத் தொட்டியில்தான் போய்ச்சேரும். அழுக்குச் சிந்தனைகள் அவமானத்திலும் ஆபத்திலும்தான் நம்மைக் கொண்டு சேர்க்கும்.

எனவே தொலைந்து போகாமல் நம்மைக் காத்துக் கொள்வதும், நிம்மதிக்குக் கேடுவராமல் பார்த்துக் கொள்வதும் நம்மைச் சார்ந்த பொறுப்புகள்.

இதுவரை நடந்தது எப்படியும் இருந்துவிட்டுப் போகட்டும். இனி நடப்பவை நல்லவையாக இருக்கட்டும்.

உங்கள் கால்களுக்குக் கட்டளையிடுங்கள் - அவை தீய வழிகளில் நடக்காது. உங்கள் கண்களைக் கண்டியுங்கள் - அவை அங்குமிங்கும் அலையாது. உங்கள் கைகளுக்கு அறிவுறுத்துங்கள் - அவை இழிசெயல்கள் செய்யாது. உங்கள் வாழ்க்கைக்கு வேலியிடுங்கள் - அது ஒருபோதும் தொலைந்து போகாது.

அப்புறம் என்ன! அனுதினமும் வாழ்வைக் கொண்டாடுங்கள். நல்லவற்றைச் செய்யுங்கள். வீண்கவலைகளைத் தூக்கி எறியுங்கள். ஏனெனில், உங்கள் வாழ்வில் இனியெல்லாம் வசந்தமே.

●

காத்திருங்கள் கண்டடைவீர்கள்

காத்திருக்க வேண்டிய தருணங்கள் வாழ்வில் உண்டு. அச்சூழ்நிலைகளில் காத்திருந்துதான் ஆக வேண்டும்.

கல்யாணப் பந்திகளில் பார்த்திருப்பீர்கள். சாப்பிட்டுக் கொண்டிருக்கும் ஒவ்வொருவரின் முதுகுக்குப் பின்னாலும் ஒருவர் காத்து நிற்பார். அப்படி நின்றால்தான் இடம் கிடைக்கும்.

கடுமையான சூழ்நிலைகளும் சில நேரங்களில் ஏற்படுவதுண்டு. ஆனால் அவசரப்பட்டுவிடக் கூடாது. பதற்றமும் பயமும் காரியத்தைக் கெடுத்துவிடும். பொறுமை இழந்து தடால்புடால் என்று இறங்கிவிட்டால், புல்வெளி என்று நினைத்தது புதைகுழியாக இருக்கலாம். எனவே நிதானம் அவசியம்.

காத்திருத்தல் என்பதற்குத் தாமதித்தல் என்று பொருள் கொண்டுவிடக் கூடாது. ஏனெனில், காத்திருக்கும் நேரம்தான் சிந்திப்பதற்கும் கற்றுக் கொள்வதற்குமான தருணத்தை நமக்குத் தருகின்றது. எனவே காத்திருத்தல் என்பது கற்றுக் கொள்ளுதலின் காலம்.

பேருந்துக்காக கொஞ்சம் காத்து நிற்க வேண்டியதாகிவிட்டால், சிலர் தங்கள் கைக்கடிகாரத்தையும், வருகிற பேருந்துகளையும் மாறிமாறிப் பார்த்தபடி நிலைகொள்ள முடியாமல் அங்குமிங்கும் அசைந்து கொண்டிருப்பார்கள். எரிச்சலில் யார்யாரையெல்லாமோ வசைபாடித் தீர்ப்பார்கள்.

ஆனால் சிலரைப் பாருங்கள். பேருந்து வரும் வரை புத்தகத்தையோ பத்திரிகையையோ எடுத்து வாசிக்க ஆரம்பித்துவிடுவார்கள். சலிப்பும் ஏற்படாது. நாலு விஷயங்களைத் தெரிந்து கொள்ளவும் முடியும்.

உடம்புக்குச் சரியில்லை. டாக்டரிடம் செல்கின்றோம். 'என்ன செய்வீர்களோ ஏது செய்வீர்களோ, இன்னும் இரண்டு மணி நேரத்திற்குள் என்னை குணமாக்க வேண்டும்' என்று டாக்டருக்குக் கட்டளையிட முடியுமா!

முதலில் அவர் நம்மைப் பரிசோதிக்க வேண்டும். நோயைக் கண்டறிய வேண்டும். அதன்பின் சிகிச்சை அளிக்க வேண்டும்.

உடல்நிலை படிப்படியாக சீரடையும். அதுவரை நாம் காத்திருக்க வேண்டும்.

சிகிச்சைக் காலங்களில் கூட எத்தனையோபேர் பலவித சாதனைகளைச் செய்திருக்கிறார்கள். பலர் புகழ்மிக்க இலக்கியங்களைப் படைத்திருக்கிறார்கள்.

படித்து முடித்தவுடன் வேலை கிடைக்கவில்லையெனில், இளைஞர்களில் பலர் பித்துப்பிடித்தவர்போல் ஆகிவிடுகிறார்கள். உடனே வேலை கிடைத்துவிட்டால் நல்லது. இல்லையென்றாலும் என்ன கெட்டுவிடப் போகிறது. இடைப்பட்ட காலத்தில் புதிதாக சிலவற்றைக் கற்றுக் கொள்ளலாம். அப்படியெனில், எதிர்பார்த்ததைவிட மிகச்சிறந்த வேலை கிடைத்துவிடக்கூடும்.

சோம்பிக் கிடப்பது மூடத்தனம். அது தரித்திரத்தைக் கொண்டு வரும். பொறுமை இழந்து பிதற்றுவதும் அங்குமிங்கும் சாடுவதும் அரைகுறை அறிவின் வெளிப்பாடு. அப்படிப்பட்டவர்கள் எதையுமே வாழ்வில் ஒழுங்காக செய்து முடிப்பதில்லை.

காலம் அற்புதமானது. அது நம் கையில் இல்லை. எப்போது கூடிவரும் என்று நமக்குத் தெரியாது. ஆனால் வரும். அதுவரை காத்திருந்து பெற வேண்டியவைகளை நாம் பெற்றுக்கொள்ள வேண்டும்.

உலகம் எப்படி அழியும் என்ற கோணத்தில் எத்தனையோ ஆய்வுகள் தொடர்ந்து நடைபெற்றுக்கொண்டே இருக்கின்றன. உலகை அழிக்கும் எரிமலை ஒன்று அமெரிக்காவில் உள்ளது. அதன் பெயர் 'எல்லோஸ்டோன்' அந்த எரிமலை வெடித்தால் உலகமே அழிந்துவிடும் என்று ஆய்வாளர்கள் கூறுகின்றனர்.

அதுதான் உலகிலேயே மிக உயரமான எரிமலை. அந்த எரிமலை 6 லட்சத்து 50 ஆயிரம் ஆண்டுகளுக்கு ஒருமுறை வெடிக்குமாம். அந்தக் கணக்குப்படி 'எல்லோஸ்டோன்' வெடித்து 6 லட்சத்து 50 ஆயிரம் ஆண்டுகள் முடிந்துவிட்டன என்கிறார்கள்.

அது வெடித்தால், அதிலிருந்து கிளம்பும் புகைச் சாம்பல் உலகம் முழுவதையும் மூடி மறைத்துவிடுமாம். எப்போதும் காரிருள், பூமியைச் சூழ்ந்த புகை, தொடர்ந்து 15 ஆயிரம் ஆண்டுகளுக்கு நீடிக்குமாம். அதற்குள் பூமியில் உள்ள அனைத்து உயிரினங்களும் அழிந்து போய்விடும் என்கின்றனர் விஞ்ஞானிகள்.

அதிபயங்கரமான அந்த எரிமலை இத்தனை ஆண்டுகளாய் உறக்கத்தில் இருக்கிறது. அது பொறுமை காத்திருப்பதால்தான் நாம்

வாழும் பூமி பிழைத்திருக்கிறது. பொறுத்தது போதும் என்று அது கொஞ்சம் அவசரப்பட்டுவிட்டால் நம் கதி என்னாகும்!

ஆகக் 'காத்திருத்தல்' நல்லது. நாம் காத்திருந்தால் நாம் மட்டுமல்ல. மற்றவர்களும் நன்மை பெறுவதுண்டு,

வாழ்க்கையில் எத்தனையோ விஷயங்கள் இருக்கின்றன. அவைகளை நாம் சரியாகப் புரிந்து கொள்வதில்லை. அமர்ந்திருந்து புரிந்து கொள்வதற்கான பொறுமையும் நம்மிடம் இருப்பதில்லை. அதனால்தானே பிரச்சினைகள்.

'எந்த வழியில் போகணும்னு எனக்குத் தெரியும். நாலு திசையும், யாருக்கும் தெரியாத குறுக்கு வழிகளும் எனக்கு அத்துப்படி' என்று சொல்லிக் கொண்டு பரபரப்பவர்கள்தான் சொல்லொண்ணாத் துயரங்களில் சிக்கிக் கொள்கிறார்கள்.

பாலை கலிப்பாடல் ஒன்றில் பொல்லாத வழியினைப் படம் பிடித்துக் காட்டுகிறார் பெருங்கடுக்கோ,

'.... கொள்ளும் பொருளினர் ஆயினும் வம்பலர்
துள்ளுநர்க் காண்மார் தொடர்ந்து உயிர் வௌவலின்,
புள்ளும் வழங்காப் புலம்புகொள் ஆரிடை

என்னும் வரிகளுடன் முடிகிறது அப்பாடல்.

பாலை வழியில் முரட்டு வேடர்கள் தங்கள் கைகளில் வில்லை ஏந்தியபடி திரிந்து கொண்டிருப்பர். அவர்கள் தேகபலமும் மனோதிடமும் கொண்டவர்கள். புலிபோல் பார்வை. சுருள்சுருளாய் தலைமுடி உடையவர்கள். வழிப்போக்கர்கள் வரும் நேரத்தில் அவர்களை வழிமறிப்பார்கள். கொள்ளையிடுவதற்கு அவர்களிடம் பொருள் ஏதும் இல்லையென்றால், அவர்கள் துடிதுடித்துச் சாவதைக் காண விரும்பி. அவர்களைக் குத்திக் கொலை செய்வார்கள். எனவே அவ்வழியில் பறவைகள்கூட பறக்க அஞ்சுமாம்.

அப்படிப்பட்ட கொடிய வழிச்சாலைகள் நம் வாழ்க்கைப் பயணத்தில் ஏராளம் உண்டு. எனவே கவனம் அவசியம்.

காத்திருந்து நல்லவர்களுடன் நல்ல வழியில் பயணிப்பதும், அவசரப்படாமல் ஆய்ந்தறிந்து செயல்படுவதும் பல்வேறு சிக்கல் களைத் தவிர்க்கும்.

அது மட்டுமல்ல, ஒருவர்க்காய் ஒருவர் காத்திருப்பது உன்னதமான பண்பு. பிறர் நலன் காத்து நிற்பதும், தன் நேரத்தைக் கொடுப்பதும் காத்திருத்தலில் அடங்கும்,

டாக்கா நகரில் ஓர் இலக்கிய மாநாடு, அதற்குத் தலைமை தாங்க ரவீந்திரநாத் தாகூரை அழைத்தனர். தன்னால் வர இயலாது என்று அவர் தந்தி அனுப்பினார்.

காரணம் என்ன தெரியுமா? அவரது வேலைக்காரர் நோய்வாய்ப் பட்டிருந்தார். அவரைத் தனியே விட்டுச் செல்ல தாகூருக்கு மனம் வரவில்லை. எனவே தமது வேலைக்காரருக்கு உடல் நிலை சரியாகும் வரை அவரைப் பக்கத்திலிருந்து பரிவுடன் கவனித்துக் கொண்டார்.

இதனை அறிந்த டாக்கா நகர் விழாக் குழுவினர், தாகூரின் வேலைக்காரர் குணமடையும் வரை காத்திருந்தனர். அவர் நலமடைந்த பின். பிறிதொரு தேதியில் தாகூரின் தலைமையிலேயே அந்த இலக்கிய மாநாட்டை வெகு சிறப்பாக நடத்தி முடித்தனர்.

எனவே வாழ்வில் சிறப்புகளையும் மகிழ்ச்சியையும் பெறுவதற்கு நம்மில் நல்ல பண்புகளை வளர்த்துக்கொள்ள வேண்டும். ஏனெனில் ஒவ்வொரு கெட்ட குணமும் ஒவ்வொரு நோயை உருவாக்கும் என்கிறார்கள்.

பெருமையும் கர்வமும் இதய நோய்களை உருவாக்கும்.

கவலை, துயரம் ஆகியவற்றால் வயிற்று நோய்கள்.

துக்கமும் அழுகையும் சுவாச நோய்களை ஏற்படுத்தும்,

பயமும் சந்தேகமும் சிறுநீரக நோய்களை உண்டாக்கும்.

எரிச்சலும் கோபமும் கல்லீரல் நோய்களுக்குக் காரணமாகும்.

ஆனால் நல்ல சிந்தனைகளும் நற்செயல்களுமே வாழ்வை நலமாக்கும்.

காத்திருத்தல் என்பது மேலானவைகளை வாழ்வில் பெற்றுக் கொள்வதற்கு நம்மைத் தகுதிப்படுத்தும் பயிற்சி என்பதை மனதில் கொள்ள வேண்டும்,

சிலர் எதையும் யோசிப்பதே இல்லை. எல்லாவற்றிலும் அவசரம் தான். யாராவது காதல் கடிதத்தை நீட்டிவிட்டால் உடனே காதலிக்கத் தொடங்கிவிடுவார்கள். பின்னர், ‘அய்யய்யோ மோசம் போனேனே’ என்று தலையில் அடித்துக்கொண்டு ஒப்பாரி வைப்பார்கள்.

பெற்றோர்களில்கூட சிலர் அப்படித்தான் இருக்கிறார்கள். தங்கள் பிள்ளைகளுக்கு வாழ்க்கைத் துணையைத் தேடுகின்ற போது. நிதானமாக சிந்திப்பதில்லை. தீர விசாரிப்பதும் இல்லை.

ஏனோதானோவென்று முடித்துவிடுவார்கள். 'எம்புள்ளைய பாழுங் கிணத்துல தள்ளிட்டேனே' என்று பின்னர் புலம்பிக் கொண்டிருப் பார்கள்.

இளைஞர்கள் அபார திறமை கொண்டவர்கள். ஆனால் அவர் களில் பலருக்குத் தெளிவென்பதே இல்லை. மருத்துவப் படிப்பிற்கு விண்ணப்பிப்பார்கள். அதன் முடிவு வரும்வரை காத்திருக்க மாட்டாமல், பொறியியல் கல்லூரியில் போய்ச் சேருவார்கள்.

தங்களுக்கு எதில் திறமையுண்டோ அதை விட்டுவிட்டு, சம்பந்தமே இல்லாத துறையின் பாடத்தை எடுத்து, படிக்க முடியாமல் திணறுவார்கள். பயந்து நடுங்கிக் கல்லூரியை விட்டு ஓடிப்போனவர் களும் உண்டு.

காரணம் என்ன? சரியானதைப் பெற்றுக் கொள்வதற்குக் காத்திருப்பதற்கான பொறுமை இல்லை.

நமக்குரிய ரயில் வரும்வரை காத்திருந்துதான் ஆக வேண்டும். முதலில் வருகின்ற ரயிலில் ஏறிவிடலாம். என்று எண்ணிவிட்டால். பயணத்தின் முடிவு தவறாகத்தான் இருக்கும்.

காத்திருக்கத் தெரிந்தவன் புத்திசாலி. அவன்தான் காரியம் சாதிக்கத் தெரிந்தவன்,

ஒரு கதை நினைவிற்கு வருகிறது. அது உண்மை நிகழ்வா அல்லது கட்டுக்கதையா என்று தெரியவில்லை. ஆனால் அதில் ஒரு செய்தி இருக்கிறது.

ரஷ்ய ஜெயிலில் மூன்று தூக்குத் தண்டனைக் கைதிகள். தண்டனை நிறைவேற்றப்படுமுன் அவர்களின் இறுதி ஆசைகளை ஜெயில் அதிகாரிகள் கேட்டனர்.

அழகிய பெண், நல்ல மது, இறந்ததும் தன் உடல் லெனின் சமாதிக்கு அருகில் புதைக்கப்பட வேண்டும் என்றான் முதல் கைதி. அவனுடைய ஆசைகள் நிறைவேற்றப்பட்டன.

இளம்பெண், சுவையான உணவு, தன் உடல் ஸ்டாலின் சமாதிக் கருகில் புதைக்கப்பட வேண்டும் என்றான் இரண்டாம் கைதி, அவனுடைய ஆசைகளும் உடனடியாக நிறைவேற்றப்பட்டன.

மூன்றாம் கைதி, தனது ஆசையாக முதலில் மாம்பழம் கேட்டான். அது மாம்பழ சீசன் இல்லை. எனவே தூக்குத் தண்டனை ஆறு மாதம் ஒத்திவைக்கப்பட்டது. ஆறு மாதங்களுக்குப்பின் மாம்பழம்

வாங்கிக் கொடுத்து, இரண்டாவது ஆசையைக் கேட்டனர். செர்ரி பழம் என்று சொன்னான். அது செர்ரிபழ சீசன் இல்லை. எனவே தூக்குத் தண்டனை மறுபடியும் நிறுத்தி வைக்கப்பட்டது. ஆறு மாதம் கழித்து செர்ரி பழம் வாங்கிக் கொடுத்தார்கள்,

மூன்றாவது ஆசையை அவன் சொன்னான் : ‘என் உடல் தற்போதைய அதிபரின் சமாதிக்கு அருகில் புதைக்கப்பட வேண்டும்’

அதைக் கேட்ட சிறை அதிகாரிகள் அதிர்ந்து விட்டனர்.

‘என்ன சொல்கிறாய் நீ? அவர் உயிருடன் அல்லவா இருக்கிறார்?’ என்றனர்.

கைதி அமைதியாகச் சொன்னான் : ‘அவர் இறக்கும் வரை நான் காத்திருக்கிறேன்’.

பாருங்கள்! புத்திசாலியாக இருப்பவன் எந்தத் தருணத்திலும் தன்னைக் காத்துக் கொள்கிறான். ஏனெனில், நிதானமான மனோபாவம் கொண்டவனுக்கு நிறைய சிந்திப்பதற்கு அவகாசம் கிடைக்கிறது. காத்திருக்கத் தெரிந்தவனே வாழ்வைக் கண்டடைகிறான்.

நம்மைப் பதற்றமடையச் செய்வதற்கு வாழ்வில் எத்தனையோ சூழ்நிலைகள் ஏற்படுவதுண்டு. பக்கத்தில் இருப்பவர்கள் நம்மை சும்மா இருக்கவிட மாட்டார்கள்.

தூண்டிவிடுவார்கள். அவசரப்படுத்துவார்கள்.

‘ரொம்ப யோசிக்காதீங்க. சட்டுபுட்டுனு முடிங்க’ என்று தோளைப் பிடித்து உலுக்குவார்கள், ஒரு வழிபண்ணி படுகுழியில் தள்ளிவிடாமல் அவர்கள் ஓயமாட்டார்கள்.

அடுத்தவர்களை சிக்கலில் மாட்டிவிட்டு சந்தோஷம் காண்கின்றவர்கள் எங்கெங்கும் இருக்கத்தானே செய்கிறார்கள், நாம்தான் விழிப்புடன் இருக்க வேண்டும்.

உசுப்பிவிடுபவர்களை உடனடியாக உதறிவிடவில்லை என்றால் நமக்குதானே பிரச்சினை.

சேரக்கூடாதவர்களை சேர்ந்துவிடக் கூடாது. போகக்கூடாத வழிதன்னில் போய்விடக் கூடாது.

நீதி வெண்பாவில் ஒரு பாடல். அதனை இயற்றிய புலவனைப் பற்றிய விபரங்கள் எதுவும் இல்லை. ஆனால் அந்தப் பாடல் அருமையாக இருக்கிறது.

அரிமந் திரம்புகுந்தா லானை மருப்பும்
பெருகொள்சேர் முத்தும் பெறலாம்; – நரிநுழையில்
வாலுஞ் சிறிய மயிரெலும்புங் கர்த்தபத்தின்
தோலு மல்லால் வேறுமுண்டோ? சொல்!

அதாவது சிங்கத்தின் குகையினுள் போனால் யானைத் தந்தங்களும், மிகுந்த ஒளியுடைய முத்துகளும் பெறலாம். ஆனால், நரியின் குழியினுள், சிறிய வால்களும் மயிர்களும் எலும்புகளும் கழுதையின் சிதைந்த தோள்களுமல்லாமல் வேறு உயர்ந்த பொருட்கள் கிடைக்குமோ? அதே போன்று. பெரியோர்களை அடைந்தால் பெருமையும், சிறியோரை அடைந்தால் சிறுமையுமே கிடைக்கும் என்று அப்பாடல் நமக்கு அறிவுறுத்துகிறது.

எனவே, மேலானவர்களை - மேலானவைகளை வாழ்வில் அடைவதற்கு நாம் சற்று காத்திருக்க வேண்டும். அப்படியெனில், முத்துகளைப்போல் நன்மைகளை நாம் பெற முடியும். நிதானமிழந்து செயல்படுவதைக் கைவிடுங்கள். நல்லவற்றிற்காகக் காத்திருங்கள். ஒருபோதும் கலங்காதீர்கள். ஏனெனில், உங்கள் வாழ்வில் இனியெல்லாம் வசந்தமே.

இடுக்கண் வருங்கால் சிந்தியுங்கள்

துன்பங்கள் ஏன் வருகின்றன. அவை எங்கிருந்து வருகின்றன. வருமுன் அவற்றைத் தடுக்க முடியுமா போன்ற அடிப்படை விஷயங்களைக் கூட பலர் சிந்திப்பதில்லை. அதனால்தான் அவர்களின் வாழ்க்கை இடிபாடுகளுக்குள் சிக்கிக் கொண்டிருக்கிறது.

'எந்த நேரத்துல பொறந்து தொலைச்சேனோ, பிரச்சினைகளுக்கு மட்டும் பஞ்சமே இல்ல' என்று அலுத்துக் கொள்வார்கள்.

'கடவுளுக்குக் கண்ணிருந்தா என்னைக் கண்கலங்க வைப்பானா' என்று தத்துவம் பேசுவார்கள்.

'பார்க்கிற சனங்க எல்லாரும் நல்லாருக்கும் போது எனக்கு மட்டும் ஏன் இப்படி எழுதி வச்சான்' என்று அங்கலாய்ப்பார்கள்.

ஆனால் மூல காரணங்களை யோசிக்க மாட்டார்கள். துன்பங்களும் தோல்விகளும் வெளியில் இருந்து அல்ல; நம்மிடமிருந்தே வருகின்றன என்பதை அவர்கள் என்ன ஒத்துக்கொள்ளவா போகிறார்கள்.

தான் இருக்கும் இடத்தை சொர்க்கமாக மாற்றத் தெரியாதவனுக்கு சொர்க்கம்கூட நரகம்தான். அவனை எங்கே கொண்டு விட்டாலும் தேற மாட்டான்,

தன் குடும்பத்தை நேசிக்கத் தெரியாதவன், தன் வாழ்வில் மனநிறைவு கொள்ளாதவன் வருஷம் முழுக்க விரதம் இருந்தாலும் ஒரு சிறு பயனைக்கூட பெறமாட்டான்.

கண்கள் அங்குமிங்கும் மேய்ந்து கொண்டிருந்தால் உள்ளம் அமைதி காணுமா! உள்ளம் ஓலமிட்டுக் கொண்டிருந்தால் உடல் தான் ஆரோக்கியமாக இருக்குமா!

சிலர் இருக்கிறார்கள். தங்கள் வேலைகளை பார்ப்பதைவிட அடுத்தவர்களை உற்று உற்றுப் பார்ப்பதையே தொழிலாகக் கொண்டிருப்பார்கள். தங்கள் வீட்டில் ஆயிரம் ஓட்டைகள் இருக்கும். அவற்றை எல்லாம் விட்டுவிட்டு, பக்கத்து வீட்டுப் பிரச்சினையைத் தோண்டித் துருவி ஆராய்ந்து, நாலு பேரிடமாவது போய்ச் சொல்லிச் சிரித்துவிட்டுதான் வீடு திரும்புவார்கள்.

அப்படிப்பட்டவர்களுக்கு வெட்கம் என்பது கொஞ்சம்கூட இருப்பதில்லை. தொல்லைகளைத் தோள்மீது தூக்கி போட்டுக் கொண்டு, பரிகாரம் தேடித் தெருத்தெருவாகத் திரிவார்கள்.

துன்பங்கள் எங்கிருந்தோ தாமாக வந்துவிடுகின்றன என்பது அவர்களின் எண்ணம். எனவே அவற்றை விரட்டியடிப்பதற்கு, சர்வ சக்தி படைத்தவர்களாக மந்திரவாதிகளையோ வியாபாரச் சாமியார் களையோ நம்பி அவர்களிடம் தஞ்சம் அடைந்துவிடுகிறார்கள்.

விளைவு? கையிருப்பு கரையும்; கவலைகள் கரையாது. காசு பணம் தொலையும்: துன்பங்கள் தொலையாது, என்ன பயன்?

எனவே சிந்திக்க வேண்டும். நம்மிடமுள்ள குறைபாடுகளை நாம் ஆராய்ந்து பார்க்க வேண்டும், அப்படியானால்தான் துன்பங்களைத் தவிர்ப்பதற்கும், துன்பங்கள் வருகின்றபோது அவற்றிலிருந்து விடுபடுவதற்கும் நம்மால் முடியும்.

பிசிராந்தையாரிடம், ‘உங்களுக்கு இவ்வளவு வயதாகியும் தலை இன்னும் நரைக்கவில்லையே’ என்று ஒருவன் கேட்கிறான். அவனுக்குப் பிசிராந்தையார் இப்பாடலை வழங்குகிறார்:

மாண்டஎன் மனைவியொடு மக்களும் நிரம்பினர்:
யான்காண் டனையர்என் இளையரும்; வேந்தனும்
அல்லவை செய்யான் காக்கும்; அதன்தலை
ஆன்றவிந்து அடங்கிய கொள்கைச்
சான்றோர் பலர்யான் வாழும் ஊரே!

என் மனைவி மிகச்சிறந்த பண்புடையவள்; என் பிள்ளைகள் அறிவு மிக்கவர்கள். என் ஏவலர்கள் என் குறிப்பறிந்து நடக்கும் பக்குவம் பெற்றவர்கள்; என் நாட்டு மன்னனும் நெறிதவறாதவன்: என் ஊரில் பண்பும் பணிவும் அடக்கமும் அமைதியும் மிக்க சான்றோர்கள் பலர் வாழ்கின்றனர். எனக்கு முதிர்வயதாகியும் ஒரு நரைகூட தோன்றாததற்குக் காரணம் இதுதான் என்று அந்த புறநானூற்றுப் பாடலில் பிசிராந்தையார் பதில் கொடுக்கிறார்.

இதில் அவர் சொன்ன காரணங்களைத் தாண்டி, இன்னொரு விஷயத்தையும் நாம் கவனிக்க வேண்டும். அவர் தமது மனைவி, பிள்ளைகள், மன்னன், தம் ஊரிலுள்ள சான்றோர் எல்லாரிடத் திலுமுள்ள உயர்பண்புகளையே காண்கின்றார்; பாராட்டி மகிழ்கின்றார். அவர் பதிலுக்குள் புதைந்திருக்கின்ற முக்கிய விஷயம் இதுதான்.

துன்பம் எப்படி அவரை நெருங்கும்! பரந்த நோக்குடையவர்கள் துன்பப் படுகுழிக்குள் விழுவதில்லை. அவர்கள் எப்போதும் மகிழ்ச்சியை அனுபவிக்கிறார்கள்; அதனையே பகிர்ந்தளிக்கிறார்கள்,

சாப்பாட்டில் கொஞ்சம் உப்பு குறைந்துவிட்டால், தட்டோடு தூக்கி வீசி எறிகின்றவன் மனைவியின் சமையலை எப்படி அனுபவித்துச் சுவைப்பான். வெண்டைக்காய் பொரியல் வைத்தால் வாழைக்காய் வேண்டுமென்பான். வாழைக்காய் வறுத்து வைத்தால் பாகற்காயே மேல் என்பான்.

சாப்பிட உட்காரும்போதே முகம் சுழிப்பவன் உணவின் ருசியை உணரமாட்டான். சம்பளம் வாங்கிய முதல் நாளிலேயே பஞ்சப் பாட்டுப் பாடுபவன் வாழ்வில் வளத்தைக் காண மாட்டான்.

எப்போது பார்த்தாலும் யாரையாவது வசைபாடிக் கொண்டிருப்பவர்களை நீங்கள் பார்த்திருப்பீர்கள். கைநிறைய சம்பாதிப்பார்கள். ஆனால் என்றைக்காவது வாழ்வை நல்லபடியாக அனுபவிக்கிறார்களா என்றால், நிச்சயம் இருக்காது.

தீய வார்த்தைகள் நெஞ்சைச் சுடும். தீயன பேசுவோர்க்கு நிம்மதி கெடும். பிறகென்ன. துன்பங்களும் கவலைகளும் தேடி வந்து சேர்ந்து விடும்.

அவையே மனபாரத்தை ஏற்படுத்தி ரத்த அழுத்தத்தை அதிகரிக்கச் செய்துவிடுகின்றன. அதன்பின், துன்பங்களில் இருந்து விடுபடுவதற்கும் மன அமைதியைப் பெறுவதற்கும் எதையெல்லாமோ செய்கிறார்கள்.

தினமும் யோகாசனம் செய்தால் ரத்த அழுத்தம் குறைந்து, மன அழுத்தம் குறையும். ஆனால் யோகாசனம் செய்வதற்கு முன்பு அச்சம், பீதி, படபடப்பு, மன இறுக்கம் போன்றவற்றை மனதில் வைத்திருக்கக் கூடாது; எவ்வித கெட்டப் பழக்கமும் இருக்கக் கூடாது; உணவுக் கட்டுப்பாடும் அவசியம். அத்தகைய ஒழுங்குமுறையுடன் தொடர்ந்து யோகாசனம் செய்து வந்தால் மன அமைதி கிட்டும் என்று சொல்கிறார்கள்.

இருக்கலாம்! ஆனால் மனதில் நல்ல எண்ணங்கள், நேர்மையான செயல்கள் இல்லாமல் எத்தனை வருடம் தொடர்ந்து யோகாசனம் செய்தாலும் எள்ளளவும் பலன் கிடைக்காதே! நிலம் வளமிக்கதுதான்; விதை சரியில்லை என்றால் விளைச்சல் எப்படி கிடைக்கும்.

நல்லவர்கள் துன்பத்திலும்கூட ஓர் இன்பத்தைக் காண்பார்கள். ஆங்கில இலக்கிய மேதை பெர்னாட்ஷா, சைவ நெறியில் இருந்து வந்த போது, தமது இறுதிக் காலத்தில் பக்கவாத நோய் கொண்டார். சிக்கன் சூப் குடிக்கும்படி மருத்துவர் கூறினாராம். அதற்கு ஷா, 'தேவையில்லை. என் அந்திமக் கால யாத்திரையை அந்தக் கோழிக் குஞ்சுகளாவது வாழ்த்தட்டுமே' என்று சொல்லிச் சிரித்தாராம்.

யாரையும் துன்புறுத்தக் கூடாது; யார் மனதையும் புண்படுத்தக் கூடாது என்று தீர்மானித்து, அதன்படி செயல்படுவதே ஒருவகையில் யோகாசனம்தானே. சுத்தம் உள்ள நெஞ்சில் சித்தன் இருக்கின்றான் என்பதன் பொருள் என்ன; அங்கு நிம்மதியும் மகிழ்ச்சியும் நிரம்பி யிருக்கின்றன என்பதுதானே!

மகிழ்ச்சியாக வாழ முயற்சி செய்யக் கூடாது. அது உங்களை துன்பத்தில் தள்ளிவிடும். நிம்மதியாக வாழ முயற்சிக்க வேண்டும். அப்படியெனில், உங்கள் வாழ்க்கை முழுவதும் மகிழ்ச்சியாக இருக்கும். வாழும் காலம் மற்றவர்களுக்குப் பயனுள்ளதாகவும் அமையும்.

அப்படி அல்லாமல் - இல்லாமையில் வருத்தம், இயலாமையில் சோர்வு, தோல்வியில் துக்கம் என்றாகிவிட்டால் அவையே துன்பங் களின் ஊற்றுக்கண்களாகி உங்கள் வாழ்வை மூழ்கடித்துவிடும். சிலர் வாழ்க்கை அப்படித்தானே ஆகிவிடுகின்றது.

துன்பத்தை வளர்ப்பார்கள், துன்பத்திற்குள்ளேயே இருப்பார்கள். துன்பம் துன்பம் என்று பேசுவார்கள். வழி சொன்னாலும் கேட்க மாட்டார்கள். கைகொடுத்தாலும் கரையேற மாட்டார்கள்.

எப்போது பார்த்தாலும் அவர்களின் முகத்தில் துக்கத்தின் ரேகை இருக்கும். பரிதாபமாக விழிப்பார்கள். அதற்காகவா இந்த வாழ்க்கை! துன்பத்தைத் துடைத்தெறிந்துவிட்டுப் பயனுற வாழ வேண்டும். அதுதானே வாழ்க்கை!

பீத்தோவனைப் பற்றிக் கேள்விப்பட்டிருப்பீர்கள். மேற்கத்திய இசையில் தனக்கென ஒரு தனிப்பெரும் இடத்தைப் பிடித்துக்கொண்ட மாபெரும் இசைமேதை. இவரது சிம்பொனி இசை காலங்களைக் கடந்து இன்றும் புகழுடன் வாழ்ந்து கொண்டிருக்கிறது.

இதில் ஆச்சரியம் என்னவென்றால், இவருடைய காதுகள் கேட்கும் திறனை இழந்த பின்தான், இவர் இசையில் உலகப் புகழ் பெற்றார்.

வாழ்வில் பல துன்பங்களைச் சந்தித்தார். இவர் உயிருக்கு உயிராய் காதலித்த கில்லிட்டா என்னும் பெண் வேறொருவரை மணந்தார். அதன்பின் ஜோசபின் என்ற பெண்மீது காதல். அவரும் இவரது காதலை ஏற்றுக்கொள்ளவில்லை.

நிலைமை ரொம்ப மோசம். பல்வேறு விதமான மன உளைச்சல்கள். மனரீதியாகவும் உடல்ரீதியாகவும் அவருக்குப் பெரும்பாதிப்பு.

கோடிக்கணக்கான செவிகளில் தேன்வார்க்கும் சிம்பொனி இசையை உருவாக்கிய பீத்தோவான், கேட்கும் திறனற்றவர் என்பது உலகின் மிகப்பெரிய அதிசயமல்லவா!

நாம் சற்று சிந்திக்க வேண்டும். துன்பம் என்றால் என்ன? நாமே ஏற்படுத்திக் கொள்வதுதானே; அல்லது நாமே நினைத்துக்கொள்வது தானே. அப்படியெனில், நாம் ஏன் மகிழ்ச்சியை நினைக்கக் கூடாது? நல்லவற்றின் மீது நம்பிக்கையை நாம் ஏன் பெற்றுக்கொள்ளக் கூடாது?

உலகின் பெரும்பகுதியை வென்று சரித்திரத்தில் நீங்கா இடம் பிடித்தவர் மாவீரர் அலெக்ஸாண்டர். ஒரு சமயம் போருக்குப் புறப்படுவதற்குமுன், தமது அளவற்ற செல்வங்களை எல்லாம் நெருங்கிய நண்பர்களுக்கும் நேசமிக்க படைவீரர்களுக்கும் பிரித்துக் கொடுத்தார். தமக்கென்று எதுவுமே அவர் வைத்துக் கொள்ளவில்லை,

அலெக்ஸாண்டரிடம் அவரின் தளபதி, 'உங்களுக்காக நீங்கள் வைத்துக்கொள்ளப்போவது எது?' என்று கேட்டார். அதற்கு அலெக்ஸாண்டர். 'நம்பிக்கை' என்று ஒரே வார்த்தையில் மகிழ்ச்சியுடன் பதிலளித்தார்.

பாருங்கள்! மகிழ்ச்சி எங்கே இருந்து வருகிறது? நம் உள்ளத்தி லிருந்து. துன்பமும் அங்கிருந்துதான் வருகிறது. நாம் எதை விரும்பு கிறோமோ அதையே பெற்றுக் கொள்கிறோம்.

சிலருக்குத் தலைவலி வந்துவிட்டால் போதும், சிடுசிடு என்று எரிந்து விழுவார்கள். தலை இருப்பதே துன்பத்திற்காகத்தான் என்று தலைகீழாக நிற்பார்கள். வெறும் ஒரு ரூபாய் மாத்திரையில் தீர்க்கப்பட வேண்டிய அரிய விஷயம்தான். ஆனால் பெரும் ரகளையே செய்து விடுவார்கள்.

சிறுசிறு வலிகளையும், சின்னச் சின்ன பிரச்சினைகளையும் துன்பங்கள் என்று எண்ணிவிடுகின்றோம். அதுதான் தவறு.

வலியை சகித்துக் கொண்டால், நல்வாழ்விற்கான வழியை நாம் கண்டுகொள்ள முடியும். பிரச்சினைகளை சவால்களாக ஏற்றுக் கொண்டால், அவற்றையே படிக்கட்டுகளாக மாற்றிவிட முடியும்.

இன்பமோ துன்பமோ நம் கையில்தான் இருக்கிறது. வாழ்வோ சாவோ நம் உள்ளத்தில்தான் நிகழ்கின்றது. எனவே சிந்தனை, சொல், செயல் அனைத்திலும் நாம் மிக ஜாக்கிரதையாக இருக்க வேண்டும்.

ஒருபுறத்தில் கோடி கோடியாய் பணத்தையும், மறுபுறம் சொல்லொண்ணாத் துன்பங்களையும் சம்பாதித்துக் கொண்டிருந்தால்

என்ன பயன்! பல குடும்பங்களில் எல்லா வசதிகளும் இருக்கின்றன. ஆனால் மகிழ்ச்சி இல்லை. சொத்து சுகங்கள் குவிந்து கிடக்கின்றன. ஆனால் நிம்மதி இல்லை. காரணம் என்ன? சரியான வாழ்க்கை இல்லை.

ஆங்கில இலக்கியத்தின் மாமன்னர் ஷேக்ஸ்பியர். இங்கிலாந்து நாட்டிற்குப் பல பெருமைகள் உண்டு. எனினும் ஷேக்ஸ்பியரின் புகழ்மிக்க நாடகங்கள்தான் இங்கிலாந்து நாட்டின் பெருமைகளுக்கெல்லாம் சிகரம்.

வறுமைச் சூழல். எனவே பதின்மூன்று வயதிலேயே படிப்பைக் கைவிட்டார். அவர் செய்யாத தொழில் இல்லை. பால் கறந்தார். ஆடு மேய்த்தார், தோல் பதனிடும் தொழில் செய்தார். பின்னர் பிழைப்புத் தேடி லண்டன் நகரத்துக்கு வந்தார். நாடகங்களில் நடித்தார்.

திருமணம் செய்தார். ஆனால் இல்லற வாழ்வில் இனிமை இல்லை. எப்போது பார்த்தாலும் வீட்டில் சண்டை. எனவே ஷேக்ஸ்பியர் தனது மனைவியைப் பிரிந்து தனியாக வசித்தார்.

நடிப்பு அவருக்குக் கைகொடுத்தது. நல்ல வருமானம். நாற்பது வயதாகும்போது அவருக்கு ஏராளமான சொத்து இருந்தது. எனினும் ஷேக்ஸ்பியர் இறந்த போது, தனது சொத்தில் மனைவிக்காக ஒன்றுகூட எழுதி வைக்கவில்லை. அத்தனை வெறுப்பு!

நாம் ஒன்றை தெளிவாகப் புரிந்து கொள்ள வேண்டும். பணமோ புகழோ குடும்பத்தில் மகிழ்ச்சியைத் தந்துவிடாது, பதவியோ அதிகாரமோ நிம்மதிக்கு வழிவகுக்காது. அப்படியெனில், துன்பங்களை வெல்வதற்கும், மகிழ்ச்சியைப் பெறுவதற்கும் என்ன வழி? மிகவும் சுலபம்!

இடுக்கண் வரும்போது வள்ளுவன் சிரிக்கச் சொன்னான்; சிந்திக்கவும் வேண்டும். அதனால்தான் அதற்கு அடுத்த குறளிலேயே **வெள்ளத் தனைய இடும்பை அறிவுடையான் உள்ளத்தின் உள்ளக் கெடும்** என்றும் சொன்னான்.

துன்பங்களுக்கான மூல காரணத்தைக் கண்டறிந்து அதை வேரோடு அறுத்தெறிய வேண்டும். மூடி மறைக்கும் எண்ணமின்றி, நம் கோணலான சிந்தனைகளை நாம் சரிசெய்து கொள்ள வேண்டும்.

ஒட்டியவர்களில் கெட்டவர்களை தயவு தாட்சண்யமின்றித் தட்டிவிட வேண்டும். நல்லவர்களுடன் உறவை வலுப்படுத்திக்கொள்ள வேண்டும்.

குடும்பம், உறவுகள், நண்பர்கள் எல்லோர் மீதும் அன்பு செலுத்துங்கள். உங்களை நம்பி வாழும் உயிரினங்கள் மீது பரிவு காட்டுங்கள். ஒரு போதும் துன்பம் உங்களை நெருங்காது. .

மகிழ்ச்சியை எண்ணுங்கள், வளர்ச்சியை எண்ணுங்கள். எப்போதும் நல்லவற்றையே சிந்தியுங்கள். தேவையற்ற கலக்கங்களையும் பதற்றங்களையும் விட்டுவிடுங்கள். ஏனெனில், உங்கள் வாழ்வில் இனியெல்லாம் வசந்தமே!

தற்பெருமை கொள்ளுங்கள்

தங்களைத் தாங்களே தாழ்வாக எண்ணிக் கொண்டும், தங்களைச் சிறுமைப்படுத்தும் வகையில் தாங்களே பேசிக்கொண்டும் வாழ்வைக் கழிப்பது சிலருக்குப் பிடித்தமான விஷயங்கள்.

அப்படி நடந்து கொள்வதையே 'தன்னடக்கம்' 'தாழ்மை' 'பணிவு' என்றெல்லாம் அவர்கள் தவறாகக் கருதிக் கொள்கிறார்கள். அவர்களை வீழ்த்துவதற்கு வேறு யாரும் தேவை இல்லை; தங்களைத் தாங்களே அவர்கள் வீழ்த்திக் கொள்வார்கள்.

தன்னடக்கம் என்பது வேறு: தாழ்வு மனப்பான்மை என்பது வேறு. தன்னடக்கம் தலைகுனியாது: தாழ்ச்சி அடையாது. அது நிமிர்ந்து நிற்கும். உண்மையை உரக்கச் சொல்லும். ஆனால் தாழ்வு மனப்பான்மை, உங்கள் வாழ்வைத் தரைமட்டமாக்கிவிடும்.

குட்டக் குட்டக் குனிந்தால், உங்கள் முதுகின்மேல் நாலுபேர் ஏறி உட்கார்ந்து கொண்டு குட்டுவார்கள். 'ஆகா, இதுவல்லவா சுகம்' என்று நீங்கள் குனிந்தபடியே வாழப் பழகிவிட்டால், அதன்பின் உங்கள் கூன்முதுகை நிமிர்த்த எந்த வைத்தியராலும் முடியாது.

அப்படித் தங்களைக் கெடுத்துக்கொண்டு குட்டிச்சுவராகிப் போனவர்கள் பலருண்டு. நிமிர்ந்து நடப்பதற்கே அஞ்சுவார்கள். யாராவது நம்மைப் பற்றி சொல்லித் தொலைத்துவிட்டால் வம்பாகி விடுமே என்று பயந்து, கூனிக் குறுகி வளைந்து குழைந்து செல்வார்கள்.

சிலர் நன்கு பாடுவார்கள். ஆனால் குளியலறையில் பாடுவதோடு நிறுத்திக் கொள்வார்கள். வெளியே வந்து பாடினால் கல்லெடுத்து வீசிவிடுவார்களோ என்ற நடுக்கம்.

வீட்டிற்குள் சின்னச் சின்ன விஷயங்களுக்கெல்லாம் கூச்சல் போட்டுத் தகராறு செய்வார்கள். வம்புவாதம் பேசுவார்கள். மேடையில் ஏற்றிவிட்டு ரெண்டு வார்த்தை பேசச் சொன்னால் கைகால்கள் பதறும்; வாய் குளறும்; உடல் முழுக்க நனைந்துவிடும்.

நூற்றுக்கணக்கான ஓவியங்களை நோட்டுப் புத்தகத்தில் வரைந்து வரைந்து, வீட்டுக்குள்ளேயே வைத்திருப்பவர்கள் இருக்கிறார்கள்.

பத்திரிகைகளுக்கு அனுப்பி வைக்கலாமே' என்று சொன்னால், 'அதெல்லாம் நமக்கு எதுக்கு சார். என்னத்தையோ கிறுக்கி வச்சிருக்கேன். அவ்வளவுதான்' என்று சிரத்தையின்றிப் பதில் சொல்வார்கள்.

சிலரிடம் அபார ஆற்றல் இருக்கும். புதுமையான திறமைகள் இருக்கும். ஆனால் வாழ்நாள் முழுதும் அவற்றை தங்களுக்குள்ளேயே மறைத்து வைத்திருப்பார்கள். வெட்கம், தயக்கம், அச்சம் போன்ற உணர்வுகள் அவர்களைச் சூழ்ந்து கொண்டிருக்கும்.

அவற்றிலிருந்து விடுபட வேண்டும் என்ற சிந்தையே அவர்களிடம் இருப்பதில்லை. வாய்விட்டுச் சிரிப்பதற்குக்கூட யோசிப்பார்கள். இப்படித் தங்களைத் தாங்களே அடக்கிச் சுருக்கிக் கொண்டு காலம் கழிப்பவர்கள் விடுதலை உணர்வுடன் வாழ முடியாது. விரத்தியும் சூன்ய மனோபாவமுமே அவர்களை ஆட்கொள்ளத் தொடங்கிவிடும்.

முதலில் ஒருவன் தன்னைத் தான் அறிந்து கொள்ள வேண்டும். ஏனெனில், தன்னை அறிந்து கொள்பவன்தான் உலகைப் புரிந்து கொள்கிறான். தனக்குள்ளிருக்கும் ஆற்றலைக் கண்டுகொள்ள வேண்டும். அதை மேன்மைப்படுத்த வேண்டும். அவனைத்தான் இந்த உலகம் மேன்மைப்படுத்தும்.

'தற்பெருமை கொள்ளாதே; அடங்கி இருக்கக் கற்றுக்கொள்' என்று உங்களைப் பார்த்துச் சொல்பவர்களை நம்பாதீர்கள். அவர்கள் உங்களை வளரவிட மாட்டார்கள். 'அடங்கு அடங்கு' என்று சொல்லியே அடக்கம் செய்துவிடுவார்கள்.

எனவே சுயமாகச் சிந்தியுங்கள். சுதந்திரமாக வாழுங்கள். உங்களை முதலில் நீங்கள் மதிக்கக் கற்றுக் கொள்ளுங்கள். உங்கள் ஆற்றலை எண்ணிப் பெருமை கொள்ளுங்கள்.

தன்பெருமை என்பதுதானே தற்பெருமை, ஒருவன் தன் பெருமை களை எண்ணிப் பெருமிதம் கொள்வது தற்பெருமையாயின் அதில் என்ன தவறு!

உலக வரலாற்றில் புகழ்மிக்க நாயகர்களில் ஒருவர் ஜூலியஸ் சீசர். பல நாடுகளின் சட்டதிட்டங்களையும் கலைகளையும் தெரிந்துவர, அவர் கப்பல் பயணத்தை மேற்கொண்ட போது, கடல் கொள்ளையர்களிடம் அவர் சென்ற கப்பல் மாட்டிக் கொண்டது.

பயணிகளை விடுதலை செய்ய நிபந்தனை விதித்து, கொள்ளை யர்கள் அந்த நாட்டிற்குத் தகவல் அனுப்பினர். ஒவ்வொருவரையும் விடுதலை செய்ய தலா 20 தங்கக் காசு கொடுக்க வேண்டும் என்று கோரினர்.

இதைக்கேட்ட சீசருக்குக் கடுங்கோபம்,

'என்னை அவமானப்படுத்தாதீர்கள். என் மதிப்பு வெறும் 20 தங்கக்காசுகள்தானா? நீங்கள் அதிகம் கேளுங்கள். குறைந்தபட்சம் 50 தங்கக் காசுகளாவது கொடுக்கச் சொல்லுங்கள். அதுதான் எனக்கு கவுரவம்' என்று கூறினார்.

கொள்ளையர்கள் மிக அலட்சியமாக சீசரைப் பார்த்துச் சிரித்தனர்.

'ஏளனமாகச் சிரிக்காதீர்கள். உங்கள் அனைவரின் கழுத்தையும் அறுத்து என்னால் கொல்ல முடியும்' என்றார். கொள்ளையர்கள் குலுங்கிக் குலுங்கிச் சிரித்தனர்.

பயணிகளில் ஒருவர் சீசரைப் பார்த்து. 'நீ ஏன் உன்னையே பெருமையாகப் பேசிக் கொள்கிறாய்? அது உனக்கு ஆபத்தாக முடிந்துவிடுமே' என்று பதற்றத்துடன் சொன்னார்.

அவரைப் பார்த்து, 'நான் யார் என்பதை நான்தான் சொல்ல வேண்டும். எனக்காக பிறர் சொல்ல மாட்டார்கள்' என்றார் சீசர்.

இப்படியே 38 நாட்கள் கைதியாக இருந்து மீண்டு வந்தார். வந்ததும் என்ன செய்தார் தெரியுமா. வீரமிக்க ஆட்களைத் திரட்டிக் கொண்டு கடற்கொள்ளையர்களுடன் போரிட்டு, தான் சொன்ன படியே அத்தனை பேரின் கழுத்தையும் அறுத்துக் கொன்றார்.

அந்த வெற்றியை அதிக பொருட்செலவில் ஆரவாரமாகக் கொண்டாடினார். அப்போது ஒரு மந்திரி கேட்டார் : 'ஏன் இப்படி பெருமை கொண்டு, ஏராளமான பணத்தைச் செலவு செய்து சுயதம்பட்டம் அடித்துக் கொள்கிறீர்கள்?'.

அதற்கு சீசர், 'உன் தகுதியை நீயே உரக்கச் சொல், பிறருக்காகக் காத்திருக்காதே' என்று நெஞ்சு நிமிர்த்திச் சொன்னாராம்.

அத்தகைய துணிச்சலும் தன்னம்பிக்கையும் நமக்கு வேண்டும். நம்முடைய தனித்துவத்தை பிறர் அறியும் வகையில் வெளிப்படுத்த முனையும்போதுதான், அதை வளப்படுத்திக் கொள்வதற்கான வாய்ப்பு களையும் நாம் பெற முடியும்.

இந்த உலகம் விசித்திரமானது. நம்மைச் சுற்றி அக்கம் பக்கத்தில் இருப்பவர்கள் விநோதமானவர்கள். நாம் முன்னேறிக் கொண்டிருந்தால் எரிச்சலுடன் பார்ப்பார்கள். சறுக்கிவிழத் தொடங்கிவிட்டாலோ கைகொட்டிச் சிரிப்பார்கள். கீழே இழுத்துப்போட்டு மிதிக்கவும் தயங்க மாட்டார்கள்.

எனவே நம்மை நாமே வலுப்படுத்திக்கொள்ள வேண்டும். எப்படி? நம்மைப் பற்றி நாம் உயர்வாக எண்ண வேண்டும். எண்ணியபடியே நாளுக்கு நாள் நம்பிக்கையைத் திடப்படுத்தி நம்மை நாம் உயர்த்திக் கொண்டே இருக்க வேண்டும்.

உங்களை யார் தடுத்து நிறுத்திவிட முடியும்! உங்கள் பெருமை களை நீங்கள் உரக்கச் சொல்வதற்கு யார் தடைவிதிக்க முடியும்! உங்கள் தனித்துவத்தை எந்த சக்தியால் அழித்துவிட முடியும்!

நீங்கள் எப்படி நினைக்கிறீர்களோ அதுதான் உங்கள் வாழ்க்கை . கோபுரம் என்றால் கோபுரம்; குடிசை என்றால் குடிசை.

ஊருக்குள் மதிப்புடன் வாழ்வதற்கு, நமக்கு சகல வசதிகளும் தேவை. ஆடம்பரமாக இல்லையென்றாலும், அவசியமானவற்றைக் குறைவின்றிப் பெற்றிருக்க வேண்டாமா?

அவற்றை எங்கிருந்து பெறுவது? நம் ஆற்றல் வழியாகத்தானே பெற்றாக வேண்டும்.!

எனவே நம் ஆற்றலை அகலப்படுத்த வேண்டும்; ஆழப்படுத்த வேண்டும். அதை துணிச்சலுடன் வெளிப்படுத்த வேண்டும். உயரத்தில் ஏறி நின்று உலகம் கேட்கும்படி சொல்லத் தெரிய வேண்டும். இல்லையென்றால், நம்மை ஊமையாக்கிவிடும் இந்த உலகம்.

திறமை இருக்கும்: உழைப்பும் இருக்கும். ஆனால் கையில் பொருளிருக்காது. என்ன பயன்? ‘பணத்துக்காக உழைக்கக் கூடாது’ என்று வெற்று வேதாந்தம் பேசுவார்கள். ஆனால் பொருளில்லார்க்கு இவ்வுலகம் இல்லையே!

இந்தப் பழம்பாடலின் கருத்தை கவனியுங்கள் :

பொருளில்லார்க் கின்ப மில்லை. புண்ணியமில்லை, யென்றும்
மருவுறுங் கீர்த்தியில்லை, மாந்தரிற் பெருமையில்லை
கருதிய கருமமில்லை . கதிபெறு வழியுமில்லை
பெருநிலத் திடைநடக்கும் பிணமெனப் படுவர் மாதோ!

புரிகிறதா? செல்வம் இல்லாவிடில் இன்பமில்லை. புண்ணியமில்லை. உலகில் புகழில்லை : மனித இனத்தில் தன்னை ஒருவனாய் மதிக்கும் மேம்பாடில்லை; நினைத்த காரியத்தை நிறைவேற்றும் தன்மை இல்லை; வீடு பேறடையும் மார்க்கமில்லை. எனவே இவ்வுலகில் செல்வம் இல்லாதவர்கள், உயிரோடு உலவும் பிணமாகத்தான் கருதப்படுவர் என்று இந்தப் பாடல் கூறுகிறது.

நன்றாக வாழ்வதற்காகத்தான் இந்த வாழ்க்கையை நாம் பெற்றிருக்கின்றோம். அதைச் சிந்தித்தால் நம்மை நாம் அறிந்து கொள்வோம். நம்மை நாம் அறிந்து கொண்டால் நம் உள்ளாற்றலைப் புரிந்து கொள்வோம். அப்படிப் புரிந்து கொண்டால், நம்மைப் பற்றி நிச்சயமாக நாம் பெருமிதம் கொள்வோம்.

உலகில் வெற்றியாளர்களாகத் திகழ்பவர்கள் எல்லாம் எப்படி வெற்றி பெற்றார்கள்? தங்கள் உள்ளாற்றலை அவர்கள் உணர்ந்தார்கள்; இந்த உலகிற்கு உணர்த்தினார்கள். தாங்கள் தனிச்சிறப்பு மிக்கவர்கள் என்பதில் பெருமிதம் கொண்டார்கள். யார் என்ன சொன்னாலும் கவலைப்படாமல் தங்கள் வழியில் சென்றார்கள்; வெற்றி கண்டார்கள். அவர்களே வெளிச்சமானார்கள்.

எனவே நல்லவற்றில் தற்பெருமை கொள்ளுங்கள். அதில் தவறில்லை. இருப்பவற்றை எண்ணிப் புளகாங்கிதம் கொள்வதில் என்ன குற்றம்! அது ஆரோக்கியமானதுதான்.

ஒருவன் தற்சிறுமை கொள்வதுதான் பெருந்தவறு. ஏனெனில், அதுதான் அவனை அழிக்கக்கூடிய அபாயகரமான நோய்.

யாரிடமும் போய் அழுது புலம்பாதீர்கள். அவர்கள் உங்களை மேலும் மேலும் கோழையாக்கிவிடுவார்கள். நீங்கள் எழுந்து விடக் கூடாது என்பதில் அவர்கள் கவனமாய் இருப்பார்கள். ஏனெனில், பெரும்பாலான மனிதர்கள் சுயநலவாதிகள்.

சுயநலவாதிகள் செய்யும் அநியாயம் இருக்கிறதே - அப்படி நாய் களும் பன்றிகளும் தமது இனத்திற்குள்ளே செய்யும் வழக்கமில்லை.

லார்ட் பைரன் என்னும் ஆங்கில மகாகவிஞன் ஒருமுறை மனிதரை 'நாய்களே' என்று கூறினான். பிறகு, உண்மையில் மனிதரைக் காட்டிலும் நாய் ஜாதி மேம்பட்டது என்று கருதினான். எனவே, மனிதரை 'நாய்களே' என்று சொன்னால் அது நாய் ஜாதிக்கு அவமரியாதை செய்வதாகிவிடும் என்று எண்ணி, அதை மாற்றி 'ஏ மானிடரே' என்று கூப்பிட்டான்.

அத்தகைய மனிதர்கள் எங்கெங்கும் இருக்கிறார்கள். உங்கள் அருகிலேயே இருப்பார்கள். எனவே எப்போதும் விழிப்பு நிலையிலேயே இருங்கள். எந்தச் சூழ்நிலையிலும் உங்கள் சோர்வை வெளிப்படுத்தாதீர்கள். ஒருபோதும் அஞ்சி நடுங்காதீர்கள்.

குளிரினால் உண்டாகும் நடுக்கம், நடுங்கி நடுங்கி ரத்தத்தைக் குலுக்கிச் சூடேற்றுவதற்காக ஏற்படுகிறது. இது ஒருவகையில், உடல்

தன்னைத்தானே தேவைக்கேற்ப சூடுபடுத்திக் கொள்ளச் செய்யும் ஓர் இயல்பான முயற்சி.

ஆனால் பயத்தில் நடுங்கும் போது இதயத்துடிப்பு அதிகமாகும். முகம் வெளிறிப்போகும். கைகால்கள் படபடக்கும். பயம் என்பது பல்வேறு உடல்நலப் பிரச்சினைகளை ஏற்படுத்திவிடும்.

அந்தப் பிரச்சினைகள் உடலை மட்டுமல்ல, உங்கள் உள்ளத்தையும் நலிவடையச் செய்துவிடும். பின்னர் எப்படி நிமிர்ந்து நிற்பது!

'பன்னரும் உபநிடத நூலெங்கள் நூலே' என்று பெருமிதம் பொங்க, உபநிடத நூல்களைப் பாராட்டிப் பாடினான் பாரதி. அந்த உபநிடதத்திலிருந்து விவேகானந்தரின் மனங்கவர்ந்த தொடர் - 'உத்திஷ்ட, ஜாக்ரத, பிராப்ய வரான் நிபோதத' என்பதே. எழுந்திரு, விழித்திரு, இலட்சியத்தை அடையும் வரை உழைத்திரு; நில்லாதே என்பது இதன் பொருள்.

தன்னை எள்ளளவேனும் அறிந்து கொள்ளாமல், தன் சக்தியை உணராமல், எப்படியோ வாழ்ந்து முடிப்போம் என்று கோழைத்தனமாக உறங்கிக் கொண்டிருந்தால் ஈக்களும் எறும்புகளும்கூட உங்கள் உடம்பில் மைதானம் அமைத்து விளையாடும். அப்படித்தான் தங்களைப் பற்றிய தெளிவே இல்லாமல் பலரின் வாழ்க்கை பாழ்பட்டுப் போகிறது.

சூரியன் இங்கிருந்து 15 கோடி கிலோ மீட்டர் தூரத்தில் இருக்கிறது. சூரியனில் ஏகப்பட்ட கரும்புள்ளிகள் உண்டு என்கிறார்கள். அவை 11 வருடங்களுக்கு ஒருமுறை சுழற்சி முறையில் மாறுமாம். அதாவது 11 வருடங்கள் கரும்புள்ளிகள் அதிகரிக்கும்; அடுத்த 11 வருடங்கள் குறையும் என்று விஞ்ஞானிகள் கூறுகின்றனர்.

சூரியனில் வேண்டுமானால் கரும்புள்ளிகள் இருந்துவிட்டுப் போகட்டும் ஆனால் உங்கள் வாழ்வின் மீது - உருப்படாதவன். ஒன்றுக்கும் உதவாதவன், தன்னை உணராப் பேதை என்னும் கரும்புள்ளிகள் வந்துவிடக் கூடாது.

உயர்ந்த எண்ணங்களைக் கொண்டவர்களால் மட்டுமே வாழ்வில் உயர்ந்து நிற்க முடியும். உன்னத இலட்சியங்களைக் கொண்டிருக்கும் உள்ளங்களால் மட்டுமே, பலவீனங்களை மறந்து நன்மை செய்வதற்குக் கிளர்ந்தெழ முடியும்.

ஸ்ரீஇராமகிருஷ்ணர் உடல்நலமின்றிப் படுத்திருந்தார். தாமாக எழுவதோ உட்காருவதோ எதுவுமே முடியாத நிலை. அவரை கவனித்துக்கொள்ள பல இளைஞர்கள் அவருடன் இருந்தனர்.

வீட்டுத் தோட்டத்தின் மூலையில் செழித்திருந்தன பேரீச்சை மரங்கள். அதன் ரசத்தைப் பருகுவதற்காக அந்த இளைஞர்கள் அம்மரத்தடிக்குச் சென்றார்கள். படுக்கையில் இருந்த ஸ்ரீஇராம கிருஷ்ணர் ஜன்னல் வழியாக அவர்களை கவனித்துக் கொண்டிருந்தார். அப்படி பார்த்துக் கொண்டிருந்தவர் சட்டென்று எழுந்தார்; வேகமாக ஓடினார்.

கணவர் எழுந்து ஓடுவதைப் பார்த்த சாரதாமணி வியப்படைந்தார். தாமாக எழுவதற்குக்கூட முடியாத நிலையில் இருப்பவர் எப்படி ஓடிச் செல்ல முடியும்! அவரால் நம்ப முடியவில்லை.

அவருடைய அறையைப் பார்த்தார். அங்கே படுக்கை காலியாக இருந்தது. சிறிது நேரம் கழித்து மீண்டும் வந்து பார்த்தார். இராமகிருஷ்ணர் கட்டிலில் படுத்திருந்தார்.

'எப்படி எழுந்து ஓடினீர்கள்?' என்று ஆச்சரியம் தாளாமல் அவரிடம் சாரதாமணி கேட்டார்.

'பேரீச்சை மரத்தில் நல்லபாம்பு ஒன்று இருந்தது. இளைஞர்கள் அதைக் கவனிக்காமல் அங்கு சென்றதைப் பார்த்தேன். அந்தப் பாம்பை விரட்டி அவர்களைக் காப்பாற்றவே ஓடினேன்' என்றார் ஸ்ரீ இராமகிருஷ்ணர்.

தம்மை உணர்ந்து தெளிந்தவர்கள் மகான்கள். அத்தகைய மகான்களாக இல்லையென்றாலும், மனிதர்களாக நாம் வாழ வேண்டும்.

எத்தனை ஆண்டுகள் வாழ்கிறோம் என்பது சாதனையல்ல; முக்கியமும் அல்ல. எப்படிப்பட்டவர்களாக வாழ்கிறோம். எத்தனை பயன்மிக்கவர்களாக நிமிர்ந்து நிற்கிறோம் என்பதுதான் முக்கியம்.

இதுவரை எப்படியோ! இனியாவது உங்களை நீங்கள் அறிந்து கொள்ளுங்கள். அப்போது உங்கள் வாழ்க்கை அற்புதமானதாகத் திகழும். அவமானங்கள், காயங்கள் எல்லாம் மாறிப்போகும். எழுந்திருங்கள்! ஏனெனில், உங்கள் வாழ்வில் இனியெல்லாம் வசந்தமே.

இளையோர் ஆற்றல் பெரிது

வயதில் நம்மைவிடச் சிறியவர்கள், அறிவில் நம்மைவிடப் பெரியவர்களாக இருக்கக்கூடும். வயது முதிர்ந்தவர்களுக்குக்கூட பிடிபடாத விஷயத்தை, ஒரு சிறுவன் தெளிவுபடுத்திவிடலாம். அதை ஏற்றுக் கொள்வதற்கு விசாலமான மனம் வேண்டும்.

சிறுவர்களின் வார்த்தைகளில் ஞானம் விளங்கும்; கள்ளங்கபடமற்ற அன்பு துலங்கும். கூர்ந்து கவனித்தால் பல பிரச்சினைகளுக்கான தீர்வுகளை அவர்களின் வார்த்தைகளில் இருந்து பெறக்கூடும். மனச்சிக்கலுக்கான முடிச்சுகள்கூட அவிழ்க்கப்படலாம். இதைப் புரிந்து கொள்வது மிக அவசியம்.

பெரியவர்களை மதிப்பது எப்படி இளைஞர்களின் தலையாய கடமையோ, அப்படியே இளைஞர்களின் கருத்துகளுக்குச் செவி மடுப்பதும், அதனை மதித்து அவர்களை ஊக்குவித்து உருவாக்குவதும் பெரியவர்களின் மிக முக்கியமான கடமை.

தங்கள் குழந்தைகளின் குறும்புத்தனங்களை ரசிக்கின்ற பெற்றோர்கள், அத்துடன் நில்லாமல் குறும்புத்தனங்களில் பொதிந் திருக்கின்ற புத்திசாலித்தனத்தை மெச்சிப் பெருமிதம் கொள்வதுமுண்டு, அவர்களின் நோக்கம் பெரிது! சின்னச் சின்ன விஷயங்களையும் மெச்சுவதன் மூலம் தங்கள் பிள்ளைகளின் புத்திசாலித்தனத்தை வளப்படுத்த அவர்கள் முற்படுகிறார்கள்.

நிலம் வாங்குதல், வீடு கட்டுதல், வீட்டுக்கு வர்ணம் பூசுதல், கார் வாங்குதல் போன்ற முக்கியமான விஷயங்களில் முடிவெடுக்கும் தருணங்களில் தங்கள் பிள்ளைகளிடம் கேட்பார்கள். அதன்மூலம் எந்தக் காலத்திலும் தெளிவான துணிச்சலுடன் முடிவெடுக்கும் திறனை அவர்களிடத்தில் வளர்ப்பார்கள்.

அப்படிப்பட்ட குடும்பங்களில் பிள்ளைகளின் வளர்ச்சி அபரிமிதமாக இருக்கும். தங்கள் ஆற்றலையும் துணிவையும் மேலும் மேலும் வளர்த்துக் கொள்வார்கள். எதிலும் தடுமாற்றமே இல்லாமல் நம்பிக்கையுடன் செயல்படுவார்கள். அங்கு பெற்றோர் - பிள்ளைகள் உறவு அன்புமிக்கதாகவும் ஆரோக்கியமானதாகவும் இருக்கும்.

ஆனால் சில பெற்றோர்கள் எப்போதும் எதிர்மறையாகவே பேசுவார்கள். அதில் அவர்களுக்கு ஓர் அலாதி பிரியம்.

தங்கள் பிள்ளைகளின் கருத்துகளுக்கோ, அவர்களின் விருப்பங்களுக்கோ சிறிதளவும் மதிப்பளிக்க மாட்டார்கள். 'எல்லாம் எனக்குத் தெரியும். பேசாம வாய மூடிகிட்டு நான் சொல்றத செய்' என்பார்கள்.

கொஞ்சம் சுதந்திரமாகப் பேசிவிட்டால். 'மனசுல பெரிய மனுஷன்னு நெனைப்போ? ஒழுங்கா படிச்சி முடிச்சி வேலைக்குப் போற வழியைப் பாரு' என்று ஒரே போடாக போட்டு வாயை அடைத்துவிடுவார்கள்.

இன்னும் சில பெற்றோர்கள், பிறர்முன் தங்கள் பிள்ளைகளை மட்டம் தட்டிப் பேசுவார்கள். அதனால் ஏற்படக்கூடிய எதிர்மறையான பின்விளைவுகளை நினைத்துப் பார்ப்பதே இல்லை.

'இவன் இருக்கானே. சுத்த சோம்பேறி. எல்லா பாடத்துலேயும் பெயில், இவன் உருப்படுவான்கிற நம்பிக்கை எனக்கு இல்ல' என்று பேசிப் பேசியே கூனிக் குறுகச் செய்துவிடுவார்கள்.

வீட்டில் வளர்க்கின்ற செல்லப் பிராணிகளுக்கு அழகழகாய் பெயர் வைத்துக் கொஞ்சுவார்கள். ஆனால் பரிதாபம்! தங்கள் பிள்ளைகளை. 'நாயே, பேயே, கழுதையே, குரங்கே, எருமையே' என்றல்லவா கூப்பிடுகிறார்கள்.

இதன் தாக்கம் சமுதாயத்திலும் இருக்கத்தான் செய்கிறது. ஒரு சில பெரியவர்களுக்கு இளைஞர்களைக் கண்டாலே எரிச்சல் வந்து விடுகிறது.

'இவன்களுக்கெல்லாம் என்ன தெரியும். முளைச்சி முழுசா மூணு இலை விடல. அதுக்குள்ள பேச்சைப் பாரு'.

'இந்தக் காலத்துப் பசங்களுக்குப் பொறுப்புங்கிறதே கிடையாது. உதவாக்கரை ஊதாரிங்க'.

'காலம் கெட்டுப்போச்சி. இவன்கள நம்பி பிரயோஜனம் கிடையாது, சொல்லிப்புட்டேன்' -

இப்படி இளைஞர்களை வசைபாடி இன்பம் எய்துகின்ற 'பெரிய மனசுக்காரர்'களை ஊர்தோறும் வீதிதோறும் காணலாம். ஆனால் அத்தகைய மனோபாவம் நலமிக்க உலகை உருவாக்கிட உதவாது.

சிறுவர்களிடம் சீரிய சிந்தனைகள் இருக்கின்றன; இளைஞர்களிடம் அளப்பரிய ஆற்றலும் வேகமும் உள்ளன என்பதை நம்ப வேண்டும்.

சோழன் கரிகாலன் அவையில் வீற்றிருக்கிறான். அப்போது ஒரு விசித்திரமான வழக்கு வருகிறது. அதனைக் கொண்டு வந்தவர்கள் இரண்டு முதியவர்கள்.

இளைஞன் ஒருவன் அரியணையில் அமர்ந்திருப்பதைப் பார்த்ததும் அவர்களுக்கு அதிர்ச்சி. இருவரும் ஒருவரை ஒருவர் பார்த்து விழித்தனர்.

'வயதும் இல்லை, அனுபவமும் இல்லை. இவனா நம் வழக்கை தீர்த்து வைப்பது? எப்படி முடியும்?' என்று முணுமுணுத்தனர்.

பேசாமல் வந்த வழியே திரும்பிவிடலாம் என்று எண்ணினர். அவர்களின் தயக்கத்தை அறிந்த கரிகாலன் அவர்களைப் பார்த்து, 'நீங்கள் ஏதோ ஒரு வழக்கை கொண்டு வந்திருக்கிறீர்கள். ஆனால் நான் இளைஞனாக இருப்பதால் என்னிடத்தில் சொல்லத் தயங்குகிறீர்கள். எனக்குப் புரிகிறது! நீங்கள் எதிர்பார்க்கிறபடி அறிவும் அனுபவமும் மிக்க ஒரு பெரியவரை அனுப்பி வைக்கிறேன். அவரிடம் உங்கள் வழக்கை சொல்லுங்கள்' என்று சொல்லி, அரியணையிலிருந்து இறங்கி உள்ளே சென்றுவிட்டான்.

இரண்டு முதியவர்களும் ஆவலோடு காத்திருந்தனர். சற்று நேரத்தில், பழம்போல் முதிர்ந்த பெரியவர் ஒருவர் அரசவைக்கு வந்து, அரியணையில் அமர்ந்தார். அவரைக் கண்டதும் முதியோர் இருவரும் பயபக்தியுடன் எழுந்து நின்று மரியாதை செய்தனர். பின்னர் அவரிடம் தங்கள் வழக்கை எடுத்துரைத்தனர்.

வழக்கை கவனமாய் கேட்ட பெரியவர். நன்கு ஆராய்ந்து தனது தீர்ப்பினை வழங்கினார். அதனைக் கேட்ட இரண்டு முதியவர்களும் அசந்து போயினர். பிரச்சினை எளிதில் தீர்க்கப்பட்டுவிட்டதை எண்ணி மகிழ்வெய்தினர்.

அப்போது அவர்களை வியப்பிலாழ்த்தும் விஷயம் ஒன்று அங்கே நிகழ்ந்தது. அரியணையில் வீற்றிருந்து தீர்ப்புக் கூறிய அந்தப் பெரியவர். தன் தலைப்பாகையையும் வெண்தாடி மீசையையும் களைந்தெறிந்தார். முதியவர்கள் ஆச்சரியம் தாளாமல் கண்களை அகல விரித்தனர். அவர்களைப் பார்த்துக் கரிகாலன் புன்னகைத்தான்.

உரைமுடிவு காணான் இளமையோன் என்ற
நரைமுது மக்கள் உவப்ப நரைமுடித்துச்
சொல்லால் முறைசெய்தான் சோழன் - குலவிச்சை
கல்லாமற் பாகம் படும் -

என இந்நிகழ்ச்சியை தெளிவாகப் படம்பிடித்துக் காட்டுகிறது பழமொழி நானூறு. அந்த அறிவு நுட்பமும் கூர்மையான நோக்கும் கரிகால் வளவனுடன் முடிந்து போய்விடவில்லையே!

எனினும் இன்றைய இளைஞர்களில் பெரும்பாலானோர் விரக்தியின் விளம்பிற்குச் சென்றுவிடுகின்றனர். சிலர் பயங்கரமான சமூக விரோதச் செயல்களில் ஈடுபடத் தொடங்கிவிடுகின்றனர். சிலர் வேலையில் சேர்ந்த முதல் மாதத்திலேயே வேலையை வெறுத்து விடுகின்றனர். மன அழுத்தங்களால் கடுமையாக பாதிக்கப்பட்டிருக்கும் இளைஞர்கள் ஏராளம்.

காரணம் என்ன? அவர்களை நம்புகின்ற - அவர்களின் தனித்திறமையைப் பாராட்டி ஊக்குவிக்கின்ற - அவர்களுக்குள் உரமேற்றுகின்ற பெரிய உள்ளங்கள் இன்று அரிதாகிப் போயின.

தங்களுக்குத் துளியளவும் மரியாதை இல்லை ; தங்களின் ஆற்றல் அங்கீகரிக்கப்படவில்லை என்று கருதி, தற்கொலை செய்து கொண்டவர்கள் பலர். தாங்கள் நிராகரிக்கப்பட்டுவிட்டதாகவும், வாழ்க்கையே நிர்மூலமாகிவிட்டதாகவும் அவர்கள் எண்ணிவிடுகிறார்கள். தாங்கள் எதற்குமே லாயக்கற்றவர்களோ என்ற பயம் வந்துவிடுகிறது. மனதில் ஏற்படுத்தப்படுகின்ற பாதிப்பு அவர்களை நிலைகுலையச் செய்து விடுகின்றது.

ஆனால் ஒவ்வொருவருக்கும் ஒரு சிறப்புத் தகுதி இருக்கிறது; அவரவர்க்கென்று ஓர் இடமும் வாய்ப்புகளும் இருக்கின்றன: ஒவ்வொருவர் வாழ்வும் மதிப்பு மிக்கது, மரியாதைக்குரியது என்பதை சிறுவர்கள் மற்றும் வாலிபர்கள் உணர்ந்துகொள்ள வேண்டுமெனில், அவர்கள் அப்படி நடத்தப்பட வேண்டும்.

தங்கள் கருத்துகளை அவர்கள் அச்சமின்றி வெளிப்படுத்துவதற்கு வாய்ப்பளிக்க வேண்டும். என்ன சொல்கிறார்கள் என்பதை ஆர்வத்துடன் கேட்க வேண்டும். அதிலுள்ள நல்ல விஷயங்களைச் சுட்டிக் காட்டி 'சபாஷ்' என்று பாராட்ட வேண்டும்.

இராமகிருஷ்ண பரமஹம்சர் அதிகம் படித்தவரல்லர். ஆனால், உயர்ந்த ஆன்மிக நிலையை தம் இளவயதிலேயே எய்தியவர். கற்கவில்லை என்றாலும் பல கலைகளில் கைதேர்ந்தவர்.

கவிதை புனையும் ஆற்றல், தெய்வ வடிவங்களை மண்ணால் செய்யும் வல்லமை, இனிமையாகப் பாடும் திறமை, நடிப்பாற்றல், ஓவியம் வரைதல் - இவை அனைத்திலும் ஸ்ரீஇராமகிருஷ்ணர் சிறந்து விளங்கியவர்.

ஒருமுறை பூஜை செய்வதற்காக, தெய்வ திருவுருவப் படம் தேவையாக இருந்தது. படத்திற்காக நண்பர்கள் அனைவரும் அலைந்து திரிந்தனர். ஆனால் இராமகிருஷ்ணர், துணி ஒன்றில் தெய்வத் திருவுருவத்தை வரைந்தார். அந்த ஓவியத்தைப் பார்த்தவர்கள், 'இது ஒரு கைதேர்ந்த ஓவியன் வரைந்தது போலவே இருக்கிறது' என்று கூறி வியந்தார்களாம்.

ஒருநாள் இராமகிருஷ்ணர் தம் நண்பர்களோடு, தெய்வச் சிலை களை வடிக்கும் ஒரு சிற்பியின் வீட்டிற்குச் சென்றார். சிவன். துர்க்கை, பார்வதி போன்ற தெய்வத் திருவுருவங்களை அக்கலைஞர் செய்து கொண்டிருந்தார்.

அவற்றைக் கண்ட இராமகிருஷ்ணர், 'ஐயா, தெய்வத் திருவுருவங ்களின் கண்கள் இப்படி இருக்கக் கூடாது. அவற்றில் கருணையும் அருளும் ஆனந்தமும் பொங்க வேண்டும். அவ்வாறு நீங்கள் படைக்க வில்லையே' என்றார்.

இதைக் கேட்டு, அனுபவமிக்க அந்த சிற்பக்கலைஞர் கொஞ்சம்கூட சினமடையவில்லை. தமது திறமையை வளர்த்துக்கொள்ளவே விரும்பினார்.

உடனே இராமகிருஷ்ணர், தெய்வீகமான லட்சணங்களையும், கண்களின் அமைப்பு. புருவ அமைப்பு. பார்வை ஆகியவற்றைப் பற்றி சிற்பக் கலைஞருக்கு விவரித்தாராம்.

வயதில் சிறியவன் சொல்லி நான் கேட்பதா என்று இராம கிருஷ்ணரின் வார்த்தைகளை அவர் அலட்சியப்படுத்தவில்லை. மாறாக, செவிமடுத்தார். ஏனெனில், ஆற்று நீரில் அழுக்கிருக்கும்; ஆனால் ஆற்றங்கரையில் சுரக்கின்ற சின்னஞ்சிறிய ஊற்று நீரில் களங்கம் இருக்காது.

தீக்குச்சி சிறியதுதான். அதனுள் அடங்கியிருக்கின்ற நெருப்பின் அளவோ அளவிடற்கரியது. இளைஞர்களுக்குள் புதைந்து கிடக்கின்ற ஆற்றல் அத்தகையதே! அதனை விளங்கப்பண்ணி, அவர்களை நல்வழியில் ஆற்றுப்படுத்துகின்ற கடமை பெரியவர்களுக்கு உண்டு.

தங்கள் வருமானத்தைப் பற்றி பல பெற்றோர்கள் தங்கள் பிள்ளைகளிடம் சொல்வதே இல்லை. அவர்களுக்குத் தெரிந்துவிடக் கூடாது என்பதில் மிகவும் கவனமாக இருப்பார்கள். மறைத்து மறைத்து வைப்பார்கள். தங்கள் பிள்ளைகள் மீது அந்த அளவிற்கு

அவர்களுக்கு அவநம்பிக்கை, அப்படிப்பட்ட வீடுகளில் பொருளாதார நிலை ஒன்றும் பெரிதாக வளர்ந்துவிடாது.

ஆனால் சில குடும்பங்களில் பாருங்கள்! மாதாந்திர வரவு செலவுகள், சேமிப்புத் திட்டங்கள். முதலீடுகள் - இப்படி எல்லா வற்றையும் பற்றிய விபரங்களை தங்கள் பிள்ளைகளுக்கும் தெரிய வைத்திருப்பார்கள். அதன்மூலம், வருமானத்தைத் திறம்பட நிர்வகித்தல், பொருளாதார ஆளுமை ஆகிய பண்புகளை இளமையிலேயே அவர்கள் பெறுவதற்கு வழிவகுத்துவிடுவார்கள்.

அப்படி ஞானமான வழியில் வார்த்தெடுக்கப்படுகின்ற பிள்ளைகள் ஒலிவமரக் கன்றுகளைப் போல் அல்லவா செழித்து வளர்வார்கள்! அவர்களின் எதிர்காலம் எத்தனை வனப்புடன் சிறந்திலங்கும் என்பதை எண்ணிப் பாருங்கள்.

எனவே எப்போதும் நலமானதைச் சிந்தித்து நல்லவற்றைப் பேச வேண்டும். இளைஞர்களின் உள்ளங்களில் நல்ல விதைகளை பெரியவர்கள் விதைக்க வேண்டும். அவர்களின் ஆற்றலை அங்கீகரிக்க வேண்டும்.

கதைவிட்டு, ஓயாமல் குறைகூறிக் கொண்டும், தாழ்வுபடுத்திக் கொண்டும் இருந்தால் அதனால் எந்த பயனும் விளையாது.

மிடுக்குடன் ஒருவன் நடப்பதை பார்த்துவிட்டால், 'இவனுக்கு என்ன கொழுப்பு பார்த்தீங்களா? நம்ம முன்னாடி இப்படி தெனாவாட்டா நடக்கிறானே, உருப்படுவானா?' என்று பேசுபவர்களை நீங்கள் பார்த்திருப்பீர்கள்.

நீளமாய் முடிவளர்த்தால் நாகரிகப்பேய் என்பார்கள்; மீசையை முறுக்கினால் மமதை என்பார்கள்: நிமிர்ந்து நடந்தால் திமிர் பிடித்தவன் என்று நாக்கால் இடிப்பார்கள்.

அவையெல்லாம் ஒன்றுக்கும் உதவாத வார்த்தைகள். 'புகழ்சூடி' என்னும் ஓரடிப்பா நூலில் தமிழ்ப்பெரியசாமி என்னும் புலவர் 'மீசையை அழகு செய்' என்று அருமையாகச் சொல்கிறார்.

'தோளை உயர்த்து சுடர்முகம் தூக்கு
மீசையை முறுக்கி மேலே ஏற்று'

என்று எழுச்சியூட்டுகிறார் பாவேந்தர்.

அத்தகைய ஆக்கப்பூர்வமான வார்த்தைகளே இளைய தலைமுறை யினரை எழுந்து நிற்கச் செய்யும். அன்பார்ந்த பாராட்டுரைகள்

இளைய சமுதாயத்தை அழகுபடுத்தும். பெரியவர்களிடமிருந்து பெறுகின்ற அங்கீகாரமும் அன்பாதரவும் சிறியவர்களின் எதிர்காலத்தை செழுமைப்படுத்தும்.

துருதுருவென்று தவழ்ந்தோடுகின்ற குழந்தையைக் கட்டிப் போட்டு அடக்கினால் அந்தக் குழந்தையின் நிலை என்னாகும்! அதன் மகிழ்ச்சி வளர்ச்சி எல்லாமே குன்றிப் போய்விடுமே. குழந்தைகள் ஞானமிக்கவர்கள். அந்தப் பேருண்மையை அங்கீகரிப்பதே மாமனிதப் பண்பு.

திருஞானசம்பந்தர் தமது மூன்றாம் வயதிலேயே இறைஞானம் பெற்றார். 'தோடுடைய செவியன்' என்ற பாடலே அவர் அருளிய முதற்பாடல்.

அன்று முதல் பல தலங்களுக்குச் சென்றார்; அங்கங்கு கோயில் கொண்டுள்ள இறைவனை இசைப்பாடல்களால் பாடிப் போற்றினார். மதுரை மாநகர் சென்று, சமணர்களோடு அனல்வாதம், புனல்வாதம் புரிந்து அவர்களை வென்றார். கூன் பாண்டியனின் கூனையும் போக்கிச் சுரநோயைத் தணிவித்து அவனைச் சைவமாக்கினாரே!

தளிர்நடை போடும் மூன்று வயதிலேயே சைவ சமய பக்தி இலக்கிய வளர்ச்சிக்கு வித்திட்ட திருஞானசம்பந்தரைப்போல், ஒவ்வொரு குழந்தைக்குள்ளும், இளைஞனுக்குள்ளும் இமாலய ஆற்றல் இலைமூடிக் கிடக்கின்றது. அது வெளிப்படும்போது, இருளகற்றும் மணிவிளக்காய் சுடர்விட்டு ஒளிபரப்பும்.

மாபெரும் பராக்கிரமசாலியான கோலியாத் என்னும் பெலிஸ்தியன், இஸ்ரவேலருக்கு சவால் விடுத்து நின்ற போது எல்லோரும் அஞ்சி நடுங்கினர். அப்போது, தாவீது என்னும் இளைஞன்தானே கோலியாத்தை அடித்து வீழ்த்தி இஸ்ரவேலரின் மானத்தைக் காப்பாற்றினான்.

ஒரு மனிதனின் வாழ்வு மதிக்கப்படுவது அவனின் வயதால் அன்று: செயல்களாலேயே என்றார் ஷெரிடன் என்னும் அறிஞர். மனிதனுடைய பெருமை, சிறுமை என்பதன் தரத்தை அறிவதற்கு அவனுடைய செயலே உரைகல் என்றான் வள்ளுவன்.

முதியோரின் கண்டிப்பும் வழிநடத்துதலும் இளைஞர்களுக்கு மிக முக்கியம். அதே சமயம், இளைஞர்களின் புதுமைச் சிந்தனை களை பெரியவர்கள் மனம்திறந்து பாராட்டுவதும், அவர்களின் தன்னம்பிக்கையை அங்கீகரிப்பதும் மிகமிக முக்கியம்.

எனவே உங்கள் பிள்ளைகளின் நற்பண்புகளை, ஆற்றலை போற்றிப் பாராட்டுங்கள். அவர்கள் சொல்லும் கருத்துகளுக்குச் செவிகொடுங்கள். அவர்கள் செழித்துயர்ந்து புதிய உயரங்களைத் தொடுவார்கள்.

அடக்கு முறையை, அதிகாரப் போக்கை, சிறியோரை அலட்சிய மாக நோக்கும் மனோபாவத்தை விட்டொழியுங்கள். புதிய அணுகுமுறை யைக் கையாளுங்கள். உங்கள் குடும்பம் மட்டுமல்ல. இந்த சமுதாயமே மேன்மையுறும். கடந்து போனவை பற்றிக் கவலை வேண்டாம். ஏனெனில், உங்கள் வாழ்வில் இனியெல்லாம் வசந்தமே.

பாரங்கள் வெறும் பனித்துளிகள்

பாரத்தை எங்கேயாவது இறக்கி வைத்துவிட்டால் நன்றாயிருக்குமே என்றுதான் எல்லா உள்ளங்களும் ஏங்குகின்றன. வழிபாட்டுத் திருக்கூடங்களுக்கும் புண்ணியத் தலங்களுக்கும் மனிதர்கள் ஓடி ஓடித் திரிவதெல்லாம் அதற்காகத்தான்.

ஆனால் தெய்வ சந்நிதியில் பாரத்தை இறக்கி வைத்தவர்கள், கோயிலை விட்டு வெளியே வரும்போது, மீண்டும் அந்த பாரத்தை தலைமேல் தூக்கி வைத்துக்கொண்டுதான் வருகிறார்கள்.

பாவம், அவர்கள் என்ன செய்வார்கள்! பாறைகள் போல் பலவித பாரங்கள் அவர்களின் மனதில் ஏறி உட்கார்ந்து கொண்டு அழுத்துகின்றன. ஒன்றை உருட்டிக் கீழே தள்ளிவிட்டால் இன்னொன்று மேலே ஏறி வருகின்றது.

மகளுக்கு வரன் பார்ப்பதைப் பற்றிச் சிந்திக்கின்ற போது, மகனுக்கு வேலை கிடைக்கவில்லையே என்ற கவலை மனதைப் பிசைகிறது. பொண்ணுக்கு நல்ல இடத்தில் வரன் கிடைத்துவிட்டபின், நகைக்கும் தொகைக்கும் எங்கெல்லாம் அலைய வேண்டுமோ என்னும் அச்சம் வந்துவிடுகிறது.

அலுவலகத்தில் புரமோஷன் கிடைக்குமோ கிடைக்காதோ, அவன் கெடுத்துவிடுவானோ, இவன் தடுத்துவிடுவானோ என்று மனது குழம்புவதிலேயே தூக்கம் கெட்டுவிடுகிறது. சாப்பிட மனமின்றி உடல் மெலிந்துவிடுகிறது. தலைக்குமேல் பாரத்தின் எடை மட்டும் நாளுக்கு நாள் கூடிக்கொண்டே போகிறது.

எதைச் செய்ய வேண்டும். எதைச் செய்யக் கூடாது என்பதில் பலருக்குத் தெளிவு கிடையாது. பக்கத்து வீட்டுக்காரன் செய்யும் தொழில் அவனுக்கு லாபகரமாக அமைந்திருக்கலாம். அவனைப் பார்த்து அதே தொழிலைத் தொடங்கிவிட்டு. தொழிலும் புரியாமல் கணக்குவழக்குத் தெரியாமல் திணறிக் கொண்டிருப்பவர்களை என்ன சொல்வது!

பாரங்களை நாம்தானே நமக்குள் ஏற்படுத்திக் கொள்கின்றோம். ஒரு கிலோ பூவின் கனமும் ஒரு கிலோ இரும்பின் கனமும் ஒன்று தான். ஒரு மனதில் கணக்கற்ற ஆசைகள் பாரமாகின்றன. மற்றொரு மனதில் தேவையற்ற கவலைகள் பாரமாகின்றன.

மருத்துவமனையில் இருக்கும் அம்மாவுக்கு என்ன ஆகுமோ. பிழைத்துக் கொள்வாளா? திடீரென்று போய்விட்டால் அப்பாவின் கதி என்ன. தனிமையை சமாளித்துக் கொள்வாரா? சொத்துத் தகராறில் சொந்தத்தைத் தூக்கி எறிந்துவிட்டுப் போன தம்பி மீண்டும் வருவானா. இல்லை நாமாகப் போனால் முகம் கொடுத்துப் பேசுவானா. உறவே இல்லை என்று ஆகிவிட்டதே.

இப்படிப் பலரின் மனதில் பலவித பாரங்கள். எப்போதும் பெருமூச்சுதான். கடுகளவு மகிழ்ச்சியைக் கூட அவர்களிடத்தில் காண்பது கடினம்.

ஏனெனில், அவர்கள் தங்கள் பாரங்களைக் குறித்துப் புலம்புவார்களே தவிர, அவற்றை நீக்குவதற்கான வழியை சிந்திப்ப தில்லை. அவர்களின் புலம்புதலைக் கேட்பதற்கு ஒரு கும்பல் இருக்கும். அந்தக் கும்பல் அவர்களின் தலையில் மேலும் மேலும் பாரங்களை ஏற்றி வைக்குமே ஒழிய, ஒருபோதும் இறக்கி வைக்காது.

அப்படிப்பட்டவர்களிடம் போய் மனதின் பாரங்களை சொல்லிக் கொண்டிருந்தால் தீங்குதான் அதிகரிக்கும். வேறு எந்த பயனும் விளையாது.

அதனால்தான், நல்லாரைக் காண்பதுவும் நன்றே; நலமிக்க நல்லார் சொல் கேட்பதுவும் நன்றே என்று சொன்னார்கள்.

ஒருநாள் கிணற்றருகே கோபிகை ஒருத்தி நின்று கொண்டிருந்தாள். தண்ணீர்க் குடத்தை தன் தலை மீது ஏற்றி வைக்க யாராவது வருவார்களா என்று நெடுநேரம் எதிர்பார்த்துக் காத்து நின்றாள்.

அப்போது அவ்வழியில் சிறுவனான ஸ்ரீகிருஷ்ணன் வந்து கொண்டிருந்தான். அவனைப் பார்த்த கோபிகை, தண்ணீர்க் குடத்தை தன் தலைமேல் தூக்கி வைப்பதற்காக அவனைக் கூப்பிட்டாள். ஆனால் கூப்பிட்ட குரல் கேட்காததுபோல் கிருஷ்ணன் போய்க் கொண்டிருந்தான்.

கூப்பிட்டுக் கூப்பிட்டுக் கோபிகைக்குத் தொண்டை வறண்டு விட்டது. கிருஷ்ணன் திரும்பிக் கூட பார்க்காமல் போய்விட்டான்.

ஒருவழியாக கோபிகை தண்ணீர்க் குடத்தை தலையில் ஏற்றிச் சுமந்தபடி தன் வீடு நோக்கி நடக்க ஆரம்பித்தாள். வீட்டை அடைந்தவள் அதிர்ச்சி அடைந்தாள்.

அங்கே அவளின் வீட்டு வாசலில் ஸ்ரீகிருஷ்ணன் அவளுக்காகக் காத்திருந்தான். கோபிகை வாசல் அருகே வந்ததும் தானே முன்வந்து தண்ணீர்க் குடத்தை அவள் தலையிலிருந்து கீழே இறக்கி வைத்தான்.

கோபிகை அவனைப் பார்த்து, 'கிருஷ்ணா , எனக்குப் புரியவில்லை. குடத்தைத் தூக்கித் தலைமேல் ஏற்றி வைப்பதற்கு நான் உன்னை அழைத்த போது, நீ திரும்பிக்கூட பார்க்காமல் சென்றுவிட்டாய். ஆனால் இப்போது கூப்பிடாமல் வந்து குடத்தை இறக்கி உதவி செய்தாயே. ஏன்?' என்று கேட்டாள்.

அதற்கு கிருஷ்ணன். 'நான் பாரத்தை இறக்கி வைப்பவன்; ஏற்றுபவன் அல்ல' என்று புன்னகையுடன் சென்னான். வருத்தப்பட்டு பாரம் சுமக்கிறவர்களே, நீங்கள் எல்லோரும் என்னிடத்தில் வாருங்கள். நான் உங்களுக்கு இளைப்பாறுதல் தருகிறேன் என்றார் இயேசு பெருமான். ஏன்? அழுத்துகின்ற பாரங்களிலிருந்து மனிதன் மீட்சி பெற வேண்டும்.

அப்படி ஒருவர் பாரத்தை ஒருவர் இறக்கிவைப்பவர்களாக நாம் இருக்க வேண்டும். நம் பாரங்களை இறக்கி வைக்கக்கூடியவர்கள் யாரென்று தெரிந்து நாம் சொல்ல வேண்டும்.

சிந்தித்துப் பாருங்கள்! நீங்கள் ஓடி ஓடிப்போய் உங்கள் மன பாரங்களைச் சொல்கிறீர்களே, அவர்கள் உங்கள் பாரங்களை இறக்கி வைப்பவர்களாக இருக்கிறார்களா; அல்லது உங்களை மேலும் மேலும் குழப்பி உங்கள் தலைமேல் பாரத்தை சுமத்துகிறவர்களாக இருக்கிறார்களா.

உங்கள் கஷ்ட நஷ்டங்களும் கண்ணீரும் சிலருக்குப் பொழுது போக்குக் கதைகள். அவர்கள் உங்கள் மீது அக்கறை கொண்டவர்கள் அல்ல என்பதைத் தெரிந்து கொள்ளுங்கள்.

நல்லவர்களிடம் எதையும் பகிர்ந்து கொள்ளலாம்: தவறில்லை. ஆனால் முக்கியமான விஷயம்: மனதை அழுத்துகின்ற பாரங்கள் ஏற்படுகின்ற போது, அவற்றை நீங்களாகவே அப்புறப்படுத்தும் வகையில் உங்கள் சிந்தையை வலுப்படுத்திக்கொள்ள வேண்டும்.

உங்கள் மீது உங்களைவிட வேறு யாருக்கும் அக்கறை இருந்து விடப் போவதில்லை. எனவே திடங்கொள்ளுங்கள். உங்கள் வாழ்வு, வளம், நலம், வெற்றி, மகிழ்ச்சி எல்லாம் உங்கள் கைகளில்தான் இருக்கின்றன.

எதையுமே எளிதாக எடுத்துக்கொள்ளப் பழகிவிட்டால் மனதிற்குள் பாரம் ஏற்படுவதில்லை. ஏமாற்றங்கள், தோல்விகள், பிரச்சினைகள் எல்லார் வாழ்விலும் வரத்தான் செய்யும். ஆனால் அவற்றை சவால்களாக எடுத்துக்கொள்ளும்போது மனதில் புது தைரியம் பிறக்கின்றது. அல்லது அவற்றை பெரிதுபடுத்தாமல் விட்டுவிட்டு, அடுத்தடுத்தக் காரியங்களில் கவனம் செலுத்தும் போது வாழ்க்கை சுலபமாகிவிடுகிறது. ஆரோக்கியமோ நலக்கேடோ கவலையோ மகிழ்ச்சியோ, எல்லாமே நம் எண்ணங்களில் உள்ளன.

எத்தனையோ கனவுகளும் ஆசைகளும் நமக்குள் அலைமோது கின்றன. அனைத்தும் கைகூடி வந்துவிடுவதில்லை. அதனால் என்ன! கைகூடி வந்தவைகளை கவனிப்போமே.

எல்லாவற்றையும் செய்ய நினைக்கின்றோம்; எல்லாவற்றையும் பெற்றனுபவிக்க முயல்கின்றோம். இயன்றவரை முடிக்கின்றோம். நன்மைகளைப் பெறுகின்றோம். நல்லவற்றைச் செய்கின்றோம். சுக - துக்கங்களைப் பார்க்கின்றோம். ஒவ்வொரு நாளும் புதிய புதிய எதிர்பார்ப்புகளுடன் பயணத்தைத் தொடர்கின்றோம்,

இதுதானே வாழ்க்கை.

விதவிதமான எண்ணங்கள் நமக்குள் வந்து போகும். அவற்றில் சில காரியமாகாது என்பது நமக்கே தெரியும். அவைகளைப் பற்றி ஏன் கவலைப்பட வேண்டும்? கையில் கிடைத்திருக்கின்ற எண்ணற்ற நன்மைகளை எண்ணிப் பார்த்தால், கிடைக்காதவைகளைப் பற்றிய எண்ணமே மனதில் வராது.

மகிழ்ச்சியை விரும்புகின்றவன் குடிசையில் வாழ்ந்தால்கூட மகிழ்ச்சியுடன் வாழ்கின்றான். தன்னிடம் இல்லாதவைகளையே கணக்கெடுத்துக் கொண்டிருப்பவன் மாளிகையில் வாழ்ந்தாலும் பிச்சைக்காரனைப்போல பரிதவிக்கின்றான்.

செல்வம் என்பது சிந்தையின் நிறைவே என்றார் குமரகுருபரர்.

இந்த உலகமே போதாது என்று சொன்னவனுக்கு இந்தக் கல்லறைக் குழி போதுமானதாக ஆகிவிட்டது என்றுதானே மகா அலெக்சாண்டரின் கல்லறை கூறுகிறது.

வருமானம் ஏராளமாய் வருவதனால் மனநிறைவு வந்துவிடாது, புகழ் இருப்பதனால் அமைதியும் ஆனந்தமும் கிடைத்துவிடாது. நல்ல மனம் இருக்க வேண்டும். அந்த மனதில் பாரம் இருக்காது: பரமானந்தம் குடிகொண்டிருக்கும்.

அதையும் இதையும் தேடித் தேடி அங்குமிங்கும் ஓடியவர்கள், அமைதியை சீர்குலைத்து ஆணவத்தில் திரிந்தவர்கள், சுயநலத்திற்காக கேடு புரிந்தவர்கள் - இந்த உலகில் நிறைவுடன் வாழ்ந்து நிம்மதியுடன் சென்றதில்லை.

உலகையே நடுங்க வைத்த ஹிட்லர், தன் சாவைக் கண்டு நடுநடுங்கி அடங்கிப் போனாரே, அவரோடு கூட்டுச் சேர்ந்து சர்வாதிகார ஆட்டம் போட்ட முசோலினி இறந்த போது - ரஷ்ய தலைநகரில் முசோலினியின் சடலத்தை தலைகீழாகத் தொங்கவிட்டு, ஒருவாரம் வரை அத்தனை பொதுமக்களும் தங்களது செருப்பால் அல்லவா அந்தப் பிணத்தை அடித்து தங்களின் மனக்குமுறலைத் தீர்த்துக் கொண்டார்கள்.

தீங்கு செய்கின்றவர்கள் வாழும்போது நிம்மதி இல்லாமல் அலைகிறார்கள்; இறந்த பின்னரும் சிறுமைதான் அடைகிறார்கள்.

நல்ல மனிதர்களைப் பாருங்கள்! மற்றவர்களுக்கு நன்மை செய்வதையே தங்கள் வாழ்வாகக் கொண்டிருப்பார்கள். எப்போதும் மலர்ந்த முகத்துடன் இருப்பார்கள். நல்லவற்றைப் பேசுவார்கள். நல்வழி காட்டுவார்கள். அவர்களின் வாழ்வில் எல்லா நன்மைகளும் இன்பங்களும் தாமாக வந்து சேரும்.

வாழ்க்கை மகத்துவமிக்கது; வாழ்க்கை இனியது. எத்தனை எத்தனை இன்பங்கள். எத்தனை எத்தனை செல்வங்கள். தெளிந்த பார்வை உள்ளவர்களுக்கு அவை தெரியும்.

கூழாங்கற்களை பொறுக்குகின்ற போது வைரக் கற்கள் அகப்பட்டு விடலாம். மரம் நடுவதற்கு குழியெடுக்கின்ற போது பெரும்புதையலே கிடைத்துவிடலாம். உண்மை உத்தமத்துடன் செயலாற்றும் போது, நினைத்துக்கூட பார்த்திராத பதவியும் பெருமைகளும் தேடி வந்து சேர்ந்துவிடலாம். நல்ல கைகள் மீது நன்மைகள் வந்து நிறைவது அதிக நிச்சயமல்லவா!

வாழ்வின் மகத்துவத்தை நாம் புரிந்து கொள்ள வேண்டும். அற்ப ஆசைகளை விட்டுவிட்டு, அற்புதமான ஆசைகளை வளர்த்துக் கொள்ள வேண்டும். பெரிய பெரிய காரியங்களைச் செய்ய ஆசைப்பட வேண்டும்.

மனதில் வீணான கவலைகளும் பாரங்களும் ஏன் ஏற்படுகின்றன என்பதை நீங்கள் நிதானமாகச் சிந்தித்தால் உங்களுக்கு உண்மை விளங்கிவிடும். சரியான பார்வையைப் பெற்றுவிட்டால் எல்லாம் சரியாகிவிடும்.

தத்துவ ஞானி பிளேட்டோ பரம்பரைச் செல்வமும் செல்வாக்கும் மிக்க குடும்பத்தில் பிறந்தவர். ஆனால் அவருக்கு செல்வத்தின் மீது அதிக ஈடுபாடு இல்லை. சிறுவயதிலிருந்தே எளிமையான வாழ்க்கையை மேற்கொண்டவர்.

அறிவு, வீரம், நிதானம், நேர்மை ஆகிய நான்கும் நல்லொழுக்கங்கள். இந்த நான்கிலும் மற்ற நற்குணங்கள் அடங்கிவிடும் என்பது அவரின் கருத்து, அறிவுக்கே முக்கியத்துவம் கொடுக்க வேண்டும் என்றார்.

ஏனெனில், நம்மிடம் அறிவு உறங்கினால் கீழான ஆசைகள் தோன்றி வாழ்வைச் சீர்குலைத்துவிடும். எல்லா தீமைகளும் போதிய நல்லறிவு இல்லாததால்தானே ஏற்படுகின்றன. எனவேதான் அப்படிச் சொன்னார்.

தவறான ஆசைகள் பெருகப் பெருக, குறுக்கு வழியை மனம்நாடும். வாழ்க்கை தடம் மாறிச் செல்ல நேரிடும். நிம்மதி குறைந்து அச்சமும் துன்பமும் வந்து சேரும். நாளுக்கு நாள் பாரத்தின் எடை அதிகமாகி மனதை அழுத்தும்; தூக்கத்தைக் கெடுக்கும்; நிம்மதியை நிர்மூலமாக்கி வாழ்வைச் சிதைத்துவிடும்.

'மனசு ரொம்ப பாரமா இருக்கு, ஏன்னே தெரியல' என்று சிலர் அடிக்கடி சொல்லக் கேட்டிருப்பீர்கள். அவர்கள் எதைஎதையோ மனதிற்குள் கொண்டுபோய் குழம்பிக் கொண்டிருக்கிறார்கள் என்று அர்த்தம்.

கரையில் நிற்போரின் கால்களை நனைத்து மகிழ்ச்சிப்படுத்தும் கடலலைகள், சில நேரங்களில் சீறிப் பாய்ந்து வந்து ஆட்களை கடலுக்குள் இழுத்துச் சென்றுவிடுவதுமுண்டு. எனவே வாழ்வின் எல்லா சூழ்நிலைகளிலும் எச்சரிக்கை அவசியம்.

கஷ்டங்களும் கவலைகளும் வாழ்வில் உண்டு. வரட்டும்; வந்து விட்டுப் போகட்டும். அவை உங்களை இழுத்துக்கொண்டுபோய் மரண இருளின் பள்ளத்தாக்கிற்குள் தள்ளிவிடாதபடி கவனமாய் உங்களைக் காத்துக் கொள்ளுங்கள்.

மன பாரம் என்பதே மன பலவீனம்தான். எனவே உங்கள் மனதை திடப்படுத்துங்கள். அதைவிட்டு, ஆறுதலைத் தேடி மற்றவர்களிடம் போய் சரணடைந்தால், அவர்கள் உங்கள் வாழ்க்கையை அழித்துவிடக் கூடும்.

1978, நவம்பர் 18 அன்று ஒரே இடத்தில் 1500 பேர் ஒட்டுமொத்தமாக தற்கொலை செய்து கொண்ட பயங்கரமான சம்பவம் நினைவிருக்கிறதா!

அமெரிக்காவின் தென்பகுதியில் இருக்கும் கயானாவில் இருக்கிறது ஜோன்ஸ் டவுன், அங்கு 1500க்கும் மேற்பட்ட பக்தர்கள் பரவசத்தோடு காத்துக் கிடந்தனர். மேடையில் இருந்த ரெவரென்ட் ஜேம்ஸ் வாரன் ஜோன்ஸ், அவர்களைப் பார்த்துப் பேசினார் :

‘என் பிள்ளைகளே! இதுதான் நமது கடைசி சந்திப்பு. நாம் ஒருவரை ஒருவர் சந்தித்துக் கொள்ளும் கடைசி நாள் இதுதான். இன்று நாம் எல்லோரும் இறக்கப் போகிறோம்.

தப்பிக்க வழியே இல்லை. நாம் உயிர்த்தியாகம் செய்யாவிட்டால் விளைவுகள் மிகக் கொடுமையாக இருக்கும். வெளியுலகில் இருந்து எல்லா தீய சக்திகளும் நம்மை அழித்துவிடத் தீர்மானித்துவிட்டன. அவற்றிடமிருந்து நாம் தப்பிக்கப் போகிறோமா? அல்லது சிக்கிச் சீரழியப் போகிறோமா? நம் இறப்போடு நம் பயணம் இங்கே முடிந்துவிடுவதில்லை. நாம் மீண்டும் பிறப்பெடுப்பது புதியதோர் உலகில். அங்கு பாரம் இல்லை, சோகம் இல்லை, நாம் அடையப் போவது பேரின்பம்’ என்று சொல்லி மூளைச்சலவை செய்தார்.

அவர் சென்னதை நம்பி அத்தனை பேரும், அவர் கொடுத்த விஷ நீரைப் பருகினர்; சுருண்டு விழுந்தனர். தன் கண்முன்னே ஆயிரக்கணக்கான பக்தர்கள் துடிதுடித்து மடிவதைப் பார்த்துக் கொண்டிருந்த ரெவரன்ட் ஜோன்ஸ். தன் கைத்துப்பாக்கியால் சுட்டுத் தானும் தற்கொலை செய்து கொண்டார். என்ன கொடுமை!

காரணம் என்ன? அறியாமைதான். பாரம் மனதை அழுத்துகின்ற போது, அதிலிருந்து தப்பிக்க வழியே இல்லை என்று எண்ணிவிடக் கூடாது. பிரச்சினைகளுக்கு மரணம்தான் தீர்வு என்று முடிவு கட்டிவிடக் கூடாது.

தவறான இடம்தேடி தவறானவர்களைச் சேர்ந்துவிடாதீர்கள். முதலில் உங்களை நம்புங்கள். எந்தச் சூழ்நிலையிலும் துணிந்து நில்லுங்கள்.

எத்தனை பெரிய பாரம் என்றாலும், அது பனித்துளிபோல் கரைந்துபோய்விடும். மனதைத் திறந்து வையுங்கள். நம்பிக்கை என்னும் காற்று உள்ளே வரட்டும். கவலையை விடுங்கள். ஏனெனில், உங்கள் வாழ்வில் இனியெல்லாம் வசந்தமே.

●

வாசல் திறந்து வையுங்கள்

கொடுத்து மகிழ்வதும், குறைவற்ற அன்பினால் மற்றவர்களை மகிழ்விப்பதும் மனிதத்தின் மகோன்னத பண்புகள். அவையே மனித சமூகத்தின் வேர்களை பலப்படுத்தி, மானுடத்தை நிமிர்ந்து நிற்கச் செய்பவை.

கருணை பொங்கும் கண்களிருந்தால், அங்கு கோபம் கொப்பளிக்க வாய்ப்பில்லை. கொடுக்கத் துடிக்கும் கைகளிருந்தால், அங்கு இழிசெயல் புரியும் சிறுமையில்லை. கள்ளம் கபடமற்ற உள்ளமிருந்தால், அதைவிட பெரிய மோட்சம் இல்லை.

பக்கத்தில் இருப்பவனின் பசியைக் கண்டு கொள்ளாமல், உபகாரம் பற்றி வாய்கிழியப் பிரசங்கம் செய்வதில் என்ன நன்மை வந்துவிடப் போகிறது! அழுகின்ற ஏழையின் கண்ணீரைத் துடைக்காமல், ஈசனின் சந்நிதியில் திருவாசகம் பாடிக் கொண்டிருப்பதில் யாருக்கு முக்தி கிடைத்துவிடப் போகிறது.

வாழ்கின்ற வாழ்வில் அர்த்தம் வேண்டும். பயன்பட வாழ்வதுதான் அர்த்தமுள்ள வாழ்க்கை. கொடுக்கக் கொடுக்க உள்ளம் விரிவடையும்: வாழ்க்கை என்றென்றும் புதுப்பொலிவுடன் திகழும்.

இன்று நவீனச் சிந்தனைகளும் நாகரிக வாழ்வின் வசதிகளும் அதிவேகமாக வளர்ந்து கொண்டிருக்கின்றன. அவற்றிற்கிடையே சுயநலவாதமும் குறுகிய செயல்களும் வியாபித்திருக்கின்றன. எனவே கொடுக்கின்ற பண்பும், மனித நேயமும் நாளுக்கு நாள் தேய்ந்து கொண்டிருக்கின்றன. அதனால்தான் பல்வகைச் சீர்கேடுகள்.

ஆனால் இவற்றைப் பற்றியெல்லாம் யாரும் பெரிதாகச் சிந்திப்ப தில்லை. 'காலம் கெட்டுப் போச்சி, உலகம் சரியில்லை' என்று மிகச் சாதாரணமாகச் சொல்லிவிட்டு, பணம் பணம் பணம் என்று அலைகிறார்களே ஒழிய, நல்வாழ்விற்கான நற்பண்புகளைப் பற்றி அக்கறைப்படுவதாகவும் தெரியவில்லை.

சமூகச் சீர்திருத்தமோ முன்னேற்றமோ எதுவாயினும். அது நம் குடும்பங்களில் இருந்துதான் ஆரம்பமாக வேண்டும்.

தங்கள் பிள்ளைகளுக்கு நற்பண்புகளைக் கற்றுத் தருகின்ற பெற்றோர்கள் நல்ல சமுதாயத்தை உருவாக்குகிறார்கள், அன்பையும் அறங்களையும் போதனைகளாக மட்டுமன்றி, தங்களின் அன்றாட வாழ்வில் அவற்றை வெளிப்படுத்துவதன் மூலம் தங்கள் சந்ததிக்குத் தாங்களே அறநூலாக அமைந்துவிடுகிறார்கள்.

அப்படிப்பட்ட குடும்பங்களின் பிள்ளைகளே தர்ம சிந்தை உள்ளவர்களாகவும், நேர்மையானவர்களாகவும் வாழ்கிறார்கள். அவர்கள் ஏழை எளியவர்களுக்குக் கொடுக்கிறார்கள். உண்மையுடன் சம்பாதிக்கிறார்கள். தங்கள் பெற்றோரை எக்காலத்திலும் மதிக்கிறார்கள்; உடனிருந்து மகிழ்ச்சியுடன் பராமரித்து இறுதி வரையில் கண்கலங்காமல் காத்துக் கொள்கிறார்கள்.

அந்தப் பண்பும் பரிவும் அவர்களிடம் எப்படி வந்தது? வளர்ப்பு அப்படி! அதுதான் காரணம். வளர்ப்பின்படி பிள்ளைகள் வளர்கிறார்கள். அதன்படியே அவர்கள் வாழ்கிறார்கள்.

அதனால்தான் பிள்ளைகளின் மனதில் நற்பண்புகளை விதைப்பதும், அவர்களை நல்லவர்களாக உருவாக்குவதும் பெரியவர்களின் முக்கிய கடமைகளாகக் கருதப்படுகின்றன. நல்ல மனம் என்பதோ, நல்வாழ்வு என்பதோ திடீரென வந்துவிடுவதில்லை. அவை அனுதினமும் உணரப்பட வேண்டியவை.

இன்று பல குடும்பங்களில் முதிர்வயதுப் பெற்றோர்கள் தனிமையில் வாடுகின்றனர். பெரிய வீடு இருக்கிறது: ஓய்வூதியம் வருகிறது: வங்கியில் வைப்புக் கணக்கு இருக்கிறது. ஆனால் அவர்கள் பக்கத்தில் பிள்ளைகள் மட்டும் இல்லை.

மருத்துவமனைக்கும் மருந்துக்கடைக்கும். வீட்டுவரி - தண்ணீர் வரி செலுத்துவதற்கும், வங்கிக்கும் இன்னும் பல வேலைகளுக்கும் உதவிக்கு யாருமின்றி அவர்களே ஓடி ஓடி அலைகிறார்கள்.

அவர்களின் பிள்ளைகள் எங்கு சென்றுவிட்டனர்! உள்ளூரிலோ பக்கத்து ஊரிலோதான் இருப்பார்கள். ஆனால் பெற்றோரை கவனிக்க வரமாட்டார்கள். உடன்வந்திருக்க விரும்ப மாட்டார்கள். அதற்கு என்னென்னவோ காரணங்களையெல்லாம் வாய்கூசாமல் சொல்வார்கள்.

ஆனால் பெற்றோரிடமிருந்து தங்களுக்குக் கிடைக்க வேண்டிய வற்றை வெட்கமில்லாமல் பிடுங்கிக் கொள்வார்கள், 'ஒருநாள் வந்துட்டுப் போகக் கூடாதா' என்று அவர்கள் பரிதாபமாகக் கேட்டால், கொஞ்சம்கூட நெஞ்சில் ஈரமின்றித் தங்கள் அலுவலகப் பிரச்சினைகளை அடுக்குவார்கள்.

இப்போது வெளிநாட்டு மோகம் பலரை பேய்போல் தொற்றிக் கொண்டுள்ளது. பெற்றோரைத் தவிக்க விட்டுவிட்டு, வேலையைக் காரணம் காட்டி ஓடிவிடுகிறார்கள். வேலை என்பது முக்கிய காரணமாக இருந்தாலும், குடும்பம் சார்ந்த தங்கள் கடமைகளில் இருந்து தப்பிக்கின்ற நோக்கமும் அதில் தொக்கி நிற்கத்தான் செய்கின்றது.

எல்லாவற்றிற்கும் காரணம், சுயநலம்! தாங்கி அரவணைக்கின்ற தன்மை இல்லை: கொடுக்கின்ற குணம் இல்லை.

ஜப்பான் நாட்டில் ஒருவர் தனது வீட்டை புதுப்பிப்பதற்காக, மரத்தாலான சுவற்றைப் பெயர்த்து எடுத்துக் கொண்டிருந்தார். அப்போது இரண்டு கட்டைகளுக்கு இடையில் ஒரு பல்லி சிக்கி உயிருடன் இருப்பதைப் பார்த்தார்.

வெளிப்புறத்தில் இருந்து ஆணி அடிக்கும் போது, அந்த ஆணி பல்லியின் காலில் இறங்கி இருக்கிறது. அவருக்கு ஒரே வியப்பு!

அந்த ஆணி அடித்து குறைந்தது மூன்று வருடங்கள் இருக்கும். எப்படி இந்த பல்லி மூன்று வருடங்கள் உயிர்பிழைத்து வாழ்கிறது? அதற்கான காரணத்தைக் கண்டுபிடிக்க ஆவல் கொண்டார். வேலை எதுவும் செய்யாமல் அந்த பல்லியை கவனித்துக் கொண்டிருந்தார்.

சிறிது நேரத்தில் இன்னொரு பல்லி அதன் அருகில் வந்தது. அந்த பல்லி தன் வாயில் இருந்து உணவை எடுத்து, மரச்சுவற்றில் சிக்கிக் கொண்டிருக்கும் பல்லிக்கு ஊட்டியது. அவருக்குத் தூக்கிவாரிப் போட்டது.

மூன்று ஆண்டுகளாக இந்த பல்லி, சுவற்றில் சிக்கியிருக்கும் தன் சக பல்லிக்கு உணவு அளித்துப் பராமரித்து வருவதைக் கண்டு கண்கலங்கிப்போனார் அந்த மனிதர்.

முடியாத நிலையில் இருக்கும் தன் உறவை பராமரித்துப் பாதுகாக்க வேண்டும் என்ற பரிவும் பாசமும் பல்லிக்கு இருக்கிறது, ஆனால் மனிதர்களுக்கு?

கண்டும் காணாததுபோல் நழுவிச் செல்வதில் பலர் கெட்டிக் காரர்கள். பெற்றோர். உடன்பிறந்தோர், உறவினர், நண்பர்கள் - யாராக இருப்பினும் உதறித் தள்ளிவிட்டு தன் குடும்பம். தன் சம்பாத்தியம். தன் வாழ்வு என்று ஒரு சிறு வட்டத்திற்குள் தங்களை இருத்திக் கொண்டிருப்பவர்களை நீங்கள் பார்க்கத்தானே செய்கிறீர்கள்.

மற்றவர்களிடமிருந்து தாங்கள் பெற்றுக்கொண்ட நன்மைகளை அவர்கள் நினைத்துப் பார்ப்பதில்லை. தாங்கள் செய்ய வேண்டிய கடமைகளைக் குறித்தும் அவர்கள் அக்கறை கொள்வதில்லை.

உலகின் மிகப்பெரிய தகவல் களஞ்சியமாகக் கருதப்படுவது பிரிட்டானிகா களஞ்சியம். ஆனால் அதைவிட ஐந்து மடங்கு கூடுதலாக தகவல்களை நமது மூளையில் சேமித்து வைக்க முடியுமாம்.

இருந்தும் என்ன பயன்! மனிதன் தன் மூளையில் எதையெல்லாம் சேர்த்து வைக்கிறான்? பேராசை, பொறாமை, சுயநலம், சூதுவாது - இவைகளைத்தானே!

அதனால்தான் ஆறறிவுள்ள மனிதனிடம் மனிதநேயம் சொற்பமாக இருக்கிறது; அன்பு அவனுக்கு அற்பமாகத் தெரிகிறது. இன்று முதியோர் இல்லங்களும், அனாதை விடுதிகளும் பெருகி வருவதற்குக் காரணம் அதுதான்.

சிறுவயதிலிருந்தே நற்பண்புகள் பயிற்றுவிக்கப்பட வேண்டும். வாழ்வின் அர்த்தத்தையும், கூட்டுறவின் மேன்மையையும் உணர்த்த வேண்டும். அதில்தான் பல குடும்பங்களில் பெரியவர்கள் தவறி விடுகிறார்கள், அவர்களின் பிள்ளைகள் எவ்வித நற்பண்புமின்றி, யார்மீதும் எந்த கரிசனையுமின்றி எந்திர மனிதர்களைப்போல் இருந்து கொண்டிருக்கிறார்கள். உறவுக்கும் உரிமைக்கும் அங்கு இடமில்லை.

சிங்கம் கம்பீரமிக்கது. குறைந்தபட்சம் 15 சிங்கங்கள் சேர்ந்து ஒரு குழுவாக வாழும். ஆண் சிங்கங்கள் தங்கள் குட்டிகளையும் எல்லையையும் பாதுகாக்கும். பெண் சிங்கங்கள் கூட்டமாகச் சேர்ந்து வேட்டையாடும்.

பத்து வயதான ஆண்சிங்கம் முதிர்ச்சியடைந்த நிலையில், அந்தக் கூட்டத்தில் உள்ள தனது குட்டிகளாலே விரட்டப்படும்; அல்லது கொல்லப்படுமாம்!

இன்றைய நாகரிக உலகில் மனித மனம் மிருகமாகத்தானே மாறிக்கொண்டிருக்கிறது. தெளிந்த புத்தி இல்லை. தன்னைப் பற்றிய சிந்தனை இல்லை. மற்றவர்களின் வலிகளைப் பற்றிய கவலையும் இல்லை. ஏனோதானோவென்று வாழ்ந்து கொண்டிருந்தால் அது எப்படி வாழ்க்கையாகும்!

இளைஞர்களே சிந்தியுங்கள் என்று இடைவிடாமல் அறைகூவல் விடுத்தார் கிரேக்க தத்துவ ஞானி சாக்ரடீஸ். ஏன்? சிந்திப்பதனால் மெய்யறிவு பெறுவர் என்பது அவரது உறுதியான நம்பிக்கை.

மெய்யறிவில்லாத மனிதனுக்கும் மிருகத்திற்கும் வேறுபாடில்லை. ஆனால் மனிதனிடம் மெய்யறிவு வெளிப்படும்போது, அங்கே பிணக்குகளுக்கு இடமில்லை. எல்லோரையும் அரவணைக்கின்ற பண்பு துலங்கிடும். எல்லோரும் இன்புற்று வாழ வேண்டும் என்ற எண்ணம் உருவாகும். தம்மைச் சார்ந்திருப்போரை பரிவுடன் பராமரிக்கும் பண்பு மேலோங்கும்.

அப்படியெனில் நம் வாழ்வே ஆனந்தமயமாகும். நாம் வாழ்ந் திருப்பதிலும் அர்த்தம் இருக்கும். நம் உடலில் இரத்தம் தடைபடாமல் ஓடிக்கொண்டிருந்தால் நாம் ஆரோக்கியமாக இருக்கிறோம் என்று அர்த்தம். நம் சிந்தையும் செயலும் சீர்பொருந்தியதாக இருக்குமெனில் நம் மனம் ஆரோக்கியமாக இருக்கிறது என்று அர்த்தம்.

நம்மை நாமே சோதித்துப் பார்த்துக் கொள்ளலாம். பிரச்சினைகள் இருந்தால் சீர்படுத்திக் கொள்ள வேண்டும். நல்ல வாழ்க்கைதானே நமக்கு முக்கியம்.

வாழ்க்கை கலகலப்பாகவும் மனநிறைவாகவும் இருக்க வேண்டுமா. உள்ளம் விசாலமடைந்து அன்பின் ஆலயமாகத் திகழ வேண்டுமா. அப்படியெனில், விருந்தோம்பல் அவசியம். அதில் பெறுகின்ற இன்பத்தையும் மனநிறைவையும் வேறெதிலும் நாம் பெற்றுவிட முடியாது.

நற்றிணையில் பல பாடல்கள் தமிழர்களின் விருந்தோம்பும் பண்பாட்டைக் கூறுகின்றன.

'எனக்கும் என் கணவனுக்கும் ஒருபோதும் ஊடல் ஏற்படுவ தில்லை' என்று ஒரு பெண் சொல்கிறாள். அதற்கு அவள் சொல்லும் காரணம்தான் வியப்பூட்டுகிறது.

'என்னுடைய வீட்டில் எப்போதும் ஏராளமான விருந்தினர்கள் தங்கியிருக்கின்றனர். அவர்களை உபசரிப்பதிலேயே எங்கள் நேரம் கழிகிறது; ஓய்வே இல்லை. எனவே ஊடல் தோன்றுவதற்கு இடமில்லை' என்கிறாள்.

**நன்மனை நனிவிருந்து அயரும்;
கைதூவின்மையின் எய்தாம் ஆறே -**

என்கிறது அந்த நற்றிணைப் பாடல். எத்தனை பெரிய மகிழ்ச்சி பாருங்கள்.

ஆனால் இங்கே சில வீடுகளில் நிலைமை தலைகீழாக இருக்கும். விருந்தினர்கள் தங்கள் வீட்டிற்குள் நுழையும் நேரம் பார்த்து, கணவன் - மனைவி தங்கள் சண்டையை ஆரம்பிப்பார்கள். வந்தவர்கள்

தலைதெறிக்க ஓடும்வரை அவர்கள் தங்கள் சண்டையை நிறுத்த மாட்டார்கள். அது மிகவும் கேவலமான குணம்.!

அப்படிப்பட்ட குடும்பங்களில், பிள்ளைகள் என்ன பாடத்தைப் படிப்பார்கள். உபசரிக்கும் பண்பு, பெற்றோரை பராமரிக்கும் குணம் அவர்களிடத்தில் எப்படி உருவாகும்! சிந்திக்க வேண்டும்.

பெற்றோர்கள் முதலில் தங்கள் பிள்ளைகளிடம், உபசரிக்கும் பழக்கத்தை ஏற்படுத்த வேண்டும்; வீட்டிற்கு விருந்தினர்கள் வரும்போது, ஆளுக்கொரு அறையில் ஓடி ஒளிந்து கொள்ளாமல், அவர்களை வரவேற்று மரியாதை செய்யும் பண்பை வளர்க்க வேண்டும். அதன் பலனை பிற்காலத்தில் நீங்கள் காண்பீர்கள்.

விருந்தோம்பலைப் பற்றி, நற்றிணையில் மற்றுமோர் அருமையான காட்சி :

கணவனுடன் சிறு சண்டை. எனவே எதுவும் பேசாமல், கோபத்துடன் மனைவி சமையலறையில் வேலைகளைச் செய்து கொண்டிருக்கிறாள். அவள் முகம் கோபத்தில் சிவந்திருக்கிறது. அவளை சமாதானப்படுத்துவதற்கு என்ன வழி? கணவன் தவிக்கிறான்.

'இந்நேரம் என் வீட்டிற்கு விருந்தினர்கள் வந்தால் நன்றாயிருக்குமே. விருந்தினரைக் கண்டதும் இவளுடைய கோபம் தணிந்து முகத்தில் புன்சிரிப்பு மலரும். நானும் அவளின் அழகிய முகத்தைக் கண்டு மகிழ்வேன். இவளுடைய ஊடலும் ஓடி மறையும்' என்று ஏங்குகிறான் கணவன்.

'........ அம்மா அரிவை
எமக்கே வருக! தில்விருந்தே; சிவப்பு ஆன்று,
சிறிய முள் எயிறு தோன்ற
முறுவல் கொண்ட முகம் காண்கம்மே' –

என்று அவன் கூறுவதாக நற்றிணைப் பாடல் ஒலிக்கிறது.

விருந்தினர்களை உபசரிப்பதிலேயே நேரம் கழிந்துவிடுவதால் எங்களுக்குள் சண்டை வருவதற்கே வாய்ப்பில்லை என்கிறாள் ஒருத்தி, வீட்டிற்கு விருந்தினர்கள் வந்துவிட்டால், என் மீது என் மனைவி கொண்ட கோபம் தணிந்து, அவள் முகத்தில் புன்முறுவல் பூத்துவிடும் என்கிறான் இன்னொருவன்.

அவசர யுகத்தில் வாழ்கின்ற நாம் பல நல்ல விஷயங்களைக் கற்பதற்கும் கற்பிப்பதற்கும் தவறி விடுகின்றோம். அதனால்தான் இன்று பல்வேறு குடும்பங்களிலும் சமூகத்திலும் பல கேடுபாடுகள். பிரிவினைகள், தவிப்புகள்!

மகிழ்ச்சிமிகு வாழ்க்கைக்குத் தேவையான அடிப்படைப் பாடத்தை நற்றிணை நமக்குத் தந்திருக்கின்றது. சுற்றங் காத்தல், விருந்தோம்பல் ஆகியவற்றின் மேன்மையை ஒவ்வொருவரும் உணர்ந்துவிட்டால், தங்கள் பெற்றோரை புறந்தள்ள மாட்டார்கள்; தம்மை நாடி வருபவர்களை விரட்டியடிக்க மாட்டார்கள்: சுயநல நோக்குடன் ஒருபோதும் செயல்பட மாட்டார்கள்.

அவர்கள் இருக்கும் இடத்தில் அன்பு பெருகும்; அறம் தழைக்கும். எல்லோரும் சேர்ந்திருக்கும் நிலை உண்டாகும். இல்லம் என்பதே இனிய சொர்க்கம்போல் மகிழ்ச்சி கொண்டாடும்.

எத்தனையோ ஞானியர்; எத்தனையோ உபதேசங்கள். இம்மை மறுமை பற்றியும், வாழ்க்கை முறைகள் பற்றியும், யோக முறைகள் பற்றியும் சித்தர்கள் நிறைய உபதேசம் செய்திருக்கிறார்கள். அஃறிணை உயிர்களுக்கும் உபதேசித்திருக்கிறார்கள்.

போகர் என்னும் சித்தர் சிங்கம், பசு, பூனை போன்றவற்றிற்கும் உபதேசம் செய்துள்ளார். அவற்றையெல்லாம் படிப்பதற்கு நேரமோ பொறுமையோ நமக்கில்லை. நமக்குத் தேவையெல்லாம் ஒன்றே ஒன்றுதானே; நல்ல வாழ்க்கை! அதனைப் பெறுவதற்குத் தேவை, விருந்தோம்பும் பண்பு.

உங்களை நாடி வருபவர்களை முகமலர்ச்சியுடன் வரவேற்று உபசரியுங்கள். நாளை நீங்கள் உபசரிக்கப்படுவீர்கள். கையில் இருக்கிறதோ இல்லையோ - அன்புடன் கொடுக்கின்ற ஒரு குவளை நீர்கூட திராட்சை ரசம்தான், வருத்தங்கள் தேவையில்லை; வாசல் திறந்து வையுங்கள். ஏனெனில், உங்கள் வாழ்வில் இனியெல்லாம் வசந்தமே.

●

தருவதும் பெறுவதும்

வெயிலின் ஒளி எந்தப் பொருள் மீது பட்டாலும் அந்தப் பொருள் அழகுடையதாகத் தோன்றும் என்றான் ஆங்கிலப் பெருங் கவிஞன் ஷெல்லி. அதேபோல் உள்ளொளி என்னும் தூய அன்புடன் பிறர்க்கு நாம் கொடுக்கின்ற எந்தப் பொருளும் அதி உன்னத மதிப்புடையதாகவே கருதப்படும்.

பிறர் தேவையறிந்து கொடுக்க வேண்டும். அதை சரியான நேரத்தில் கொடுக்க வேண்டும். கொடுத்துவிட்டு எதுவுமே கொடுக்காதவர்போல் நாம் நடந்துகொள்ள வேண்டும். அதுதான் பெருந்தன்மை.

கோயிலுக்கு நன்கொடையாக கொடுக்கப்பட்ட மின்விளக்கு பிரமாண்டமானதுதான். ஆனால் அதன் மீது, கொடுத்தவன் தன் பெயரை எழுதி விளம்பரப்படுத்திக் கொண்டால் விளக்கின் வெளிச்சம் எப்படி வெளியே தெரியும்!

கொடுப்பதில் சுயநலம் மேலோங்கி நின்றால், அது தர்மமல்ல; வியாபாரம். ஒன்று கொடுத்து, பத்து எதிர்பார்த்தால் அது உரிமைக் கணக்கல்ல ; வட்டிக் கணக்கு. உபகாரம் செய்கின்ற போது, அன்பு மட்டுமே உயர்ந்து நிற்க வேண்டும். அப்படியெனில், வழங்குகின்ற நெஞ்சுக்கு நிம்மதி; வாங்குகின்ற கைகளுக்கு அது வெகுமதி.

சிலர் உதவி செய்வார்கள். ஆனால் தங்களிடம் உதவி பெற்றவர் களை அடிமைபோல் நடத்துவார்கள். சிலர் கொஞ்சம் செய்வார்கள்; அதிகம் பேசுவார்கள். தம்பட்டம் அடித்து ஊரைக் கூட்டி, பலர்முன் தானம் செய்கின்றவர்களின் சுயவிளம்பர யுக்தியில் கருணைக்கு இடமிருக்காது.

சின்ன மீனைப் போட்டுப் பெரிய மீனைப் பிடிப்பதில் அவர்கள் கைதேர்ந்தவர்கள். அழகாகச் சிரிப்பார்கள். அற்புதமாகப் பேசுவார்கள். அள்ளி அள்ளிக் கொடுப்பதுபோல் பாவனை செய்வார்கள். அவை அனைத்திற்குள்ளும் அவர்களின் சுயநலம் கூடு கட்டிக் கொலுவிருக்கும்.

சிலந்தி வலையால் சிலந்திக்கு ஆபத்தில்லை. ஆனால் விபரம் தெரியாமல் அதில் போய் சிக்கிக் கொள்கின்ற அப்பாவி உயிர்களுக்கு ஆபத்து.

கீதையில் கண்ணன், சாத்விகம் - ராஜஸம் - தாமஸம் என்று தானத்தை மூன்று வகையாகச் சொல்கிறான். பிரதிபலன் எதிர்பாராமல் தகுந்த பாத்திரத்துக்குத் தகுந்த இடத்தில், தகுந்த காலத்தில் தருவது தான் சாத்விகம். அது உத்தமமானது. புண்ணிய பலன்களையும், பெற்றுக்கொண்டவனிடமிருந்து பெறப்போகிற பிரதிபலன்களையும் கணக்குப் பார்த்துக் கொடுக்கிற தானம் ராஜஸம். தகாத இடத்தில், தகாத காலத்தில் அவமானப்படுத்திக் கொடுப்பது தாமஸம்.

கண்ணன் சொன்ன இந்த மூன்றுவகை தானங்களைக் கடந்து, ஒப்பற்ற உன்னதமான தானம் ஒன்றுண்டு. அது, தன்னையே கொடுக்கின்ற தானம்.

பிரதிபலன் எதிர்பாராமல் கொடுப்பதும், பிறர் நலனுக்காய் தன்னையே வழங்குவதும் சாதாரண விஷயமா. அது நடைமுறையில் சாத்தியமா?

சாத்தியம்தான். உண்மையான அன்பிருக்கும் உள்ளங்களுக்கு தர்மமும் தியாகமும் சாத்தியமாகின்றன.

களங்கமில்லாத அன்புடன் கொடுக்கின்ற சிறிய பொருள்கூட சிகரத்தின் உயரத்திற்கு மதிப்பைப் பெற்றுவிடுகின்றது. பொருள் அல்ல; உள்ளம்தானே முக்கியம்.

விஸ்வாமித்திரரின் வேள்வியைக் காப்பதற்காகச் சென்ற ராமன், அப்படியே மிதிலை சென்றான். அங்கு சிவதனுசை முறித்து, சீதையை மணம் செய்து கொண்டு அயோத்திக்குத் திரும்பினான்.

எங்கெங்கும் விழாக்கோலங்கள். நாட்டு மக்கள் எல்லாரும் மகிழ்ந்து கொண்டாடி ராமபிரானை வாழ்த்தி விதவிதமான பரிசுகளை வழங்கிக் கொண்டிருந்தனர். அவை அனைத்தையும் மித்ரபந்து என்னும் செருப்புத் தைக்கும் தொழிலாளி கவனித்துக் கொண்டிருந் தான்.

பரிசளிப்பதற்கு அவனிடம் விலையுயர்ந்த பொருட்கள் எதுவும் இல்லை. ஆனால் ராமனுக்கே அளவெடுத்துத் தைத்தது போன்று அழகான இரு பாதுகைகள் இருந்தன. எனினும் மற்றவர்களின் பரிசுப் பொருட்களைப் பார்த்த மித்ரபந்துவுக்கு மிகுந்த வருத்தம்.

‘அனைவருமே மதிப்புயர்ந்த பரிசுகளைக் கொடுக்கும்போது, நான் மட்டும் அற்ப காலணியை எப்படிக் கொடுப்பது? மனதிற்குள்

குழம்பினான். ராமனைப் பார்க்கப் போகாமலேயே திரும்பிவிட நினைத்தான்.

அவனது தயக்கத்தை கவனித்துவிட்ட ராமபிரான். அவனை அருகே அழைத்தான், 'உண்மையான உழைப்பிலும் அன்பிலும் உருவான உன் பரிசுதான் இங்கே இருக்கும் எல்லாவற்றையும்விட உயர்ந்தது. எனக்குப் பிரியமானதும் இதுவே' என்று ராமன் சொல்ல, நெகிழ்ந்துபோனான் மித்ரபந்து.

ராமன் வனவாசம் செல்லப் புறப்படும் போது, 'தாயே, வனவாசம் செல்லும் போது எதையுமே எடுத்துச் செல்லக் கூடாதுதான். இருப்பினும் இந்தப் பாதுகைகளை அணிந்து செல்ல அனுமதியுங்கள்' என்று அனுமதி கேட்டு, அதனை அணிந்து கொண்டான்.

கூட்டத்தில் கண்ணீர் வழிய நின்று கொண்டிருந்தான் மித்ரபந்து. ராமன் அவனைப் பார்த்து, 'விலையுயர்ந்த எந்தப் பரிசும் எனக்குப் பயன்படவில்லை. நீ அளித்த காலணிகள்தான் என் கால்களைக் காக்கப் போகின்றன' என்றான். மித்ரபந்து மகிழ்ச்சி தாளாமல் திக்குமுக்காடினான்.

உண்மை அன்பின் அடையாளமான அந்தப் பாதுகைகள் அல்லவா. பின்னர் அயோத்தியின் அரியணையில் அமர்ந்து, பதினான்கு ஆண்டுகள் ஆட்சி செய்தன.

என்ன கொடுக்கிறோம் என்பது முக்கியமல்ல; என்ன மனநிலை யுடன் கொடுக்கிறோம் என்பது முக்கியம். உந்தித் தள்ளுகின்ற அன்பினால் கொடுக்கப்படுகின்ற எந்த ஒரு பொருளும் வானை விஞ்சும் சிறப்பினைப் பெற்றுவிடும்.

ஆர்வமிருந்தும், படிக்க வசதியில்லாத எத்தனையோ ஏழைக் குழந்தைகள் ஊரில் உண்டு. அவர்களைப் பற்றி என்றைக்காவது சிந்தித்திருக்கின்றோமா! சிகிச்சை கிடைத்தால் உயிர்பிழைத்து விடலாம். எனினும் சிகிச்சை பெற போராடிக் கொண்டிருக்கும் எத்தனையோ ஏழை ஜீவன்கள் நம் கண்ணெதிரில் உண்டு. அந்த ஜீவன்களைப் பற்றி என்றாவது கவலைப்பட்டிருப்போமா! மாற்றுப் புடவைக்குக் கூட வழியில்லாத எத்தனையோ ஏழைகளின் கண்ணீர்க் கதை நம்மைச் சுற்றிலும் உண்டு, அதைப் பற்றியெல்லாம் ஒரு நொடிப்பொழுதாவது நாம் எண்ணியதுண்டா!

ஆனால் தேனொழுகப் பேசுவோம். 'அறம்செய விரும்பு' என்னும் அவ்வையின் ஒருவரி ஆத்திச்சூடியின் பொருளை உணராமலேயே அதனை பாடிக்கொண்டிருப்போம்.

பசியோடு தெருவில் திரிகின்ற நாய்க்குட்டிக்கு ஒரு வேளைச் சோறுவைக்க மனம் வேண்டும். அதனிடம் பிரதிபலனை எதிர் பார்த்துக் கொண்டு செய்ய முடியுமா? தாகத்தில் தவிக்கின்ற பறவை களுக்கு ஒரு குவளை நீர் வைக்க எண்ணம் வர வேண்டும். அவற்றிட மிருந்து விண்ணப்பம் வந்தால் செய்யலாம் என்றால், அது நடக்கின்ற காரியமா!

மனதில் ஈரம் வேண்டும். 'உயிர்களிடத்தில் அன்பு வேண்டும்' என்றார் வள்ளலார். எல்லா உயிர்கள் மீதும் அன்பு செலுத்துகின்ற உள்ளம் வேண்டும். ஏழை எளியோர் மீது கருணை கொள்கின்ற நெஞ்சம் வேண்டும். இல்லையெனில், நாம் மனிதராகப் பிறந்திருப்பதில் என்ன அர்த்தம்! கல்வியறிவு பெற்று விளங்குவதில்தான் என்ன பொருள்!

நாம் யாருக்காவது உதவி செய்திருக்கின்றோமா. எந்தவொரு ஏழைக் குழந்தையின் படிப்புச் செலவையாவது ஏற்றுக் கொண்டிருக் கின்றோமா. மருத்துவம் பார்க்க வழியின்றிப் பரிதவிப்போர்க்கு ஒரு ரூபாயாவது கொடுத்திருக்கின்றோமா! சிந்தித்துப் பார்க்க வேண்டும்.

மாதத்தின் முதல்நாளில் சம்பளம் வந்ததும் வீட்டுச் செலவுக்கு இவ்வளவென்றும், சேமிப்பிற்கு இவ்வளவென்றும் எடுத்து வைக்கின்றோமே. தர்ம காரியங்களுக்கும், பொதுநலச் சேவை களுக்கும் ஒரு சிறு தொகையாவது எடுத்து வைக்கின்றோமா. எண்ணிப் பார்ப்பது அவசியம்.

அப்படி எடுத்து வைத்துக் கொடுக்கின்ற குடும்பங்களில்தான் வளமும் நலமும் பெருகும். குழந்தைகளிடம் கல்வி ஞானமும் நற்பண்புகளும் மலரும். ஈகையில் இன்பம் பிறக்கும். இல்லாமை என்ற சொல்லுக்கே இடமில்லாமற் போய்விடும். ஆரோக்கியமும் அன்பும் நிரம்பி வழியும்.

கொடுத்துப் பாருங்கள், உண்மை தெரியும்! பயனுள்ள வாழ்வின் அர்த்தம் புரியும்!

ஒருவருக்குத் தானம் செய்கின்ற போது, 'இது என் கடமை. அதற்காகத்தான் இறைவன் என்னிடம் கொடுத்து வைத்திருக்கிறான்' என்ற உணர்வுடனும் உவகையுடனும் செய்ய வேண்டும்.

முகம் சுழித்தபடி ஏழையின் தட்டில் காசை வீசி எறிந்தால், காலம் நம் முகத்தில் ஒருநாள் அவ்வாறே திருப்பி அடிக்கும்.

வேறு வழியின்றி உதவி. கேட்கின்றவனுக்கு, நாலுபேர் பார்க்கும்படி நாலு வார்த்தைகளைப் பேசி, அவன் கையில் கொஞ்சம் தூக்கிப் போட்டு, அவனைக் கூனிக் குறுகச் செய்தால், அதைவிடவும் கேவலமான நிலை நாளை நமக்கு ஏற்படும்.

உதவி செய்கின்ற போது, பெறுகின்றவர்களின் மனது புண்பட்டு விடாமல் கவனமாகச் செய்ய வேண்டும். அதனால்தான், உன் வலது கையினால் செய்வதை உன் இடது கைக்குத் தெரியாமல் செய் என்று திருமறை கூறுகிறது.

அன்பு கொடுக்கும். ஆசை அபகரிக்கும். ஆணவம் அடிமைப் படுத்தும். அறியாமை பதுக்கிக் கெடுக்கும். தர்மம் ஒன்றே என்றும் நிலைக்கும்.

மழைவெள்ளம் ஊருக்குள் புகுந்துவிடுகிறது. வீடுகளில் இடுப்பளவு தண்ணீர். பொருட்கள் மிதக்கின்றன. செய்வதறியாமல் எல்லோரும் தத்தளிக்கிறார்கள்.

எங்கிருந்தோ இளைஞர்களும் நடுத்தர வயதினரும் தங்கள் உயிரையும் பொருட்படுத்தாமல் நீந்தி வந்து, வெள்ளத்தில் போராடிக் கொண்டிருப்பவர்களை மீட்கிறார்கள். வயது முதிர்ந்தவர்களைத் தங்கள் தோள்களில் தூக்கிச் செல்கின்றனர். இரவு பகல் பாராமல் யார்யாரெல்லாமோ வந்து பாலும் உணவுப் பொட்டலங்களும் வழங்குகின்றனர்.

மனிதநேயத்திற்குச் சான்று கூறும் அற்புதமான காட்சிகள். சொந்த பந்தம் பார்த்தா அங்கே உதவிக் கரங்கள் நீள்கின்றன! பிரதிபலன் எதிர்பார்த்தா உபகார உள்ளங்கள் ஓடி வருகின்றன! இல்லையே!

உள்ளன்போடு கொடுப்பவர்கள் - தன்னலமின்றித் தானம் செய்பவர்கள் - தங்களையே தந்து தர்மத்தை நிலைநாட்டுபர்கள் தெய்வத்திற்குச் சமமானவர்கள். அவர்களின் பாதங்கள்கூட படிப்பதற்குரிய வேதங்கள்.

நாம் பிறர்க்குச் செய்கின்ற தான தர்மங்களை உடனுக்குடன் மறந்துவிட வேண்டும். ஆனால் நமக்குத் தந்தவர்களை - அவர்களிட மிருந்து பெற்றுக் கொண்டவைகளை நாம் எப்போதும் நினைவில் வைத்திருக்க வேண்டும்.

ஆனால் இன்று நாம் காண்பவர்களில் பெரும்பாலானோர் அப்படி இல்லை. காரியம் ஆகுமட்டும் காலைச் சுற்றிச் சுற்றி வருவார்கள். புதிய புதிய வார்த்தைகளைக் கண்டுபிடித்துப் புகழ்ந்து

தள்ளுவார்கள். காரியம் முடியட்டும்; 'நீ யாரோ நான் யாரோ' என்ற ரீதியில் பறந்துவிடுவார்கள்.

சிலர் தங்கள் வாய்க்கு வந்தபடியெல்லாம் வம்பளப்பார்கள்.

'அவன்கிட்ட இருக்கு, கொடுக்கிறான். எப்படித்தான் சம்பாதிக் கிறானோ தெரியல... கொட்டிக் கிடக்குது. அதுலேருந்து கொடுக் கிறதுனால அவனுக்கென்ன குறைஞ்சிடவா போகுது' என்று வாங்குவதை எல்லாம் வாங்கிக்கொண்டு பேசித் திரிபவர்கள் உண்டு.

தாங்கள் செய்யவும் மாட்டார்கள். செய்கின்றவர்களை மனதார ஒருவார்த்தை பாராட்டவும் மாட்டார்கள். பலரின் மனம் அப்படி தான் பாழ்பட்டுக் கிடக்கிறது.

இதுவரை பூமியில் நம்மையும் சேர்த்து ஒருகோடி ஜீவராசிகள் கண்டுபிடிக்கப்பட்டுள்ளன. இன்னும் எத்தனை கோடி உள்ளனவோ. தெரியாது. ஆய்வுகள் தொடர்கின்றன. எனினும் புதிய உயிரினங் களைக் கண்டுபிடிக்கும் வேகத்தைவிட, இருக்கின்ற உயிரினங்களில் பல, நம் சுயநலத்தாலும் பேராசையாலும் அழிந்து கொண்டிருக்கும் வேகம் அதிகம். அதுபோலத்தான் மனிதர்களிடம் நற்பண்புகள் நாளுக்குநாள் படுவேகமாகத் தேய்ந்து கொண்டிருக்கின்றன.

பலரிடம் பணம் வசூலித்து அன்னதானம் செய்வதாகச் சொல்கிறான். அதிலும் இஷ்டம்போல் கள்ளக் கணக்கெழுதி தனக்கு வேண்டியதை கச்சிதமாகப் பதுக்கிவிடுகிறான்.

தனக்குப் பிறந்தநாள் விழா கொண்டாடி, ஏழை எளியோர்க்கு எதைஎதையோ அள்ளிக் கொடுப்பதாகக் காட்டுகிறான். ஆனால் கீழே இறங்கி வந்தபின், கொடுத்ததற்குப் பலமடங்கு அதிகமாய் வட்டியும் அசலுமாய் அவர்களிடமிருந்தே வாரிச் சுருட்டிவிடுகிறான். பார்க்கின்றோமே! அன்றாட வாழ்வில் எத்தனை எத்தனை பேரை பார்க்கின்றோம். போலிகள் ஏராளம்!

பெற்றோர் செய்த தியாகங்களை மறந்தவர்கள்,

தாயை எட்டி உதைத்துத் துரத்தியடித்தவர்கள்.

கூடப் பிறந்தவனை சுயநலத்திற்காக பகைப்பவர்கள்.

ஆபத்தில் உடனிருந்தவனை நேரம் பார்த்துக் கழற்றிவிடுபவர்கள்,

தான் படித்த பள்ளிக்கூட சுவரின் மீது சிறுநீர் கழிப்பவர்கள்,

கற்பித்த ஆசிரியர் எதிரே வரும்போது, கண்டும் காணாதவர்போல் நழுவிச் செல்பவர்கள்.....

இப்படி நிறைய பேர் இருக்கிறார்கள். அவர்கள் எப்படியும் இருந்துவிட்டுப் போகட்டும். ஆனால் நாம் அப்படி இருக்கக் கூடாது.

நாள்தோறும் நல்லது செய்ய வேண்டும். நன்றி மறவாமை வேண்டும். கபிலரைப் பாருங்கள்!

பாரி மரணம் எய்திவிடுகிறான். அவன் வாழ்ந்த போது புகழோங்கிய பறம்பு மலையைப் பிரிந்து, பாரியின் கன்னி மகளிரோடு புறப்படுகிறார் கபிலர். நடக்க நடக்க மனம் தாளாமல் அந்த மலையை திரும்பிப் பார்த்துக் கொண்டே போகிறார்.

ஈண்டு நின்றோர்க்கும் தோன்றும்; சிறுவரை
சென்று நின்றோர்க்கும் தோன்றும், மன்ற –
களிறு மென்று இட்ட கவளம் போல,
நறவுப் பிழிந்து இட்ட கோதுடைச் சிதறல்
வார் அசும்பு ஒழுகும் முன்றில்,
தேர் வீசு இருக்கை, நெடியோன் குன்றே –

என்று ஏக்கத்துடன் பாடுகிறார் கபிலர்.

பாரியின் மலை இதோ தெரிகிறது. இங்கு நின்று பார்ப்போர்க்கும் தெரியும். சிறிது தொலைவு சென்று நின்று பார்ப்போர்க்கும் தெரியும். அடடா! பாரி வள்ளல் வாழ்ந்த மலை அல்லவா!

பிழிந்தபின் எறியப்படுகின்ற தேனடைச் சக்கையிலிருந்து வழிந்தோடும் தேனால் முற்றம் சேறான கதையெல்லாம் இனி இருக்க வாய்ப்பில்லை. பார்க்குந்தோறும் நெஞ்சில் பெருமிதத்தை ஊட்டும் இந்த மலையும், இன்னும் சிறிது துரம் நான் சென்றுவிட்டால் என் கண்களுக்குத் தெரியாது. முற்றமும் மலையும் மறையலாம். ஆனால் என் மனதில் ஆழப் பதிந்துவிட்ட பாரியின் நினைவு என் நெஞ்சை விட்டு மறையுமோ என்று பெருமூச்செறிந்தார். மறக்க முடியாமையால் தானே வடக்கிருந்து உயிரை விட்டார் கபிலர்!

வாங்கிய கைகள் வழங்கிய கைகளை மறந்துவிடக் கூடாது. வழங்கிடும் கைகள் வாங்கிடும் கைகளை அற்பமாய் எண்ணிவிடக் கூடாது. தருவதும் பெறுவதும் அன்பின் அம்சங்கள்.

மனிதநேயமும், மகா உன்னத அன்பும், கடமை உணர்வுமே தானத்தின் அடிப்படைக் கூறுகளாக இருக்க வேண்டும். இதுவரை எப்படியோ; பழைய கதையை விடுங்கள். இதயத்தின் சாளரங்களைத் திறந்திடுங்கள். ஏனெனில், உங்கள் வாழ்வில் இனியெல்லாம் வசந்தமே.

●

தாய் என்னும் திருக்கோயில்

நம் வாழ்வில் சங்கிலித் தொடராய் எத்தனையோ உறவுகள். தாத்தா, பாட்டி எனத் தொடங்கி, பெற்றோர், அவர்களின் உடன் பிறந்தார்வழிச் சொந்தங்கள், நம் உடன்பிறந்தார், நம்மைத் தொடர்கின்ற சந்ததிகள், நம் நண்பர்கள், நெருங்கிப் பழகியவர்கள் - இப்படி உறவுகளின் பட்டியல் நீள்கிறது.

கட்டடத்தைக் கட்டி எழுப்புவதற்குப் பல்வேறு பொருட்கள் தேவை. அவற்றின் தரத்தைப் பொறுத்தே கட்டடத்தின் ஆயுள், அதேபோல் வாழ்வின் பலமே உறவுகள்தான்.

'பக்கத்துத் தெருவில்தான் எங்க மாமா இருக்கார். ஒரு குரல் கொடுத்தா போதும். ஓடி வந்துடுவார்' என்று சொல்லும்போதே எத்தனை உரிமை!

'வர்ற ஞாயிற்றுக்கிழமை ஊர்லேருந்து என் தம்பி வர்றான், அவனுக்கு வெங்காய வடகம்னா ரொம்ப பிடிக்கும். போட்டு வச்சிருக்கேன்' என்று அக்கா வாய் நிறைய புன்னகையுடன் பக்கத்து வீட்டுப் பெண்ணிடம் சொல்லும்போது அவளின் வார்த்தைகளில் எவ்வளவு பாசம்!

'அவனும் நானும் ஒண்ணாம் வகுப்புலேர்ந்து காலேஜ் வரைக்கும் ஒண்ணாதான் படிச்சோம். இப்ப அவன் பெரிய ஆளு. ஆனா எங்க நட்பும் அன்பும் கொஞ்சம்கூட மாறாம அப்படியே தொடருது' என்று பெருமிதம் கொள்ளும்போது மனதில் நெகிழ்ச்சி.

'நான் கிழிச்ச கோட்டை என் தம்பி தாண்ட மாட்டான். எனக்கு ஒண்ணுனா அவன் தாங்க மாட்டான்' என்று புளகாங்கிதம் கொள்ளும்போது எத்தனை பிடிப்பு!

காய்ச்சல் வந்து நாம் படுத்திருக்கும்போது, நாலுபேர் நம்மை பார்க்க வந்துவிட்டால் மனதிற்குள் ஒரு தெம்பு வந்துவிடுகிறது. நோய் பறந்து போனதுபோல் ஓர் உணர்வு. எழுந்து உட்கார்ந்து பேச ஆர்வம் ஏற்படுகிறது.

அலுவலகத்தில் திடீரென தலைவலிக்கிறது. பக்கத்தில் இருப்பவர் கரிசனையுடன் தன்னிடமுள்ள தைலத்தை எடுத்துக் கொடுத்து, 'நெத்தியில் நாசியில் நல்லா பூசிட்டு, சூடா ஒரு கப் காபி குடிங்க' என்று அக்கறை காட்டும் போது தலைவலி நமக்கு மறந்துவிடுகிறது.

திருமண வைபவமா, புதுமனை புகுவிழாவா! சொந்த பந்தங்கள் கூடிவிடுகின்றன. நடப்பதற்கே கஷ்டப்படுகின்ற முதியவர்கள் கூட சிரமத்தைப் பொருட்படுத்தாமல் வந்துவிடுகிறார்கள். உறவு முகங்களைப் பார்ப்பதில், அவர்களுடன் குடும்பக் கதைகளைப் பேசுவதில் அத்தனை பிரியம்!

துக்க வீட்டிலும் கூட்டம். போனவரைப் பற்றி புரளி பேசுபவர்களும் அதில் இருப்பார்கள். மாலை மரியாதை செய்வதற்கும். தூக்கிச் சுமப்பதற்கும் ஏராளமான கைகள் உண்டு.

கூடுவதிலும் கூடிக் கொண்டாடுவதிலும் இன்பம் இருக்கிறது. சிரிப்பவர்களுடன் சேர்ந்து சிரிப்பதிலும், அழுபவர்களுடன் சேர்ந்து அழுவதிலும் அர்த்தம் இருக்கிறது. உறவுகள் இன்றி வாழ்வில் என்ன சுவாரஸ்யம்! நட்பும் உறவுகளும் வாழ்வின் வழிச்சாலையில் நம்மோடு கைகோத்து வருகின்றன.

எத்தனையோ சொந்தங்கள்! எத்தனையோ நண்பர்கள்!

அரவணைப்பதற்கும் ஆதரிப்பதற்கும் நல்ல நல்ல உள்ளங்கள், பெறுகின்ற அன்பிலும் அக்கறையிலும் மனம் நெகிழ்ந்து போகின்றோம்.

எனினும் எல்லாவற்றிற்கும் ஓர் எல்லை இருக்கிறது. அன்பைப் பெறுவதிலும் தருவதிலும் நிபந்தனைகள் இருக்கின்றன.

நாம் அன்பு செலுத்தினால் மற்றவர்கள் நம்மிடத்தில் அன்பு செலுத்துவார்கள். நாம் நன்மை செய்தால் அவர்கள் நமக்கு நன்மை செய்வார்கள். நாம் நல்லவர்களாக நடந்து கொண்டால் அவர்களும் நம்மிடத்தில் நல்லவர்களாக நடந்து கொள்வார்கள்.

மாறாக. தெரிந்தோ தெரியாமலோ நாம் அவர்களுக்கு ஒரு சிறு தீங்கிழைத்துவிட்டால், அவர்கள் நமக்கு நன்மை செய்வார்களா! சிறு பிணக்கு ஏற்பட்டுவிட்டால் முகம் கொடுத்துப் பேசுவார்களா! அப்படிப்பட்டவர்களைக் காண முடியுமா! நாம் அன்பு செலுத்தத் தவறினாலும் நம் மீது அன்பைச் சொரிகின்ற உள்ளங்கள் உண்டா!

உண்டு! உண்டு! நாம் வாழ்கின்ற உலகில் எவ்வித நிபந்தனையுமின்றி, துளியளவும் பிரதிபலன் எதிர்பாராமல் எந்தச் சூழ்நிலையிலும் நம் மீது அன்பைப் பொழிகின்ற ஒரே ஒரு உள்ளம் - அதுதான் தாயுள்ளம்!

மனித உறவுகளிலேயே மிகவும் உன்னதமாகப் போற்றப்படுவது தாயின் கருணை உள்ளம்தான். அதனால்தான் 'தாயிற் சிறந்த கோயில் இல்லை' என்றது நீதி இலக்கியம்.

ஒரு பெண் யாருக்கும் தெரியாமல் தன் காதலனுடன். புறப்பட்டு அவனூர்க்குப் போய்விடுகிறாள். இருவரும் ஒன்று சேர்ந்து போன பிறகுதான் அவர்கள் மணம்புரிந்து கொண்ட செய்தி ஊரார்க்குத் தெரிய வருகிறது. இச்செய்தியை அறிந்த அவளின் தாய், மகளின் பிரிவைத் தாங்க முடியாமல் வருந்துகிறாள். ஆயினும் அவள் தன் மகளை வெறுக்கவில்லை: கண்ணீருடன் வாழ்த்துகிறாள்.

மன்னர் கொட்டின் மஞ்ஞை ஆலும்,
உயர் நெடும் குன்றம். படுமழை தலைஇச்,
சுரம், நனி இனிய வாகுக தில்ல;
அறநெறி இதுவெனத் தெளிந்த என்
பிறை நுதற் குறுமகள் போகிய சுரனே-

என்று அந்நிகழ்ச்சியை ஐங்குறுநூற்றுப் பாடல் கூறுகிறது.

உழவர்கள் அடிக்கின்ற பறைக்குத் தக்கவாறு மயில்கள் நர்த்தனம் புரிகின்ற - உயர்ந்த மலையில் படிந்திருக்கின்ற மேகங்கள் புறப்பட்டு மழையைப் பொழியட்டும். அவர்கள் நடந்து செல்லும் பாலைவனம் குளிர்ச்சி மிகுந்த பாதையாகட்டும். பிறைபோன்ற நெற்றியுடைய எனது மகள் தனது காதலனுடன் செல்லும் பாலைவனம் இனிதா கட்டும் என்று அந்தப் பெண்ணின் தாய் வாழ்த்துகிறாள்.

வாழ்த்தியதோடு நின்றுவிடவில்லை. தன் மகளையும் மருமகனையும் வீட்டுக்கு வந்து சேரும்படி கரைந்து அழைப்பதற்கு காக்கையை அவள் வேண்டுவதாக மற்றொரு பாடல் கூறுகிறது.

'மறுவில் தூவிச் சிறுகருங்காக்கை' என்று தொடங்கும் அப்பாடலில், 'காக்கையே, நீயும் உனது சுற்றமும் உண்ணுவதற்கு, பச்சை மாமிசமும் பசுமையான கொழுப்பும் கலந்த அரிசியைப் பொற்பாத்திரத்தில் தருகிறேன். பகைவர்மேல் கொடிய கோபத்தைக் காட்டுகின்றவனும், வெற்றி பெறும் வேற்படையை உடையவனும், காளை போன்றவனுமாகிய அவனுடன், அழகிய கூந்தலை உடைய என் மகளையும் வீட்டுக்கு வரும்படி கரைந்து அழைப்பாயாக' என்று அந்த காக்கையிடம் பெண்ணின் தாய் உருகுகின்றாள். அதுதான் தாயுள்ளம்!

ஆனால் கவலைக்குரிய விஷயம், பலருக்குத் தாயின் அருமை புரிவதில்லை. பெற்றோரை கண்ணீரில் தத்தளிக்க விடுகின்ற பிள்ளை களும் இருக்கத்தானே செய்கிறார்கள்.

வயது முதிர்ந்த தாய்மார்கள் பலர் சாலையோரங்களில் நின்று பிச்சை எடுத்துக் கொண்டிருக்கிறார்கள். முதுமையின் பலவீனங்கள். பட்டினிக் கொடுமை, கவனிப்பாரற்ற நிலை; பிள்ளைகள் நல்ல நல்ல நிலைகளில் இருந்தும் கைவிடப்பட்ட அவமானம்!

இன்று வருமானமும் வசதிகளும் பெருகிவிட்டன. ஆனால் மனிதர்களின் உள்ளம் சுருங்கி விட்டது. சுயநலம் வளர்ந்து பெருகுகிறது. பற்றும் பாசமும் பணத்தின் மீதுதான் என்றானபின், எங்கிருந்து அன்பு சுரக்கும்!

பணமும் பேராசையும் மனிதனைப் பாடாய்ப்படுத்துகின்றன. ஓடி ஓடிப் பணம் சேர்க்கிறான். செல்வம் சேரச் சேர சிந்தை சீர்கெடு கிறது. மந்திபோல் மனம் அங்குமிங்கும் தாவி நிலைகெட்டுத் திரிகிறது.

கிடைப்பதை எல்லாம் சுயநலத்திற்காகச் சேமித்து வைக்க வேண்டும் என்ற எண்ணம் உச்சந்தலையில் ஏறிவிடுகிறது. பிறகு, யார் இருந்தாலென்ன போனாலென்ன என்னும் அலட்சியப் போக்கு!

யார்மீதும் அக்கறையற்ற அந்த அலட்சியத்தனம்தான் மனிதனை மனித நிலையிலிருந்து கீழ்நிலைக்குக் கொண்டு செல்கிறது. எனவே தான் பெற்ற தாயைக்கூட பாரமாக நினைக்கின்ற அளவிற்கு அவன் இழிஞனாகிவிடுகின்றான்.

பண்டைய ஜப்பானில் வேதனைக்குரிய ஒரு விசித்திரமான பழக்கம் இருந்து வந்ததாகச் சொல்கிறார்கள்.

வயது முதிர்ந்து, முற்றிலுமாக வலுவிழந்து. எந்தவொரு செயலையும் செய்வதற்கு இயலாமல் இருக்கும் பெற்றோரை, அவர்களின் பிள்ளைகளே சுமந்துகொண்டு போய் ஒரு மலையின் உச்சியில் இறக்கி வைத்துவிட்டு வந்து விடுவார்களாம்.

அங்கு உணவும் நீருமின்றி, பசியிலும் தாகத்திலும் துடி துடித்து அவர்கள் இறந்துவிடுவார்கள்.

அப்பழக்கத்தின்படி ஒரு மகன், நன்கு மூப்படைந்த தனது தாயை அந்த மலையின் உச்சியில் விட்டு வருவதற்காக. தன் தோள் மீது தாயை சுமந்தபடி காட்டு வழியே சென்று கொண்டிருந்தான்.

அப்போது அவன் தோள் மீதிருந்த அந்த முதிர்வயது தாய், வழிநெடுக மரத்தின் இலைகளைப் பறித்து, கீழே போட்டுக்கொண்டே வந்தாள்.

மலையின் உச்சியை அடைந்தபின் தன் தாயிடம் மகன் கேட்டான்:

'அம்மா, நான் உங்களைத் தூக்கிக் கொண்டு வந்தபோது, வழியெங்கும் மரத்தின் இலைகளைப் பறித்துப் போட்டுக்கொண்டே வந்தீர்களே. ஏன்?'

அந்த மகனின் கைகளைப் பற்றிக் கொண்டு, கனிந்த புன்னகை யுடன் தாய் அவனைப் பார்த்து, 'மகனே, நீ என்னை கவனமாக மலையின் உச்சியில் கொண்டுவந்து சேர்த்துவிட்டாய். ஆனால், தனியாக நீ திரும்பிச் செல்லும்போது பாதை தவறாமல் பத்திரமாகச் செல்ல வேண்டும் என்பதற்காகத்தான். நீ நடந்து வந்த பாதையெங்கும் நான் இலைகளைப் பறித்துப் போட்டு வந்தேன்' என்றாள்.

மகனின் கல்நெஞ்சம் உடைந்து நொறுங்கியது. கண்ணீர் வழிந்தது. தாயின் களங்கமற்ற அன்பை உணர்ந்தான். தாயை மீண்டும் தோள்மீது தூக்கி வைத்துக் கொண்டு வீடுவந்து சேர்ந்தான். அதன் பின்னர்தான் அக்கொடிய பழக்கம் அந்நாட்டிலிருந்து நீங்கியது என்கிறார்கள்.

நம்மை இந்த உலகிற்கு அறிமுகப்படுத்தியவள் தாய்தான். உலகை நமக்கு அறிமுகப்படுத்தியவள் அவள்தான். நம்மையே தன் உலகமாக நினைத்துக் கொண்டிருப்பவளும் அவளேதான்.

ஒவ்வொரு குழந்தைக்கும் முதல் வைத்தியர் தாய்தானே.

ஏழு மாதக் குழந்தைக்கு வயிற்றுக் கோளாறு ஏற்பட்டால், வசம்பைச் சுட்டுக் கருக்கி, அந்தக் கரியைத் தாய்ப்பாலில் கலந்து கொடுக்கின்ற தாய்க்குத் தெரியாத வைத்தியமா!

வசம்பில் 0.04 சதவிகிதம் மட்டுமே உள்ள அசரோன் என்ற பொருள் நச்சுத் தன்மை கொண்டது என இன்றைய விஞ்ஞானம் கண்டறிந்திருக்கலாம். ஆனால் வசம்பைச் சுட்டுக் கருக்கும்போது அந்த அசரோன் காணாமல் போய்விடும் என்பதை அன்றே கண்டறிந்தவள் தாய்தானே!

சளித் தொல்லையா? கற்பூரவல்லியில் பஜ்ஜி போட்டுக் கொடுங்கள். மத்தியான ரசத்தில் கொத்தமல்லியோடு கொஞ்சம் தூதுவளை, கொஞ்சம் துளசி போட்டுக் கொடுங்கள். சளி சரியாயிடுமாமே!

மலச்சிக்கல் பிரச்சினையா? ராத்திரியில் பிஞ்சு கடுக்காயை, கொட்டையை எடுத்துவிட்டு, அதை வறுத்துப் பொடி செய்து கொடுத்தால் அந்தப் பிரச்சினை தீர்ந்துவிடுமாமே!

சுக்கு, மிளகு, திப்பிலி, ஏலக்காய், சீரகம் - இந்த ஐந்தையும் வறுத்துப் பொடி செய்து, சரிக்குச் சரியாகப் பனைவெல்லம் கலந்து மூன்று சிட்டிகை கொடுத்தால் பசிக்கவே பசிக்காத பிள்ளைக்கும் பசியெடுத்துச் சாப்பிட ஆரம்பித்துவிடுமாமே!

மணத்தக்காளி கீரையில் சிறுபருப்பு போட்டு, கொஞ்சம் தேங்காய்ப்பால் விட்டு, சொதி செய்து கொடுத்தால் வாய்ப்புண் குணமாகிவிடுமாமே!

பித்தக் கிறுகிறுப்புக்கு முருங்கைக்காய் சூப்,
மூட்டு வலிக்கு முடக்கத்தான் அடை.
மாதவிடாய் வலிக்கு உளுந்தங்களி,
குழந்தை கால்வலிக்கு கேழ்வரகுப் புட்டு,
வயசுப்பெண் சோகைக்கு கம்பஞ்சோறு,
வயசான தாத்தாவின் கால்வீக்கத்துக்கு வாழைத்தண்டு பச்சடி-

இப்படி எத்தனை எத்தனை எளிய வைத்திய முறைகளை கையாண்டவள் நம் தாய். விஞ்ஞானத்தையும் மெய்ஞானத்தையும் நமக்கு உணர்த்தியவள் தாய்தான்.

அன்பு. அறம், ஈகை, தியாகம், பொறுமை, மௌனம் - இவை யனைத்தும் என்ன? அனைத்திற்கும் ஒரே பதில்தான்; தாய்!

வாழ்ந்திருக்கும் காலம் வரை ஓய்வொழிச்சல் இல்லாமல், மற்றவர்களுக்காய் இயங்கிக் கொண்டிருப்பதில்தான் அவளின் மகிழ்ச்சி. அதனால்தான் புகழ்மிக்க ஆங்கிலப் பெருங்கவிஞன் ஷெல்லி தனது தாயாரின் கல்லறையில், 'இங்கேதான் என் அருமைத் தாயார் தூங்கிக் கொண்டிருக்கிறார். சத்தமிட்டு நடக்காதீர்கள்' என்று எழுதி வைத்தான்.

எடுத்த காரியங்களில் நாம் வெற்றி பெறுவதற்காக, உண்ணாமல் உறங்காமல் நோன்பேற்கின்ற உள்ளம்.

நாம் வெற்றி பெறும்போதெல்லாம், இறைவனுக்கு நேர்த்திக் கடன் செலுத்துகின்ற பாசத்துடன் கூடிய பக்தி.

கோபத்தில் சிடுசிடுவென்று பிள்ளை பேசிவிட்டாலும், 'சாப்பிடு ராசா' என்று நாடி பிடித்துத் தாங்கி அரவணைக்கின்ற கைகள்.

நாம் துன்புறும் வேளைகளில், நம் அருகிலேயே அமர்ந்திருந்து நீர் சொரிகின்ற கண்கள். உள்ளமுருகும் அன்பிற்குத் தாயை விட்டால் வேறு யார்!

கைகேயியின் வரத்தினால், ராமன் வனவாசம் செல்ல புறப்படு கிறான். கௌசல்யா கண் கலங்குகிறாள். ராமனைக் கட்டி அணைத்து உச்சி முகர்ந்தாள். ரஷைகள் எல்லாம் கட்டினாள். காட்டிலுள்ள விஷப்பூச்சிகள் ராமனைத் தீண்டிவிடக்கூடாது என்பதற்காக வேர் முதலியவற்றைத் தடவினாள். 'மகனே, நீ சென்று வா' என்று வாய்திறந்து சொல்ல முடியாமல், கண்களில் நீர் ததும்பி நின்றாள் கௌசல்யா. தாயல்லவா!

தாயின் அன்பு அளவிடற்கரியது. தாய்மையின் மேன்மை வானிலும் உயர்ந்தது. தாய்க்கு நாம் செய்யும் பணிவிடை தெய்வத் திற்குச் செய்யும் பணிவிடை. இதை உணர்ந்து கொண்டோர் வாழ்வில் எல்லா நன்மைகளும் உண்டாகும்.

பெற்று வளர்த்த தாயை வீட்டை விட்டு விரட்டியடித்துவிட்டு, தர்மசாலைக்கு அடிக்கல் நாட்டுகின்றவனுக்குத் தலையில் ஏதோ கோளாறு.

ஏதேதோ சாக்குப் போக்குச் சொல்லி, பெற்றோரை பராமரிக்கும் கடமையிலிருந்து தப்பிக்க நினைப்பவன் மனிதனல்ல: மந்தி!

சம்பாத்தியத்தை எல்லாம் ஒளித்து வைத்து, வங்கிக் கணக்கையும் வட்டிக் கணக்கையும் எண்ணி எண்ணி இறுமாப்பெய்தி, ஈகை என்னும் ஈரமின்றி வறண்ட பாலைவனம்போல் இருப்பவன், உருப்படாதவன்! அப்படிப்பட்டவர்களைப் பார்த்து பட்டினத்தார் உள்ளம் நொந்து பாடினார்.

நாயாய்ப் பிறந்திடி னல்வேட்டையாடி நயம்புரியும்
தாயார்வயிற்றில் நரராய்ப் பிறந்துபின் சம்பன்னராய்
காயாமரமும் வறளாங் குளமுங்கல் லாவுமென்ன
ஈயாமனிதரை ஏன்படைத்தாய் கச்சி ஏகம்பனே!

நாயாய்ப் பிறந்தால், நல்ல வேட்டையாடி வேடர்களுக்கு உதவியா யிருக்கும்; அப்படிப் பிறக்காமல், தன்னைப் பெற்ற தாய் வயிற்றைப் பத்துமாதம் படாதபாடுபடுத்தி மனிதராகப் பிறந்து, பின் செல்வந்த ராகியும் - காய்க்காத மரமும், தண்ணீரில்லாக் குளமும், கல்லால் செய்த பசுமாடும் இவர்களுக்கு உவமானமென்று உலகம் தூற்ற லோபிகளென்று பெயர்படைப்பவர்களை கச்சி ஏகம்பனே ஏன் படைத்தாய் என்று கேட்கிறார் பட்டினத்தார்.

தாயைத் தவிக்க விட்டு, தாயின் கண்ணீருக்குக் காரணமாகித் திரிவோர்க்கும் இக்கேள்வி பொருந்தும் : 'அப்படிப்பட்டவர்களை ஏன் படைத்தாய் கச்சி ஏகம்பனே!'

பெற்றெடுத்த தாய் தயங்கித் தயங்கிக் கேட்குமுன், அவளின் தேவைகளை நிறைவேற்றுங்கள். வாழ்ந்திருக்கும் காலம் வரை மகிழ்ச்சியுடன் வாழச் செய்யுங்கள்.

தாய் என்னும் திருக்கோயிலில் எப்போதும் புன்னகை தீபம் ஒளி சிந்தட்டும். நடந்தவை நடந்தவையாக இருக்கட்டும். இனி நடப்பவை நல்லவையாக அமையட்டும். அன்னை வருகிறாள்; வாசல் திறந்து வையுங்கள். ஏனெனில், உங்கள் வாழ்வில் இனியெல்லாம் வசந்தமே.

போதை பழக்கங்களைக் கைவிட ஒருநொடி போதும்

குரங்குகள் மரக்கிளைகளில் எவ்விதச் சிரமமுமின்றி எளிதாகத் தொற்றிக் கொண்டு ஊஞ்சலாடுவதுபோல், தீய பழக்கங்கள் நம்மை மிகச்சுலபமாகத் தொற்றிக் கொள்கின்றன.

ஊதுவர்த்திப் புகைக்கே மூக்கைப் பொத்திக் கொண்டு முகத்தைச் சுழிக்கின்றவன், பின்னர் சிகரெட் புகையை ரசிக்கத் தொடங்கி விடுகிறான். முதலில் பார்த்து ரசிக்கின்றான். பின்னர், அதைப் பழகிப் பழகி இறுதியில் அது இல்லாமல் முடியாது என்ற நிலைக்கு வந்து விடுகிறான்.

சிகரெட் புகைத்தல் புற்றுநோயை உருவாக்கும் என்று சிகரெட் பாக்கெட் மீது படத்துடன் அச்சிடப்பட்டிருந்தாலும். அதை அவன் பொருட்படுத்துவதில்லை. இழுக்க இழுக்க இன்பம் என்பான்; முடிவில் துன்பம் என்பது அப்போது அவன் புத்திக்கு எட்டுவதில்லை.

பிச்சை எடுத்துப் பிழைப்பவர்களில்கூட சிலர் புகைப்பதை நீங்கள் பார்த்திருப்பீர்கள். கையில் காசு இல்லை என்றால், கீழே கிடக்கின்ற துண்டுப் பீடிகளைப் பொறுக்கி எடுத்துப் புகைப்பவர்களும் உண்டு.

சிகரெட், பீடி ஆகியவற்றைக் கடந்து கஞ்சா, கோகெய்ன் போன்ற கொடிய போதைப் பொருட்களுக்கு அடிமையாகி ஆபத்தின் விளிம்பில் நிற்பவர்கள் ஏராளம். போதை மருந்தை ஊசியின் மூலம் தங்கள் உடம்பில் தாங்களே ஏற்றிக் கொள்பவர்களும் இருக்கிறார்கள்.

ஏதோ ஒரு சந்தர்ப்பத்தில் பழகி, அந்த பழக்கமே பின்னர் அன்றாட வழக்கமாகி, அவர்களின் வாழ்க்கை மயக்கத்திலேயே கழிகிறது.

மதுப்பழக்கமும் அப்படித்தான், அதன் மீது ஓர் அதீத கற்பனை. ருசி பார்ப்பதில் ஆர்வம். தொடக்கத்தில் கண்களை மூடிக்கொண்டு மருந்தைக் குடிப்பதுபோல் மடக்மடக்கென்று குடிப்பார்கள். போகப் போக அது அவர்களுக்குத் தண்ணீர் குடிப்பதுபோல் மாறிவிடுகிறது.

வெற்றிக் கொண்டாட்டம்,
மனதில் குழப்பம்,
அலுவலகத்தில் பிரச்சினை,
பண்டிகைக் கோலாகலம்,
காதலில் தோல்வி,
எதிர்பாராத லாபம்...

இப்படி எத்தனை எத்தனையோ காரணங்கள், சூழ்நிலைகள், கொண்டாட்டத்திற்கும், துக்க நிவர்த்திக்கும், ஆனந்தத்திற்கும். ஆறுதலுக்கும் மதுவையே மருந்தாகவும் விருந்தாகவும் நியாயப் படுத்திக் கொள்கிறதே மனித மனம்! அதற்கு நியாய தர்மம் தெரியாதா? தெரியும்! ஆனால் அது மயங்குகிறதே!

பழகிக்கொண்ட எல்லா தீய பழக்கங்களுக்கும் மற்றவர்களைக் காரணம் சொல்லி, 'அவனாலதான் கெட்டேன்' 'இவனாலதான் மோசம் போனேன்' என்று தங்களை அப்பாவிபோல் காட்டிக் கொள்பவர்கள் நிறைய பேர்.

செய்வதை எல்லாம் செய்து எல்லாவற்றையும் கெடுத்துவிட்டு, பிறர்மீது பழியைச் சுமத்துவதில் பலர் கைதேர்ந்தவர்கள்.

'தீதும் நன்றும் பிறர்தர வாரா' என்கிறது ஞானத்தமிழ். நல்லவையோ கெட்டவையோ நாமே ஏற்படுத்திக் கொள்வதுதான். மற்றவர்களிடம் காணும் தீய பழக்கங்களை உற்று கவனிப்பதில் கண்களுக்கு ஓர் இன்பம்; அவற்றில் மனம் லயிப்பதுமுண்டு. மிடுக்குடன் புகைப்பவனையும், ரசனையுடன் குடிப்பவனையும் பார்த்து ரசித்து மனம் தள்ளாடுபவர்கள் உண்டு.

அத்தருணங்களில் மன வைராக்கியத்தை விட்டுவிடாமல், அவர்களை விட்டு விலகி நிற்கத் தெரிய வேண்டும். அப்படியெனில் தப்பித்துக்கொள்ள முடியும்,

தகாத செயல்களைச் செய்வோரிடம் பொறுக்குமளவு பொறுமை யாக நடந்துகொள்ள வேண்டுமாம். எல்லை மீறும்போது. அவர் களுக்குத் தீங்கு எதுவும் செய்யாமல், அவரைப் பழிக்காமல், அத்தகையவர்களின் தொடர்பு மீண்டும் ஏற்படாதவாறு 'தூரவிலகிக் கொள்க' என்று அறிவுறுத்துகிறது நாலடியார்.

வேற்றுமை இன்றிக் கலந்திருவர் நட்டக்கால்
தேற்றா ஒழுக்கும் ஒருவன்கண் உண்டாயின்
ஆற்றும் துணையும் பொறுக்க; பொறானாயின்
தூற்றாதே தூர விடல்

என்கிறது அந்தப் பாடல்.

விருப்பமில்லாதவனைக்கூட வற்புறுத்திப் போதைப் பொருட்களை உட்கொள்ளச் செய்வதும், அத்துமீறிய போதையில் ஏற்படுகின்ற தகராறில் கொலைகள் நிகழ்வதும் அவ்வப்போது நாம் கேள்விப்படுகின்ற விஷயம்தானே! அதனால்தான், அப்படிப்பட்டவர்களிடமிருந்து ஜாக்கிரதையாக தப்பித்துக் கொள்ள வேண்டும் என்பதை 'தூற்றாதே தூர விடல்' என்று அப்பாடல் குறிப்பிடுகிறது.

கண்ணிகளுக்குள் சிக்கிக் கொள்ளாமல் நடக்கத் தெரிய வேண்டும். சிக்கிக் கொண்டபின் மீள்வது கடினம்.

தண்ணீர் தேங்கி, சேறாகி, நிலம் இறுகி, பாசி படிந்து. அடித்தளத்தில் கனிந்து, தரைமட்டம் எதுவுமின்றிச் சொதசொத வென்று இருக்கும். புதைகுழிகள் அப்படிதான் உருவாகின்றன. அதில் யானையே விழுந்தாலும் உள்ளே போய்விடும்.

அப்படிதான் தீய பழக்கங்களும், அவற்றைப் பழகும்போது அவற்றால் ஏற்படக்கூடிய பின்விளைவுகளை மனம் எண்ணிப் பார்ப்பதில்லை. எதிர்கொள்ளப்போகிற ஆபத்தும் அவஸ்தைகளும் பெரிதாகத் தெரிவதில்லை. ஆனால் போகப் போக தீய பழக்கங்கள் புதைகுழியாகி மனிதனை முற்றிலுமாக இழுத்தப் பிடித்து அடிமை யாக்கி அவனது வாழ்வுக்குச் சமாதி கட்டுகின்றன.

சூழ்நிலை பண்பு மாற்றத்தை ஏற்படுத்தக்கூடியது என்கிறது மனோதத்துவம். அதனால்தான் நட்பில், சகவாசத்தில் எச்சரிக்கை யுடன் இருக்க வேண்டும் என்று திருக்குறள் உட்பட அனைத்து அறநூல்களும் வலியுறுத்துகின்றன.

குடிகாரர்களுடன் கூட்டுச் சேர்ந்து கொண்டு பொழுதைக் கழிப்பவன், முதலில் கொஞ்சம் தயங்குவான்; மெல்ல மெல்லப் பழகுவான். பின்னர் 'குடி இல்லையேல் வாழ்க்கை இல்லை' என்கிற அளவிற்குக் குடியில் தேறிவிடுவான்.

சூதாடியுடன் சகவாசம் வைத்திருப்பவன் சூதாடாமல் இருப்பானா. திருடனோடு கைகோத்துக் கொண்டவன், கோயிலுக்குச் சென்றாலும் சாமி சிலைகளைத் திருடத்தானே திட்டமிடுவான்.

தவறான சிந்தை; தவறான சேர்க்கை; தவறான வாழ்க்கை.

பல குடும்பங்களில் பெற்றோர்கள் தங்கள் பிள்ளைகள் மீது கவனம் செலுத்த தவறிவிடுகிறார்கள். அவர்களின் தேவைகள், கோபங்கள், ஆசைகள் எதைப் பற்றியும் அக்கறை எடுத்துக்கொள்வதில்லை.

அதனால்தான் பள்ளிப் பருவத்திலேயே இன்று பல இளைஞர்கள் போதைப் பழக்க வழக்கங்களுக்கும் பிற கெட்ட செயல்களுக்கும் அடிமையாகி தங்கள் வாழ்வைச் சீரழித்துக் கொண்டிருக்கிறார்கள். அதுதான் இன்றைய பரிதாப நிலை.

எல்லா மனித உள்ளங்களிலும் வேதாளமும் உண்டு. தெய்வ சாந்நித்யமும் உண்டு. எதற்கு முதலில் வாய்ப்பு கிடைக்கின்றதோ அது வெளியே தலைதூக்கிவிடும்.

அதனால்தான் நல்லதையே காண வேண்டும்; கேட்க வேண்டும். உன்னதமான விஷயங்களையே பேச வேண்டும் என்கிறார்கள். அத்தகைய பண்புகளில் தங்கள் பிள்ளைகளைச் சிறுவயது முதலே பெற்றோர்கள் பயிற்றுவிக்க வேண்டும்.

அப்படியானால்தான் நல்ல எண்ணங்களால் கெட்ட எண்ணங் களை அடக்கி ஆளக் கூடிய மன உறுதியை அவர்கள் பெறமுடியும். அந்த மனவலிமையைப் பெற்றுவிட்டால் தீய பழக்கங்கள் மீது நாட்டம் ஏற்படாது.

உடல் ஆரோக்கியமாக இருந்தால் உள்ளம் உற்சாகமாக இருக்கும். உள்ளம் உற்சாகமாக இருந்தால் வாழ்வின் ஒவ்வொரு நிமிடமும் இனிமையாக இருக்கும். அதற்காகத்தான் பல நல்ல பழக்கங்களை வகுத்தார்கள் நம் முன்னோர்கள். வாழ்க்கையை நெறிப்படுத்தும் தத்துவ முறைகள் மட்டுமல்லாது, உடலை வலுப்படுத்தும் நல்ல காரியங்கள் கூட அதில் அடங்கி இருக்கும். ஆனால் அப்படி கடைப் பிடிக்கப்பட்ட நல்ல பழக்கங்களையும் நாம் கெடுத்துவிடுகின்றோம்.

அனைத்து நோய்களுக்கும் ஒரே தீர்வு வெற்றிலை, பாக்கு, சுண்ணாம்பு போடுவது மட்டுமே என்பதை நம் பாட்டி, தாத்தா அறிந்து வைத்திருந்தார்கள்.

தாம்பூலம் தரிப்பதில்கூட இப்படி ஒரு நல்ல விஷயம் அடங்கி இருக்கிறது. வெற்றிலை போடும் நிறைய பேருக்கு இது தெரியுமோ தெரியாதோ! வெற்றிலை, பாக்கு, சுண்ணாம்பு ஆகியவற்றை சரியான விகிதத்தில் கலந்து சுவைக்கும்போது, அந்தச் சுவை உடலையும் மூளையையும் சுறுசுறுப்படையச் செய்கிறது. அதே சமயம் இதயத் தையும் வலுப்படுத்துகிறது.

நமக்கு ஏன் நோய் வருகிறது? உடம்பில் உள்ள வாதம், பித்தம், கபம் போன்றவை சரியான விகிதத்தில் இல்லாமல், கூடும்போதோ குறையும்போதோ நோய் வருகிறது என்று சித்த வைத்தியமும் ஆயுர்வேதமும் கூறுகின்றன.

ஏனெனில், இந்த மூன்று சத்துக்களும் சரியான விகிதத்தில் உடம்பில் அமைந்துவிட்டால் நோய் வராது என்பதைவிட, நோயை எதிர்த்து நிற்கும் ஆற்றல் உடம்பிற்கு வருகிறது என்பது உண்மை.

இந்த மூன்று நிலைகளையும் சீரான முறையில் வைக்க தாம்பூலம் உதவி புரிகிறது.

எப்படியெனில், பாக்கில் இருந்து கிடைக்கும் துவர்ப்பு பித்தத்தைக் கண்டிக்கக் கூடியது. சுண்ணாம்பில் உள்ள காரம் வாதத்தைப் போக்க வல்லது. வெற்றிலையில் உள்ள உழைப்பு கபத்தை நீக்கிவிடும்.

இவை மட்டுமா தாம்பூலத்தோடு சேர்க்கும் ஏலம், கிராம்பு, ஜாதிபத்திரி போன்றவை வாயில் உள்ள கிருமிகளை மட்டுப்படுத்து கின்றன. ஜீரண சக்தியை அதிகரிக்கவும் செய்கிறது.

வெற்றிலை போடுவதில் இத்தனை நல்ல விஷயங்கள் அடங்கி உள்ளன. இப்படி இருக்க, வெற்றிலை போடுவது எந்த இடத்தில் கெட்ட பழக்கமாகிறது? வெற்றிலை பாக்கு சுண்ணாம்போடு புகையிலையும் சேரும்போது அது தீய பழக்கமாக மாறிவிடுகிறது.

நமது முன்னோர்களின் தாம்பூலத்தில் புகையிலை கிடையாது. புகையிலை என்பது இடையில் சேர்க்கப்பட்ட கொடிய தீய பழக்கம் தானே! கிராமப்புறங்களிலும், படிக்காதவர்களிடமும் இப்பழக்கம் அதிகமாகப் பரவியுள்ளது.

வாய்ப்புற்றுநோயினால் பாதிக்கப்பட்டவர்களில் பலர் புகையிலைப் பழக்கத்திற்கு அடிமையானவர்களே. அவதிப்படுபவர்களைப் பார்த்தும்கூட திருந்தாத ஜென்மம் இந்த மனித ஜென்மம்.

போதை வஸ்துகள் மனிதனை மதிமயங்கச் செய்கின்றன; தவறான பாதைகளுக்கு இழுத்துச் செல்கின்றன. உடலை வலுவிழக்கச் செய்து, உழைப்பைக் கெடுத்து, இறுதியில் நோயின் மடியில் கிடத்தி விடுகின்றன.

தோல்விகள், ஏமாற்றங்கள், பிரிவுகள், இழப்புகள் போன்ற தருணங்களில் கவலைகளை மறப்பதற்குக் குடிப்பதாகச் சொல்வார்கள். அழுதுகொண்டே குடிப்பார்கள்; குடித்தபின்னும் அழுவார்கள். எதைஎதையோ நினைத்து நினைத்து மீண்டும் மீண்டும் குடிப்பார்கள்.

சார்லி சாப்ளின் ஒருமுறை பலர் கூடியிருந்த அரங்கில் நகைச்சுவையாக ஒரு விஷயத்தைச் சொன்னார். அரங்கம் சிரிப்பலை களால் அதிர்ந்தது. சிறிது நேரம் கழித்து அதே நகைச்சுவையைச் சொன்னார். பாதி பேர் மட்டுமே சிரித்தனர். இன்னும் சிறிது நேரம்

கழித்து அதே நகைச்சுவையை மீண்டும் சொன்னார். அங்கொன்றும் இங்கொன்றுமாக ஒருசிலர் மட்டுமே சிரித்தனர். அவர் நான்காம் முறை அதனைக் கூற அரங்கில் நிசப்தம் நிலவியது.

அப்போது சார்லி சாப்ளின் அந்த அரங்கில் இருந்தவர்களைப் பார்த்து 'ஒரே ஜோக்கிற்கு மறுபடியும் மறுபடியும் சிரிக்காத நாம், ஏன் ஒரே கவலையை நினைத்து மறுபடி மறுபடி அழுகிறோம்' என்று கேட்டாராம்.

ஆண்டில் பன்னிரெண்டு மாதங்களில் பல்வேறு பருவ நிலைகள் உள்ளன. வாழ்க்கையிலும் அப்படித்தான். எல்லாவற்றையும் துணிச்சலுடனும் தெளிவுடனும் எதிர்கொண்டுதான் ஆக வேண்டும்.

புகை, மது, சூதாட்டம் போன்ற பழக்கங்கள் கவலைகளைத் தீர்ப்பதற்கான நிவாரணிகள் ஆகிவிட முடியாது. மாறாக, இத்தகைய தீய பழக்கங்களே உடல்நலப் பிரச்சினைகளுக்கும் தீராத கவலைகளுக்கும் காரணமாகிவிடுகின்றன.

குடும்பத் தகராறுகள், பொருளாதார இழப்புகள், நிம்மதிக் கேடு, சமுதாயச் சீர்கேடுகள் அனைத்தையும் அவை ஏற்படுத்துகின்றன.

குடித்துப் பழகியவன், கையில் காசில்லாத போது பைத்தியம் பிடித்தவன்போல் ஆகிவிடுகிறான். மனைவியை அடித்து நொறுக்கித் தாலியை பறித்துச் செல்வதற்கும் அவன் தயங்குவதில்லை.

பிள்ளையைப் பள்ளியில் சேர்ப்பதற்குப் பணம் இல்லை என்றாலும் கவலைப்படாதவன், குடிப்பதற்குப் பணமில்லை என்றால் தற்கொலை செய்து கொள்கின்றான். சூதாடச் செல்வதற்குக் கையில் வசதியில்லை என்றால், வீட்டை அடைமானம் வைப்பதற்கும் துணிந்துவிடுகிறான். மானம் மரியாதையைப் பற்றி அவன் கவலைப் படுவதில்லை.

எல்லாவற்றிற்கும் காரணம் என்ன? பழக்கம்தான். பார்த்துப் பார்த்து பழகி, பழக்கமே வழக்கமாகி, பின்னர் அதுவே வாழ்க்கையைப் புரட்டிப்போட்டுவிடுகின்றது.

ஒருவர் கொட்டாவி விட்டால் பக்கத்தில் உள்ளவரும் கொட்டாவி விடுவார் என்று சொல்வார்கள். அது அறிவியல் ரீதியற்ற பொதுவான நம்பிக்கை என்பது நம் எண்ணம்.

ஆனால் கொட்டாவி விடுபவர் நெருங்கிய உறவினரோ, நண்பராகவோ இருந்தால் அது நிச்சயம் பரவும் என்று அண்மையில் ஆய்வாளர்கள் கண்டறிந்துள்ளனர்.

கொட்டாவி விடுபவர்க்கும், அவருக்கு அருகில் இருப்பவர்க்கும் உள்ள உறவைப் பொறுத்து கொட்டாவியின் தாக்கம் இருக்கும் என்கிறார்கள்.

வாழ்க்கைக்குக் கேடு விளைவிக்கின்ற கெட்ட பழக்கங்களும் அப்படித்தானே தொற்றிக் கொள்கின்றன. அதனால்தான் 'தீயார் குணங்களுரைப்பதுவுந் தீதே அவரோ டிணங்கியிருப்பதுவுந் தீது' என்றாள் அவ்வை.

கெட்ட விஷயங்களை பழகிக்கொள்வது மிக எளிது. பழகியபின் அவற்றிலிருந்து விடுபடுவது மிகக்கடினம்.

ராஜாதி ராஜாபோல் வாழ்ந்தவன் நடுத்தெருவிற்கு வந்து விடுகிறான். மீசையை முறுக்கிக் கொண்டு கம்பீரமாய் நடந்தவன், இருமி இளைத்து ஓடாகி, நடக்க முடியாமல் தட்டுத் தடுமாறிச் செல்கின்றான்.

எல்லோரின் வணக்கங்களையும் வாழ்த்துகளையும் பெற்று தலைநிமிர்ந்து வாழ்ந்தவன், எல்லோராலும் புறந்தள்ளப்படுகின்றான். ஏன்?

நிதானம் இழந்தபின், தனது வாழ்வில் நிம்மதியை மட்டுமன்றி நன்மதிப்பையும் இழந்துவிடுகின்றான். கடன்கேட்டுப் பிறர்முன் கையேந்தி நிற்கும்போது அடிமையாய், கேலிக்குரியவனாய் மாறி விடுகின்றான்.

அதனால்தான் குடி குடியைக் கெடுக்கும் என்றார்கள். வேதங்கள் யாவும் 'கள்ளுண்ணாதே' என்று கூறுகின்றன. ஆகமங்கள் தீக்ஷையைப் பற்றிச் சொல்லும்போது மதுவை விலக்குவதையே முதல் அறமாக உபதேசிக்கின்றன.

தீய பழக்கங்களால் ஏற்படக்கூடிய விளைவுகள் நமக்கு நன்றாக விளங்குகின்றன. அந்த உண்மையை நாம் கண்கூடாகவே காண்கிறோம். எனினும் நமது மனம் திருந்த மறுக்கிறது. அதனால்தான் பிரச்சினைகள்.

சிலர் நாளொன்றுக்குப் பல தடவை காபி அருந்துவார்கள். கட்டுப்பாடே கிடையாது. காபி இருந்தால் போதும்; வேறொன்றும் வேண்டாம். அதுவும் அடிமைப்படுவதுதான்.

பெருந்தீனி தின்கிறவனுக்கு யோகம் சித்திக்காது. எப்போது பார்த்தாலும் தூங்குகிறவனுக்கும் யோகம் வாய்க்காது.

எல்லாவற்றிலும் நிதானம் தேவை. செய்கிற காரியம், பேசுகிற வார்த்தைகள், சம்பாதிப்பது, திட்டமிடுவது. செலவழிப்பது

அனைத்திலும் நிதானத்தைக் கைக்கொண்டால்தான் வாழ்வின் உண்மைகளையும் நன்மைகளையும் நாம் புரிந்து கொள்ள முடியும்.

மனம் எதற்கும் வசப்பட்டுவிடாதபடி அளவறிந்து கட்டுப் பாட்டுடன் அதனை வைத்துக் கொள்வதுதான் மிதம். அப்படி பழக்கிக் கொண்டால் மனம் அங்குமிங்கும் நிலையற்றுத் திரியாது.

அளவறிந்து எதையும் செய்பவரால்தான் பரம சத்தியத்தை அறிய முடியும். அதைத்தான், 'கணக்கறிந்தார்க்கன்றிக் காணவொண்ணாதே; கணக்கறிந்தார்க்கன்றிக் கைகூடாக் காட்சி' என்று திருமூலர் சொல்கிறார்.

தீய பழக்கங்கள் நம்மைத் தொற்றிக் கொள்ளாமல் எப்படி அவற்றை மேற்கொள்வது? எண்ணமே நமக்குள்ளிருக்கும் தூண்டு சக்தி. எனவே மனதை சிறந்த எண்ணங்களால் நிரப்புங்கள். எப்போதும் அவற்றையே சிந்தியுங்கள். நல்லவர்களோடு சேருங்கள், நல்லவற்றையே செய்ய வேண்டும் என்று ஆசை கொள்ளுங்கள். உடல்நலனைப் பேணிக் காப்பதில் அக்கறை செலுத்துங்கள்.

தீய பழக்கங்களே விஷ வித்துகள். வளர விட்டுவிட்டால் அவை உங்கள் வாழ்வைச் சூறையாடி நிர்மூலமாக்கிவிடும்.

தோல்விகளைப் பொருட்படுத்தத் தேவையில்லை. தோல்விகளும் ஏமாற்றங்களும் வரத்தான் செய்யும். அவை வாழ்க்கைக்கு அழகு சேர்ப்பவை. தோல்விகளிலிருந்துதான் மாபெரும் வெற்றிகளைப் பெற முடியும்.

தீயனவற்றையும் போதை பழக்கங்களையும் கைவிட ஒரே ஒருநொடி போதும். உள்ளத்தில் நம்பிக்கை கொள்ளுங்கள். உயர்ந்து நில்லுங்கள். ஏனெனில், உங்கள் வாழ்வில் இனியெல்லாம் வசந்தமே.

●

உதவும் கைகளே கோயில்கள்

'படிச்சி முடிச்சி நாலு வருஷமாச்சி. இன்னும் வேலை கிடைக்கல. சொந்த பெரியப்பா பெரிய உத்யோகத்துல இருக்கிறார். நெனச்சா வேலை எடுத்துக் கொடுக்க முடியும், ஆனா ஒரு சின்ன உதவிகூட கிடையாது.'

'வீடு கட்டத் தொடங்கி பாதியில் நிக்குது. மீதியை முடிக்கிறதுக்கு கையில் காசு இல்ல. உள்ளூர்ல அண்ணனுக்குப் பெருத்த வசதி. ஆனா ஒரு வார்த்தை கேட்கமாட்டேங்கிறானே.'

'அம்மாவுக்கு உடனே பைபாஸ் ஆபரேஷன் பண்ணியாகணும். பக்கத்துல இருந்து பாத்துக்கறதுக்கு ஆள் வேணும், ஒத்தாசைக்கு அக்காவை கூப்பிட்டா வருவாளா?'

'பொண்ணுக்கு நிச்சயம் பண்ணியாச்சி. அவசரமா பத்து லட்சம் தேவை. சொந்த பந்தமெல்லாம் பக்கத்துலதான் இருக்குது. ஆனா என்ன பிரயோஜனம்?'

'இன்னும் ரெண்டு தினத்துக்குள்ள பையனுக்கு காலேஜ் பீஸ் கட்டணும். லோன் உடனே கிடைக்காது. வேற யார்கிட்ட போய் கேட்கிறது?'

இப்படி ஒவ்வொருவருக்கும் ஒவ்வொரு பிரச்சினை. வெவ்வேறு தேவைகள். இக்கட்டான சூழ்நிலைகளில் மனிதமனம் கலங்குகிறது. பற்றிக்கொண்டு கரையேற ஒரு சிறு மரத்துண்டாவது கிடைக்காதா என்று ஏங்குகிறது.

வற்றிய நதிகள் வானத்தைப் பார்த்துக் காத்திருக்கின்றன. வறண்டு கிடக்கும் விளைநிலங்கள் வாய்க்கால்களில் நீர்வருகைக்காக தவமிருக்கின்றன. தெருவில் திரிகின்ற நாய்கள்கூட கொடுப்போரின் கைகளைத்தானே எதிர்நோக்கி அங்குமிங்கும் அலைகின்றன.

பசிக்கின்ற போது கிடைக்கின்ற உணவு, பழைய சோறாக இருந்தாலும் அது தேவாமிர்தம். தேவைப்படுகின்ற உதவி கிடைக்க வேண்டிய நேரத்தில் கிடைக்க வேண்டும். அதுதான் பெறுகின்றவர்களுக்குப் பேருதவி. தருகின்றவர்களுக்குப் பெருமை.

ஆனால் வாழ்வின் யதார்த்தங்கள் அப்படி அல்ல. நெருக்கடியான தருணங்களில் நமக்கு நெருக்கமானவர்கள்கூட கைவிரித்துவிடுவதுண்டு. யாரை அதிகமாக நம்பிச் சென்றோமோ, அவரிடமிருந்து துளியளவு உதவியும் கிடைக்கப்பெறாமல் திரும்ப நேர்வதுண்டு.

'நீங்க நேத்து வந்திருந்தீங்கன்னா கொடுத்திருப்பேன். ஒரு நாள் பிந்தி வந்துட்டீங்க. இப்ப என்னால எதுவும் செய்ய முடியாம போச்சே' என்று உள்ளம் உருகுபவர்போல் பேசி நழுவுபவர்களை நீங்கள் பார்த்திருப்பீர்கள்.

பொதுவாக பெரிய நிலையில் இருப்பவர்களில் பெரும்பாலானோர் பெரிய மனம் கொண்டவர்களாக இருப்பதில்லை. ஆனால் அலங்கார மாகப் பேசுவார்கள். தாங்கள் செய்கின்ற சின்னச் சின்ன உதவி களைக் கூட, விளம்பரத்தையே விரும்பாதவர்போல் விளம்பரம் செய்து ஆரவாரப்படுத்துவார்கள்.

ஆபத்து நேரங்களில் அவர்கள் கைகொடுக்க வருவதில்லை. உறவினர்களிலும் அப்படிப்பட்டவர்கள் உண்டு. நீங்கள் கஷ்டப்படும் போது எட்டி நின்று பார்ப்பார்கள். சிலர் எள்ளி நகையாடுவார்கள்.

எனினும் கவலைப்பட வேண்டாம். இங்கிருந்து இல்லையென்றால் வேறு எங்கிருந்தாவது வரவேண்டிய உதவி வந்துவிடத்தான் செய்யும்.

சிலரை பலவான்கள் என்று எண்ணுகின்றோம். பாதுகாப்புக் கேடயங்கள் என்று நம்புகின்றோம். சில சமயங்களில் அவர்களே பலவீனர்களாக மாறிவிடுவதும் உண்டு.

பாஞ்சாலிக்கு ஐந்து கணவன்மார்கள். ஐவருமே பராக்கிரமசாலிகள் தான். ஆனால் துச்சாதனன் அவள் ஆடையை உரியும் போது அந்த ஐந்து பேரும் அவளுக்கு உதவ முடியவில்லையே. துரியோதனன் சபையில் நிறைந்திருந்த பெரியோர்கள் அத்தனை பேரிடமும் அவள் நியாயம் கேட்டுக் கதறிய போது, அவர்கள் தலைகவிழ்ந்து நின்றார்களே தவிர, அவளுக்கு உதவி புரிய முன்வரவில்லையே.

முற்றிலும் நிராதரவான நிலையில், இறுதியாக அவள் கைகளை உயர்த்தி பரந்தாமனை அழைத்தாள். அவன் செய்த உதவிதான் அவள் மானத்தைக் காப்பாற்றியது.

நாம் பெரிதாக நம்பியிருந்தவர்கள் நம்மைக் கைவிட நேரிடும் போது நம் மனம் கலக்கமடைவது இயல்புதான், எனினும் நம்பிக்கை இழந்துவிட வேண்டாம். ஏனெனில், நம்பிக்கை என்னும் வேரிலிருந்து தான் நன்மைகளை நாம் பெற்றுக்கொள்ள முடியும்.

உடலின் இயல்பான இயக்கத்துக்கு வைட்டமின் டி அவசியம். நோய் எதிர்ப்புச் சக்தியை அதுதான் வலுவாக்குகிறது, உடலில் காயம் ஏற்பட்டால் உடனே ஆறுவதற்கு வைட்டமின் டி-தான் காரணம். அதைக் காட்டிலும் நம்பிக்கை என்னும் அருமருந்திற்கு அதிக ஆற்றல் உண்டே.

உடல் பலவீனம் அடைந்தவர்களுக்கு கால்களில் எப்போதும் வலி இருக்கும். அவர்களுக்கு அவ்வப்போது மூட்டுகளில் பிடித்துக் கொள்ளும். உடல்வலியும் முதுகுவலியும் இருக்கும். மார்புக்கூட்டில் வலிக்கும். படிகளில் ஏற முடியாத அளவிற்குத் திணறுவார்கள். அடிக்கடி ஏதாவது நோய்த்தொற்று ஏற்படும்.

'இவை அனைத்தையும் தவிர்க்க தினந்தோறும் வெயிலில் கொஞ்சநேரம் காயுங்கள்' என்பது மருத்துவர்களின் ஆலோசனை. உடல் நலத்திற்கு வெயில் எப்படி அவசியமோ, அதேபோல் வாழ்வின் எழுச்சிக்கும் மகிழ்ச்சிக்கும் நம்பிக்கை என்னும் வெளிச்சம் அவசியம்.

நம்பிக்கை என்பது துணிச்சலின் அடையாளம். துணிவுள்ளவனையே அறிவுள்ளவன் என்று நமது முன்னோர்கள் மதித்தார்கள். எதற்கெடுத்தாலும் அஞ்சி நடுங்குகின்ற கோழை, தன்னை பல சாஸ்திரங்கள் கற்றவன் என்றும் அறிவாளி என்றும் சொல்வானென்றால், அவனை நம்பாதே என்றான் பாரதி.

உதவி கிடைத்தாலென்ன கிடைக்காவிட்டாலென்ன! எந்தச் சூழ்நிலையையும் மேற்கொள்ள முடியும் என்று உறுதிபடச் சொல்லக் கூடிய மனோதிடம் நமக்கு வேண்டும். வெற்றி, முன்னேற்றம், மகிழ்ச்சி அனைத்தும் நம் கைகளில்தான் இருக்கின்றன.

இன்னொரு முக்கியமான விஷயம்; 'உதவி புரிதல்' என்பது மற்றவர்களுக்கு மட்டுமே உரிய கடமை என்று எண்ணிவிடக் கூடாது, அதே கடமை நமக்கும் இருக்கிறது என்பதை நாம் மனதில் கொள்ள வேண்டும்.

மற்றவர்களிடமிருந்து உதவியை எதிர்பார்ப்பதைவிட, மற்றவர்களுக்கு உதவி புரிகின்ற வகையில் நம்மை பக்குவப்படுத்திக் கொண்டால், அதுதான் வாழ்வின் சிறப்பு.

நாம் செய்ய வேண்டியதைச் செய்து கொண்டிருந்தால், நமக்கு வரவேண்டியவை தாமாக வந்து கொண்டிருக்கும். எதற்கும் கவலைப்பட வேண்டியதில்லை.

சின்ன உதவியோ பெரிய உதவியோ மனமுவந்து செய்ய வேண்டும். அதற்கு மிகப்பெரிய பலன் உண்டு.

பிறருக்குப் பரிசு கொடுக்கும் போது கூட சிந்தித்துக் கொடுக்க வேண்டும். கொடுக்கின்ற பரிசு பெறுகின்றவர்களுக்குப் பயனுள்ளதாக இருக்க வேண்டும். அதுவே மிகப்பெரிய உதவிதானே!

பெறுவது இன்பம். கொடுப்பது பேரின்பம். ஒருவரை ஒருவர் தாங்கி, ஒருவருக்கொருவர் உதவி புரிந்து வாழும் வாழ்வு உன்னதமானது.

ஆத்திரம் கண்ணை மறைக்கும் என்பார்கள். ஆத்திரம் மட்டுமல்ல. சுயநலமும் மனக்கண்ணை மறைக்கும் சக்தி கொண்டதுதான். வாழ்க்கையைப் பற்றிய புரிதலை சுயநலம் தடுத்துவிடுகின்றது. முன்னர் இங்கிருந்த கூட்டுக்குடும்ப வாழ்க்கைமுறை சிதைந்து போனதற்கு முக்கிய காரணம் சுயநலமே.

சீனாவில் பௌத்தம், தாவோயிஸம், கன்பூஷியஸிசம் என மூன்று மதங்கள் இருக்கின்றன. கன்பூஷியஸின் கருத்துக்கள் மிகவும் எளிமையானவை. அவை மனித உறவுகளைப் பற்றி அதிகம் கூறுபவை.

கணவன் - மனைவி, அண்ணன் - தம்பி. அரசன் - குடிமக்கள். நண்பர்கள் இவர்களுக்கிடையே உறவு முறையானது எப்படி இருக்க வேண்டும் என்று கன்பூஷியஸ் சொன்ன கருத்துக்கள் மிகவும் புகழ்மிக்கவை. அவரின் கருத்துகளால் கவரப்பட்டுத்தான் இன்றும் அந்நாட்டு மக்கள் கூட்டுக் குடும்ப முறையில் வாழ்ந்து வருகின்றனர்.

குடும்பமோ சமூகமோ உதவி புரிகின்ற உள்ளம் கொண்டவர்கள் தான் கூடிவாழ முடியும். உதவும் பண்பு வளர்ந்தோங்கிவிட்டால் சுயநலம், பேராசை, திருட்டுத்தனம் போன்ற தீய பண்புகள் இல்லாமற் போய்விடும்.

எட்வர்டு போய்ஸ் என்ற கவிஞர், அயர்லாந்தில் இருக்கும் விக்லோ மலைகளின் அழகையும். அதன் வசீகரிக்கும் சூழலையும் வைத்து, அதனை 'கடவுளின் சொந்த பூமி' என்றார்.

ஐரோப்பா கண்டத்திலிருந்து அமெரிக்காவுக்குக் குடியேறிய வெள்ளையர்கள், அங்கு இயற்கை எழில் நிறைந்த இடத்திற்கெல்லாம் 'கடவுளின் சொந்த பூமி' என்று பெயரிட்டனர். அதே போல் நியூசிலாந்து, ஜிம்பாப்வே ஆகிய நாடுகளுக்கும் அந்தப் பெயர் உண்டு. நம் நாட்டில் கேரளாவை 'கடவுளின் சொந்த பூமி' என்கிறார்கள்.

அதெல்லாம் இருக்கட்டும்! உண்மையைச் சொல்வதெனில். உதவுகின்ற உள்ளங்கள் இருக்கின்ற இடங்கள் எவையோ அவையே 'கடவுளின் சொந்த பூமி'. அதனால்தான் 'இந்தச் சிறியரில் ஒருவருக்கு

எதைச் செய்தீர்களோ அதை எனக்கே செய்தீர்கள்' என்றார் இயேசு பெருமான்.

'நடமாடக் கோயில் நம்பர்க் கொன்றீயில் படமாடக் கோயில் பகவற்கதாமே' என்கிறது திருமூலரின் திருமந்திரம், மக்களுக்குச் செய்கிற தானதர்ம உதவிகள் பகவானுக்குப் பண்ணுகிற பூஜையாகும் என்பதே அதன் பொருள்.

உதவிக்கு விரைந்தோடுகின்ற கால்கள் புனிதமானவை. வீழ்ந்து கிடப்போரைத் தூக்கிவிடத் தீவிரிக்கின்ற கைகள் அழகானவை. பரிதவிப்போரை பரிவுடன் பார்க்கும் கண்கள் தெய்வீகமானவை.

ஆடம்பரமாகச் செலவு செய்து கொண்டாடுவதில் பெறுகின்ற இன்பம் அற்பமானது. ஏழை ஒருவனுக்கு இரங்குவதில் காண்கின்ற மனநிறைவு அலாதியானது. கொடுக்கின்ற மனம் உள்ளவர்களுக்குக் கெடுக்கின்ற புத்தி இருக்காது. கொடுத்துப் பழகியவர்களின் கைகள் ஒருபோதும் திருட நினைக்காது.

பசித்திருக்கும் எளியவனுக்குத் தனது உணவில் ஒரு பாதியைக் கொடுத்து மகிழ்கின்றவன், பாதகச் செயல்களுக்கு ஒருபோதும் துணிய மாட்டான். கொடுக்கக் கொடுக்க மனம் விசாலமடைவது மட்டுமல்ல: தூய்மையும் அடைகின்றது.

அதனால்தான். 'உடல் நோயற்று இருப்பது முதல் இன்பம்; மனம் கவலையற்று இருப்பது இரண்டாம் இன்பம்; பிற உயிர்க்கு உதவியாக வாழ்வது மூன்றாவது இன்பம்' என்று ஞானியர் சொன்னார்கள்.

ஒவ்வொரு நாளும் ஏதாவது ஒரு சிறு உதவியாவது செய்ய வேண்டும். மனதில் அந்த தீர்மானத்தைக் கொள்வது நல்ல விஷயம். எந்தப் பேருந்தில் ஏறுவது என்று தெரியாமல் திணறிக் கொண்டிருப்ப வரை, சரியான பேருந்தில் ஏற்றிவிடுவதுகூட பேருதவிதான்.

குளிக்கப்போகிற ஒவ்வொருவனும் குளத்திலிருந்து நாலு கை மண் அள்ளிப் போட்டுவிட்டுக் குளிக்க வேண்டும் என்கிறது ஸ்வல்ப தர்மம். அதை பின்பற்றினால் குளம் தூர்வாரப்பட்டுவிடும்; தண்ணீர்த் தட்டுப்பாடும் ஏற்படாது.

அவனவன் தங்கள் வீட்டுக் குப்பைகளை தெருவில் கண்டபடி வீசி எறியாமல், குப்பைத் தொட்டியில் போட்டால் ஊர் சுத்தமாகி விடும். இயன்றவரை மரக்கன்றுகளை நட்டு வளர்த்தால் பருவம் தப்பாமல் மழைபெய்யும்.

மனிதனுக்கு மனிதன் உதவி செய்வது எவ்வளவு அவசியமோ, அதேபோல் ஒட்டு மொத்த சமூக நலனுக்காக இயற்கையை பாதுகாத்திட நாம் உதவி புரிவதும் மிக அவசியம்.

உதவும் மனப்பான்மை பெருகப் பெருக மனிதநேயமும் மனித சமூகமும் செழிப்படையும்; உலகம் சீர்பெறும்.

இன்று வருமானம் பெருகிவிட்டது, அதிநவீன வசதி வாய்ப்புகள் அதிகமாகிவிட்டன. இருந்தும் பலரின் வாழ்வில் நிம்மதியில்லை. குடும்பத்தில் மகிழ்ச்சி இல்லை. அப்படி அவதிப்படுபவர்களை சற்று கவனித்துப் பார்த்தால், அவர்கள் சுயநலமிக்கவர்களாகவும் உலோபிகளாகவும் இருப்பார்கள்.

ஒரு காசுகூட யாருக்கும் ஈய மாட்டார்கள். கஷ்டப்படுகின்ற உறவினர்களை எட்டியும் பார்க்க மாட்டார்கள்.

தங்கள் வங்கிக் கணக்கையும் சொத்து சுகங்களையும் எண்ணி எண்ணி இறுமாப்புடன் நடப்பார்கள். இறுதியில் மருத்துவமனைகளுக்கும் மருந்துக்கடைகளுக்கும் கொடுத்துக் கொடுத்தே தேய்ந்து போவார்கள்.

நாலு பேருக்கு உதவி செய்தால், அந்த உள்ளங்கள் நம்மை வாழ்த்தும். நல்ல உள்ளங்களின் வாழ்த்துகள் நம் வாழ்வில் நன்மைகளைக் கொண்டு சேர்க்கும்.

நம்மை நாடி வருபவர்களுக்கு நம்மால் இயன்றதைச் செய்வோம். ஒரு குவளை தண்ணீர் கொடுத்தாலும் அது உங்கள் புண்ணியக் கணக்கில் சேர்ந்துவிடும். சிறுசிறு உதவிகளில்கூட பேரின்பம் இருக்கிறது.

தீபாவளியன்று எண்ணெய் தேய்த்துக் குளித்ததும், புதிய ஆடைகளையும் பலகாரங்களையும் வைத்து வணங்குகிறார்களே. ஏன்? அது முன்னோர்களுக்கு வைக்கும் படையல். அன்று பித்ருக்கள் இல்லம் தேடி வருவதாக ஐதீகம். நரகத்தில் இருப்பவர்கள்கூட அன்று விடுதலையாகி வீடுகளுக்கு வருவர் என்று புராணங்கள் கூறுகின்றன. அதனால்தான் நரக சதுர்த்தி என்று பெயர் ஏற்பட்டது.

யாராக இருந்தாலும் சரி, வீடு தேடி வருகின்றவர்களை நாம் வரவேற்க வேண்டும்: உபசரிக்க வேண்டும்: உதவி புரிய வேண்டும். நிறைய இருந்தால்தான் கொடுக்க முடியும் என்றல்ல: இருப்பதைக் கொடுப்பதற்கு மனமிருந்தால் போதும்.

மகாபாரதக் காப்பியத்தை மடைதிறந்த வெள்ளம்போல் வியாசர் சொல்லச் சொல்ல, பிள்ளையாரின் எழுத்தாணி அசுர வேகத்தில்

ஓடிக்கொண்டிருந்தது. அப்படி வேகமாக எழுதிக் கொண்டிருந்த போது எழுத்தாணி படக்கென்று முறிந்துவிட்டது. உடனே பிள்ளையார் என்ன செய்தார் தெரியுமா? தனது தந்தங்களில் ஒன்றை பட்டென்று ஒடித்து, அதனைக் கொண்டு தனது பணியைத் தொடர்ந்தார் என்று சொல்கிறார்கள். வியாசரும் மகாபாரதத்தை எழுதி முடித்தார். அத்தகைய பிரமாண்டமான தியாகத்தையெல்லாம் நம்மால் செய்ய முடியாது. ஆனால் உதவி புரிவதெனில் சின்னச் சின்ன தியாகங்களையாவது நாம் செய்யத்தான் வேண்டும்.

உள்ளப்பூர்வமாக ஓர் உதவியை நாம் செய்ய முனைகின்ற போது நம்மை அறியாமலேயே தியாக மனோபாவம் நமக்குள் வந்துவிடும். இழப்பிலும் மனதில் இன்பம் குடிகொண்டாடும். உதவுவதே பேரின்பம்: மகிழ்விப்பதே பெருமகிழ்ச்சி என்னும் சிந்தை மேலோங்கிவிடும்.

மனமுவந்து ஏழைகளுக்கு நாம் உதவி செய்யும் போதெல்லாம் தெய்வங்கள் நம்மை ஆராதிக்கும். நம் உள்ளத்திலும் இல்லத்திலும் மகிழ்ச்சி ஊற்றெடுத்துப் பொங்கிப் பெருகும். நாம் எண்ணிப் பார்த்திராத நன்மைகளும் மேன்மைகளும் நம்மைத் தேடி வந்தடையும். நாம் மட்டுமல்ல. நம் சந்ததிகளும் வாழ்ந்து செழித்திருக்கும்.

'அவர் நமக்கு உதவவில்லையே; இவர் நமக்கு எதுவும் செய்ய வில்லையே' என்ற எண்ணங்களை விட்டுவிடுங்கள். சுயபரிதாப சிந்தனைகளை ஒழித்துவிடுங்கள்.

இயன்றவரை பிறர்க்கு உதவுவதற்கே இந்த வாழ்க்கை; உதவும் கைகளே கோயில் என்னும் உணர்வோடு இதயக் கதவினை திறந்து வையுங்கள். ஏனெனில், உங்கள் வாழ்வில் இனியெல்லாம் வசந்தமே.

நலமான வாழ்வுக்கு நான்கு விஷயங்கள்

பிழைத்திருத்தல் என்பது வேறு: வாழ்ந்திருத்தல் என்பது வேறு. பிழைத்துக் கிடப்பதற்குப் பெரிய சிந்தனையோ விஷய ஞானமோ தேவையில்லை. ஆனால் வாழ்ந்திருப்பதற்கு விசேஷித்த விஷயங்கள் தேவை.

வாழ்வைப் பற்றிய தெளிவு அவசியம். சிரத்தை இல்லையெனில் பல சிக்கல்கள் வந்துவிடும். அதனால்தான், சிரத்தையுள்ளவனே ஆன்மாவைப் பற்றிய அறிவைப் பெறுகிறான் என்கிறது கீதை. ஆன்ம அறிவை மட்டுமல்ல; நலமிகு வாழ்வைக் குறித்த அறிவையும் அவன்தான் பெறுகின்றான்.

மனமும் உடலும் சீரான நிலையிலிருந்தால் பிரச்சினைகளுக்கு இடமிருக்காது. ஆனால் பிரச்சினைகளை வலிய இழுத்துக் கொள்வதில் நாம் கெட்டிக்காரர்கள். எந்த நேரத்தில் எதைச் செய்யக் கூடாதோ அந்த நேரத்தில்தான் அதைச் செய்வோம்.

தூங்க வேண்டிய நேரத்தில் சிலர் கொட்ட கொட்ட விழித்துக் கொண்டிருப்பார்கள். செல்போனில் யாரிடமாவது கதைத்துக் கொண்டிருப்பார்கள்; அல்லது வாட்ஸ்அப், முகநூல், டுவிட்டர் போன்ற சமூக வலைத்தளங்களில் நேரத்தைப் பற்றிய உணர்வே இல்லாமல் மூழ்கிக் கிடப்பார்கள். செல்போனை முகத்திற்கு அருகில் வைத்துக் கொண்டு படுத்திருந்தபடியே ஒரு திரைப்படத்தை முழுவதுமாகப் பார்த்து முடிக்கிறவர்களும் இருக்கிறார்கள்.

தூக்கக் கேடு வாழ்வின் ஆக்கக் கேடு என்பதை அவர்கள் உணர்வதில்லை. எவ்வித நேர ஒழுங்குமின்றி எப்போதும் 'வேலை வேலை' என்று தூக்கத்தை உதறித் தள்ளுபவர்கள் வெகு சீக்கிரத் திலேயே பல்வேறு உபாதைகளை வாங்கிக் கொள்கிறார்கள்.

தூக்கமின்மை உடற்சோர்வையும் மனநோயையும் ஏற்படுத்தும்; புத்தி மயக்கம், பார்வைக் கோளாறு, பேச்சில் குழப்பம், பசியின்மை, எதிலும் தெளிவின்மை போன்ற அனைத்துப் பிரச்சினைகளுக்கும் தூக்கமின்மையே மூல காரணம்.

தூங்கும்போதுதான் நம் உடல் உறுப்புகள் அனைத்தும் ஓய்வெடுத்துக் கொள்கின்றன. இதயத் துடிப்பு குறைகிறது. மூச்சு சீராகிறது. ஒவ்வொரு முறை தூங்கி விழிக்கின்ற போதும் நாம் புதிதாகப் பிறக்கின்றோம். எனவே சந்தடியற்ற சஞ்சலமற்ற அமைதியான தூக்கம் மிக அவசியம்.

இன்றைய விறுவிறு வாழ்க்கை ஓட்டத்தில் பல நல்ல விஷயங் களை நாம் தவறவிட்டுவிடுகின்றோம். எப்போதும் பரபரப்புடனும் மன உளைச்சலுடனும் இருப்பவர்களுக்கு மாரடைப்பு ஏற்படுவதற்கான வாய்ப்புகள் அதிகம். இயந்திரமயமான நமது நவீன வாழ்க்கை முறையும் நோய்களுக்குதான் வழிவகுக்கின்றன.

எனவே அவற்றை வருமுன் தடுத்தாக வேண்டுமே. அதற்குத்தான் உடற்பயிற்சி, பணச்செலவே இல்லாமல் எல்லாரும் எளிதாகச் செய்யக்கூடிய உடற்பயிற்சி, சில நிமிட நடைப்பயிற்சி. காலையிலோ மாலையிலோ நாற்பது நிமிடங்கள் போதும்.

அங்கேயும் நாலுபேரைச் சேர்த்துக் கொண்டு பிரச்சினைகளைப் பேசிப் பேசி நடக்காதீர்கள். அதில் பயனில்லை. சீரான நடைப் பயிற்சியே நிணநீரோட்டத்தை வேகப்படுத்தும். அது நம் உடல் முழுவதும் நடைபெறும்போது, நமது காது மடல்களுக்கும் காலின் சுண்டு விரல்களுக்கும் ரத்தம் முழுமையாகச் சென்று திரும்பும். அப்படியானால்தான் நம் உடலின் செல்கள் அனைத்தும் தினம்தினம் புத்துணர்வைப் பெறமுடியும். அப்படி அவை புத்துணர்வைப் பெறும்போதுதான் உள்ளுறுப்புகள் தமக்குரிய கடமைகளை முழு ஆற்றலுடன் செய்ய முடியும்.

ஆரோக்கியமோ சுகக்கேடோ - நம் வாழ்க்கை முறையில்தான் உள்ளது. சாப்பிடுவதில்கூட ஒழுங்குமுறை இருக்கிறது. உணவை பயபக்தியுடன் உண்ண வேண்டும். ஏனெனில், உணவு உண்ணுதல் என்பது ஒரு வகை வழிபாடு.

சாப்பிட்ட உடனே குளிக்கச் செல்லாதீர்கள். வயிறு நிரம்பி இருக்கும்போது குளித்தால், செரிமான மண்டலம் பலவீனமாகும். உணவு ஜீரணமாவதில் பிரச்சினை ஏற்படும். எனவே குளித்த பிறகுதான் சாப்பிட வேண்டும்.

படுத்துக்கொண்டோ, நின்றுகொண்டோ, வீட்டுக்கும் தெருவுக்கும் இடைப்பட்ட வாசல்வெளியில் இருந்துகொண்டோ, வீட்டின் கதவைத் திறந்து வைத்து வாசலுக்கு எதிராக அமர்ந்துகொண்டோ

சாப்பிடக்கூடாது என்றெல்லாம் நம் முன்னோர்கள் சொல்லியிருக்கிறார்கள். நீர்கருக்கி, மோர்பெருக்கி, நெய்யுருக்கி உண்ண வேண்டும் என்னும் அற்புதமான குறிப்பையும் அன்றே அவர்கள் சொல்லி வைத்தார்கள்.

வாழை இலையில் உணவு உட்கொண்டால் உடல்நலம் பெருகும்; மந்தம், வலிமைக் குறைவு, இளைப்பு போன்ற பிரச்சினைகள் நீங்கும்; பித்தமும் தணியும் என்கிறார்கள்.

ஏனெனில், வாழை இலை ஒரு கிருமிநாசினி. உணவில் உள்ள நச்சுக் கிருமிகளை அழிக்கும் தன்மை அதற்கு உண்டு. வாழை இலையிலுள்ள பச்சைத் தன்மை, உணவை எளிதில் ஜீரணமடையச் செய்யும். வயிற்றுப் புண்ணை அகற்றும். பசியைத் தூண்டும். எனவே கூடுமான வரையில் வாழை இலைகளை நாம் பயன்படுத்திக் கொண்டால் நல்ல பலன்களைக் காண முடியும்.

இன்னொரு முக்கியமான விஷயம். எல்லாம் இருந்தும் மனதில் மகிழ்ச்சி இல்லை என்றால் அனைத்தும் வீண். எனவே எப்போதும் மகிழ்ச்சியாய் இருக்க வேண்டும்.

உடலின் உற்சாகம் மனதைச் சார்ந்தது. கண்ணுக்குத் தெரிகின்ற ஒன்றிற்கும், கண்ணுக்குப் புலப்படாத மற்றொன்றிற்கும் அப்படியொரு பிணைப்பு. அதனால், மனமே சூக்கும உடல், உடலே ஸ்தூல மனம் என்றனர் ஞானியர்.

நம் சராசரி உயரம் மூன்றரை முழம்தான். ஆனால் மனம்? அதன் உயரத்திற்கு வரையறை இல்லை. அது அற்புதமானது; ஆகாயத்தையும் விஞ்சியது. மனம் மகிழ்ச்சியாக இருக்கும்போது, உடல் சுறுசுறுப்பாக இயங்குகிறது. மூளை விறுவிறுப்பாக செயல்படுகிறது. எந்த வேலையையும் சிரமமின்றி முடிப்பதற்கு வேகம் பிறக்கிறது. உள்ளத்தின் மகிழ்ச்சி வாழ்வை சுலபமாக்குகிறது; சொர்க்கமாக்குகிறது.

அந்த மகிழ்ச்சி என்னும் பெருஞ்செல்வத்தை நாம் எங்கிருந்து பெறமுடியும்? நமக்குள்ளிருந்துதான்! கல்லுக்குள்தானே சிலை இருக்கிறது. தேவையற்றவைகளை வெட்டி எடுத்துவிட்டால் சிலை வந்துவிடும். அதேபோல், மகிழ்ச்சிக்குத் தடையாய் இருப்பவைகளை மனதிலிருந்து விலக்கிவிட்டால் வாழ்க்கை புதுப்பொலிவு பெற்றுவிடும்.

நம்பிக்கை, நிதானம், நல்லெண்ணம், நல்லுறவு, நகைச்சுவை உணர்வு ஆகியவற்றை வளர்த்துக்கொள்ள வேண்டும். மனம்விட்டுப் பேச வேண்டும். வாய்விட்டுச் சிரிக்க வேண்டும். குடும்பத்தாரோடு

நேரம் செலவிட வேண்டும். அப்படியெனில், மனதில் எப்போதும் மகிழ்ச்சி குடிகொண்டிருக்கும்.

எனவே நலமான வாழ்வை விரும்புவோர், நான்கு விஷயங்களை மனதில் கொள்ள வேண்டும். நிம்மதியான தூக்கம், சீரான நடைப் பயிற்சி, ஒழுங்கான உணவுமுறை, எப்போதும் மகிழ்ச்சி - இவற்றை பழக்கப்படுத்திக் கொண்டால் நலமிகு வாழ்க்கை நமதாகும். கவலை களை ஒதுக்கித் தள்ளுங்கள். ஏனெனில், உங்கள் வாழ்வில் இனியெல்லாம் வசந்தமே.

பிரச்சினைகளுக்குத் தீர்வு தற்கொலை அல்ல!

பயந்து ஓடுகின்றவனைப் பார்க்கும் தெருநாய்களுக்கு, ஒரு கோழை சிக்கிவிட்டான் என்ற எண்ணம் வந்துவிடுகிறது. அவன் தலைதெறிக்க ஓடும் போது அவைகளும் அவனைத் துரத்திக் கொண்டே ஓடுகின்றன.

தெருவில் எத்தனை நாய்கள் இருந்தாலும் அவற்றைக் கண்டு கொள்ளாமல் நடக்கின்றவனை அவை மரியாதையுடன் பார்க்கும். வாலாட்டிக் கொண்டு குழையும். அவனை மிரட்டும் துணிச்சல் அவற்றிற்கு வருவதில்லை.

நம் வாழ்க்கையில் ஏற்படுகின்ற பிரச்சினைகளும் அப்படித்தான். அவற்றைக் கண்டு பயந்து நடுங்கி நாம் ஓடத் தொடங்கிவிட்டால், அவை நம்மை துரத்தித் துரத்திக் கலங்கடிக்கும். நம் தோளின்மேல் ஏறி உட்கார்ந்து கொண்டு கழுத்தை நெரிக்கும். ஆனால், பிரச்சினை களின் மீது ஏறி நடக்கத் துணிந்துவிட்டால் அவை நமக்குப் பணிந்து விடும்.

இடி, மின்னல், புயல், மழை, வெள்ளம், கோடை வறட்சி - இவையெல்லாம் காலந்தோறும் வந்து போய்க்கொண்டுதான் இருக்கின்றன. எல்லாவற்றையும் மேற்கொண்டு உலகம் வாழ்ந்து கொண்டுதான் இருக்கின்றது.

வாழ்க்கையில் நாம் எதிர்கொள்கின்ற பிரச்சினைகள் மின்னலைப் போன்றவை. வாழ்க்கையோ வானத்தைப் போன்றது.

சிக்கல் ஏற்படும்போது பதற்றம் அடைந்துவிடக் கூடாது. ஏனெனில், மனதில் ஏற்படுகின்ற பதற்றம் ஒரு சிக்கலை பல்வேறு சிக்கல்களாக மாற்றிவிடும். எனவே நிதானமாகச் செயல்படுவதற்கு மனோதிடமும் மனத்தெளிவும் அவசியமாகின்றன.

காந்தத் தன்மை மிக்க ஒரு பொருளைத் தொடர்ந்து சூடேற்றினால், அல்லது சம்மட்டியால் அடித்தால் அதில் உள்ள அணுக்களின் அமைப்பு மாறிவிடும். அப்போது அவற்றின் காந்தப்புலம் கலைந்து விடும். இதையடுத்து அந்தப் பொருளின் காந்தத் தன்மை குறையும்.

நிரந்தர காந்த சக்தி கொண்ட பொருளாக இருந்தாலும், அதனைத் தவறாகக் கையாண்டால், அது தன் காந்தத் தன்மையை இழந்து விடுகிறதே.

அதைப்போலத்தானே மனித மனமும். அது ஆற்றல் மிக்கது. அற்புதமானது. அதில் கோழைத்தனமான எண்ணங்களையே நிரப்பிக் கொண்டிருந்தால் அது தன் ஆற்றலை முற்றிலுமாக இழந்து தொய்ந்து விடும். அது மிக ஆபத்தானது. அதனால்தான், உறுதி கொண்ட நெஞ்சினாய் வாவாவா என்று பாரதி பாடினான்.

சிலருக்கு வாழ்வில் சிறிய சறுக்கல் ஏற்பட்டுவிட்டால் போதும், வாழ்க்கையே முடிந்துவிட்டது என்று புலம்பத் தொடங்கிவிடுவார்கள். தெரிந்தவர்களுக்கெல்லாம் போன் போட்டு ஓலமிடுவார்கள். அப்படிப் பேசிப் பேசியே ஆறடி வீழ்ச்சியிலிருந்து அறுபதடிக்கு இறங்கி விடுவார்கள். ஆனால் எதையும் இயல்பாக ஏற்றுக் கொள்ளக் கூடியவர்கள் வாழ்க்கையில் வெற்றி பெறுகிறார்கள்.

உலகில் பெரும் சாம்ராஜ்ஜியத்தை உருவாக்கியவன் மாவீரன் நெப்போலியன். இறுதியில் போரில் தோல்வி அடைந்து ஹெலினா தீவில் சிறை வைக்கப்பட்டிருந்தான். அங்கு நெப்போலியனை கண்காணிக்க ஒரு மருத்துவரை சிறை நிர்வாகம் நியமித்திருந்தது.

மருத்துவரும் நெப்போலியனும் ஒருநாள், ஒரு சிறிய வரப்பில் நடந்தபோது எதிரே ஒரு பெண்மணி நடந்து வந்தாள். மருத்துவர் அந்த பெண்ணிடம், ‘அம்மா, இவர்தான் மாவீரன் நெப்போலியன். நீங்கள் அவருக்கு வழிவிட்டு வரப்பிலிருந்து இறங்கி நிற்க வேண்டும்’ என்றார். அவர் இப்படிச் சொல்லிக் கொண்டிருக்கும்போதே நெப்போலியன் பாதையை விட்டு இறங்கி அந்த பெண்ணிற்கு வழிவிட அவள் கடந்து சென்றாள்.

தன்னை கேள்விக்குறியுடன் பார்த்த மருத்துவரிடம், ‘மற்றவர்கள் விலகி வழிவிடுவதற்கு, இப்போது நான் சக்கரவர்த்தி நெப்போலியன் அல்ல. இன்றைய நெப்போலியன் மற்றவர்களுக்கு வழிவிட வேண்டியவன்தான்’ என்று சொல்லிவிட்டு வரப்பில் ஏறி நடந்தான்.

வாழ்வைப் புரிந்து கொள்வதே வாழ்வின் பெருமை. அதில்தான் சிலருக்குப் பிரச்சினை. எதையும் விளங்கிக் கொள்வதே இல்லை. வாழ்க்கை என்பது ஒரு நேர்கோடு அல்ல; அதன் சுவாரஸ்யமே, அது பல வளைவு நெளிவுகளையும் திருப்பங்களையும் கொண்டிருப்பதுதான் என்பதை அவர்கள் உணர்வதில்லை.

விருந்துக்கு ஒரு நேரம் என்றால் மருந்துக்கு ஒரு நேரம் உண்டு. லாபத்திற்கு ஒரு காலம் என்றால் நஷ்டத்திற்கு ஒரு காலம் உண்டு.

மேலே ஏறுவதற்கு ஒரு யோகம் என்றால் கீழே இறங்குவதற்கு ஒரு வேளை உண்டு. அவை எல்லாவற்றில் இருந்தும் அனுபவப் பாடங்களை நாம் பெற்றுக் கொள்ள முடியும்.

சில தருணங்களில் எதிர்பாராத திருப்பங்கள் அல்லது பிரச்சினைகள் ஏற்பட்டுவிடுவதுண்டு. அச்சூழ்நிலைகளில் நம்பிக்கை என்னும் நங்கூரத்தில் மனதை நிலைநிறுத்தத் தவறிவிடுகின்றபோது தான், விபரீதமான எண்ணங்கள் மனதில் தலைதூக்கிவிடுகின்றன.

தொழிலில் நஷ்டம், கடன் தொல்லை, கணவன் மனைவி கருத்து வேறுபாடு, காதலில் பிளவு, தேர்வில் தோல்வி, வேலை இழப்பு போன்றவற்றால் மன அழுத்தம் ஏற்படுகின்றது. அச்சூழ்நிலையில், அதனை மேற்கொள்ள மனதில் துணிச்சல் இல்லாதவர்கள் எடுக்கின்ற கோழைத்தனமான முடிவுதான் தற்கொலை

ஆத்திரம் கண்ணை மறைக்கும். அதுபோல, கோழைத்தனமும் மனக்கண்ணை மறைக்கின்ற தீய சக்திதான். வாழ்க்கையைப் பற்றிய புரிதலை அது தடுத்துவிடுகின்றது.

தற்கொலை ஒரு கணநேரத் தீர்மானம். மூளையில் என்டார்ஃபின் களின் வெள்ளப் பெருக்கினால் 'உன்னை உடனே அழித்துக்கொள்' என்று கட்டளை வரும். பகுத்தறிவு, வலி, பின்விளைவு போன்ற மற்ற விஷயங்களை இந்தக் கட்டளை பின்னுக்குத் தள்ளிவிடும்.

ஆனால் அந்த ஒரு கணநேரத்தைக் கடந்துவிட்டால் வாழ்க்கை தப்பித்துவிடும். தற்கொலை செய்வதற்குத் தீர்மானித்து கடைசி நொடியில், அந்த எண்ணத்திலிருந்து விடுபட்டு வாழ்வில் வெற்றி பெற்றவர்கள் பலர் உண்டு.

சிறியவரோ பெரியவரோ, யாராக இருந்தாலும் சரி; பிரச்சினை களுக்குத் தீர்வு தற்கொலை அல்ல என்பதை மனதில் கொள்ள வேண்டும். வாழ்க்கை நமக்குக் கிடைத்திருக்கும் ஓர் அரிய வாய்ப்பு. அதை நன்கு பயன்படுத்திக் கொள்வதும் வாழ்வாங்கு வாழ்ந்திருப்பதும் நம் கையில்தான் இருக்கின்றது. பிரச்சினைகளைச் சந்திக்க நேரிடும் போது பதற்றம் அடையாதீர்கள். கொஞ்சம் நிதானமாக யோசியுங்கள். வழிகள் திறக்கும்.

இன்றிருப்பதுபோல் நாளைய தினம் இருப்பதில்லை. இன்று உங்களை அச்சுறுத்திக் கலங்கப்பண்ணும் சூழ்நிலைகள் நாளை மாயமாகி மறைந்துவிடக்கூடும். நிலை மாறும் என்னும் நம்பிக்கையே முக்கியம்.

கடன் பாரம் என்றால் அதனைக் கொஞ்சம் கொஞ்சமாகக் குறைப்பதற்குத் திட்டமிடுங்கள். சுலபமாக முடித்துவிடலாம். தேர்வில் தோல்வி வந்தால் என்ன, அடுத்தமுறை தேர்ச்சி பெற்றுவிடலாம். உறவுகளுக்குள் பிரச்சினை என்றால் மனம்விட்டுப் பேசுங்கள்; எல்லாம் சரியாகிவிடும்.

வற்றிய குளங்கள் வாழ்விழந்துவிடவில்லை. தற்காலிக வறட்சி, அவ்வளவுதான். மீண்டும் மழைவரும். மீண்டும் குளம் நிரம்பும். மீன்கள் துள்ளி விளையாடும். கரையோர மரங்கள் தழைத்தோங்கும். பறவைகள் வந்து கூடு கட்டும்.

மாற்றங்கள் அற்புதமானவை. நம் சிந்தனைக்கு அப்பாற்பட்டவை. உங்கள் வாழ்வில் ஏதோ ஒரு தேக்கநிலை ஏற்படலாம். அல்லது வீழ்ச்சி ஏற்பட்டது போல் தோன்றலாம். தீர்க்க முடியாத சிக்கலுக்குள் சிக்கிக் கொண்டது போல் கலக்கம் உண்டாகலாம். ஆனால் அவை அனைத்தும் கலைந்து போகும் மேகங்கள்தான் என்பதை நம்புங்கள்.

நம்மைவிட பிரச்சினைகள் ஒன்றும் பெரியவை அல்ல. நம் ஆற்றலைவிட சூழ்நிலைகள் ஒன்றும் வலுமிக்கவை அல்ல. எனவே திடம் கொள்ளுங்கள். சின்னச் சின்ன விஷயங்களுக்காக சஞ்சலப் பட்டுக் கொண்டிருந்தால், கைசேர வேண்டிய பெரிய பெரிய நன்மைகள் கைநழுவிப் போய்விடும். துணிந்துவிட்டால், மலைபோன்ற பிரச்சினைகளும் நம் கால்களுக்குக் கீழே வந்துவிடும்.

ஒரு சிறு மெழுகுவர்த்தியின் வெளிச்சம் ஒரு வீட்டின் இருளை அகற்றி விடுகின்றதே. அப்படியெனில், உங்களுக்குள் துளிர்விடும் ஒரு சிறு நம்பிக்கையின் கீற்று உங்களைத் தூக்கி நிறுத்திவிடாதா!

'என்னடா வாழ்க்கை இது?' என்று ஏன் சலிப்படைய வேண்டும்? 'இந்த வாழ்க்கைக்கு என்ன குறை' என்று எண்ணி மகிழ்ச்சியுடன் வாழத் தொடங்கிவிட்டால், பிரச்சினைகள் நமக்கு ஒரு பிரச்சினையே அல்ல. வாழ்வை ரசிக்கும் போதுதான் வாழ்வின் மகத்துவங்கள் நமக்குப் புலப்படும்.

எவ்வளவு இக்கட்டான சூழ்நிலையாக இருந்தாலும், தற்கொலை அதற்கு நியாயமானத் தீர்வாகாது. உள்ளுக்குள் பலப்படுவதும், உறுதியுடன் சவால்களைச் சந்திப்பதுமே பிரச்சினைகளுக்கான தீர்வு.

வாழ்வை நேசியுங்கள். ஏனெனில் வாழ்க்கை என்பது காலத்தின் பெருங்கொடை. அதனை உங்களுக்கும் மற்றவர்களுக்கும் பயனுள்ள தாக்குங்கள். நம்பிக்கை கொள்ளுங்கள். ஏனெனில், உங்கள் வாழ்வில் இனியெல்லாம் வசந்தமே.

மனச்சோர்விற்கு மகத்தான மருந்து!

வாழ்வில் ஒவ்வொரு விஷயமும் நாம் எதிர்பார்க்கின்ற வண்ணம் நடந்து கொண்டிருந்தால் மனம் மகிழ்ச்சியடைகிறது. 'அடடா', அற்புதமான வாழ்க்கை என்று எண்ணி எண்ணிப் பெருமிதம் கொள்கிறது.

மழை வேண்டும் என்று நினைத்துவிட்டால், உடனே மழை வந்தாக வேண்டும். மழை போதும், வெயில் வேண்டும் என்று விரும்பிவிட்டால், உடனே வெயிலடிக்க வேண்டும். தூர்வாராமலே கிணற்றில் நீர்சுரக்க வேண்டும். இப்படி எல்லாமே ஆசைப்படி அமைந்துவிட்டால் மனதின் உற்சாகத்திற்குக் குறைவே இருக்காது.

தேர்வில் வெற்றி, உயர்பதவி, ஊதிய உயர்வு, வியாபார விருத்தி என அனைத்துமே தங்குதடையின்றி வந்துவிட வேண்டும் என்றுதான் மனிதமனம் ஆசைப்படுகிறது. அப்படி நடந்து விட்டால் நல்லதுதான். ஆனால் அப்படியேதான் நடக்கும் என்ற நியதி ஏதும் இல்லையே.

மேடு வரும், பள்ளம் வரும். சாலை என்றால் ஏற்ற இறக்கம் இல்லாமலா. லாபம் வரும், நஷ்டம் வரும். வியாபாரத்தில் இல்லாததா. காதல் வரும், மோதல் வரும். காவியங்கள் சொல்லாததா. சிரிப்பு வரும், அழுகை வரும். நம் கண்ணும், நெஞ்சும் காணாததா. வாழ்க்கை என்றால் எல்லாம் இருக்கத்தான் செய்யும்.

நிமிடந்தோறும் தித்திப்பென்றால் வாழ்வில் சுவாரஸ்யம் இருக்காது. அதீத தித்திப்பு ஆரோக்கியமும் அல்ல. எல்லாமே நமக்குத் தேவை. அப்படியானால்தான் நம் வாழ்க்கை அர்த்தமுள்ளதாகவும் உறுதிமிக்கதாகவும் விளங்கும்.

நேற்றிருந்ததுபோல் இன்றிருப்பதில்லை. இன்றிருப்பதுபோல் நாளை இருப்பதில்லை. எனவே எத்தகைய சவால்களையும் மிகச் சாதாரணமாக எதிர்கொள்ளக்கூடிய மனோதிடமே மிக அவசியம். சின்னச் சின்ன காயங்களைப் பார்த்துக் கண்ணீர் விட்டுக் கொண்டிருந்தால், சுயபரிதாபமே மனதை பலவீனப்படுத்திக் கோழையாக்கி விடும். புத்தியும் மழுங்கிப் போகும்.

நம் வளர்ச்சிக்கும் மகிழ்ச்சிக்கும் முழுமுதல் எதிரி நம் 'மனச்சோர்வு'தான் என்பதை நாம் புரிந்து கொள்ள வேண்டும். மெல்லக் கொல்வது என்பதற்குச் சிலந்தி ஒரு சரியான உதாரணம். பெண் சிலந்தி நுட்பமாக வலைபின்னும். கூர்ந்து பார்த்தால் மென்மையாகத் தெரியும். ஆனால் இரையைத் தாங்கும் அளவுக்கு வலுவாக இருக்கும். அந்த வலையில் பூச்சி மாட்டிக் கொண்ட மறுகணமே பாய்ந்து சென்று தனது கொடுக்கினால் ஒரு வகை திரவத்தைச் செலுத்தும். சிலந்தியின் விஷம் ஏறினதும் ஒரு மயக்கத்தில் அது உயிரை விட, அதை ஒரு வாரம் வைத்து நிதானமாகச் சாப்பிடும்.

அதைப் போன்றதுதான் மனச்சோர்வு என்னும் கொடிய வலை. அதில் நாம் வீழ்ந்துவிட்டால், விரக்தியே நம் வாழ்க்கையை மெல்ல மெல்லத் தின்று தீர்த்துவிடும். எனவே மனச்சோர்வுக்கு ஒருபோதும் இடம் கொடுத்துவிடாதீர்கள். எந்தச் சூழ்நிலையையும் எதிர்கொண்டு மேற்கொள்ள முடியும் என்ற எண்ணமே உங்கள் வாழ்வை சுலபமாக்கும்.

சீதையை இராவணன் சிறை வைத்திருந்தான். ஆனால் சீதையை அவனால் தொட முடிந்ததா? டெஸ்டிமோனாவிற்கு இயாகோ களங்கம் கற்பித்திருக்கலாம். அதனால் அவள் கணவன் ஒத்தல்லோ அவளைக் கொடூரமாகக் கொலை செய்திருக்கலாம். ஆனால் இயாகோவால் டெஸ்டிமோனாவின் கையையாவது பிடிக்க முடிந்ததா? இல்லையே!

நீங்கள் ஏன் கவலைப்படுகிறீர்கள்? பிரச்சினைகள் வரத்தான் செய்யும். ஆனால் உங்களை மேற்கொள்ள விடாதீர்கள். அங்கலாய்க் காமல் அமைதியாய் இருந்துவிட்டால் போதும். அவைகளை அலட்சியப்படுத்திவிட்டால், அவற்றில் எந்தவொன்றும் உங்களைத் தொட முடியாது. அவை வந்த வழியே திரும்பிப் போய்விடும்.

ஆனால், சிலர் அப்படி இருக்க மாட்டார்கள். கவலைகளை வெளியேற விடாமல் அவற்றின் வாலைப்பிடித்துத் தொங்கிக் கொண்டிருப்பார்கள். ஒன்று போயொழிந்தால், அடுத்து கவலைப் படுவதற்கான காரணங்களைத் தேடுவார்கள். தேடிக் கண்டுபிடித்து அவற்றை பட்டியலிட்டுப் புலம்பிப் புலம்பியே மனச்சோர்வை அதிகப்படுத்திக் கொள்வார்கள்.

வாழ்வில் கிடைக்கப் பெற்றிருக்கின்ற நன்மைகளையும் நற்பேறு களையும் எண்ணி எண்ணி மகிழ்வுறுவதே வாழ்வின் பேரின்பம். நினைத்துப் பார்த்து நெஞ்சம் நெகிழ்வதற்கு எத்தனையோ நல்ல விஷயங்கள் நம் வாழ்வில் உண்டே! எண்ணிப் பார்க்கின்றோமா?

மீனை விரும்பிச் சாப்பிடுபவர்களில் பலர் அதன் தலையை ருசிப்பதில்லை. மீனின் உடற்பகுதியைவிட தலைப்பகுதிதான் அதிக

சத்து கொண்டதாக இருக்கிறது. தலைப்பகுதியில் பலவகை வைட்டமின்கள், தாதுக்கள், ஆரோக்கியமான கொழுப்புகள் நிறைந் துள்ளன. ஆனால் கடைகளில் மீன் வாங்கும் போது, அதன் தலையை தவிர்த்துவிடுபவர்கள் உண்டு.

அப்படித்தான் வாழ்வின் உன்னத விஷயங்களைத் தவிர்த்துவிட்டு, மனதைச் சோர்வுக்கு உட்படுத்துகின்ற விஷயங்களிலேயே சிலர் கவனம் செலுத்திக் கொண்டிருப்பார்கள்.

புரமோஷன் வருமோ வராதோ என்ற பதற்றம். வேலை போய்விடுமோ என்ற பயம்.

தங்கம் விலை ஏறிக்கொண்டே இருக்கிறதே, வாங்க முடியுமா என்ற கலக்கம். வேலைக்காக வெளிநாடு சென்ற மகன் அங்கே கட்டுப்பாட்டுடன் இருப்பானா என்ற சந்தேகம்.

இன்னும் வீடு வாங்க முடியவில்லையே என்னும் அங்கலாய்ப்பு. பக்கத்து வீட்டுக்காரன் கார் வாங்கிவிட்டானே என்ற புகைச்சல்.

இப்படித் தேவையற்ற எண்ணங்களையும் ஏக்கங்களையும் ஒன்றன்பின் ஒன்றாகத் தொடுத்துக் கழுத்தில் போட்டுக் கொண்டால், கழுத்தும் முதுகும் வளைந்து வாழ்க்கையே கூனலாகிவிடத்தானே செய்யும்.

எனவேதான் எப்போதும் சந்தோஷமாயிருங்கள் சந்தோஷ மாயிருங்கள் என்று பவுலடியார் அறிவுறுத்துகிறார். மகிழ்ச்சியுடன் இருப்பவர்களுக்கு சஞ்சலமும் தவிப்பும் ஏற்படாது. அதுதான் புத்திசாலித்தனம். ஒருவனின் புத்தி சாதுர்யம் எதையும் சமாளிக்கக் கூடிய ஆற்றலை அவனுக்குத் தருகிறது.

சிந்தனை, ஊக்கம், கடும் உழைப்பு ஆகிய மூன்றும் சேர்ந்ததுதான் புத்திக்கூர்மை என்றார் ஃபிரான்சில் கால்ட்டன். பேச்சுத் திறமை, வார்த்தை சரளம், எண்களில் திறமை, முப்பரிமாண சிந்தனை, உணர்வு, ஊகம், ஞாபகம் ஆகியவை புத்திசாலித்தனத்திற்கான ஏழு அம்சங்கள் என்றார் தர்ஸ்டோன். இவற்றுடன் இன்னொன்றையும் நாம் சேர்த்துக் கொள்ள வேண்டும். அதுதான் 'துணிச்சல்'.

தேவையற்ற பயமும் கலக்கமும் வாழ்வில் பல்வேறு பிரச்சினை களுக்குக் காரணமாகிவிடுகின்றன. நடப்பது நடக்கட்டும், நேருக்கு நேர் பார்த்துவிடலாம் என்று துள்ளி எழுந்துவிட்டால் பிரச்சினைகள் தள்ளிப் போய்விடும். அதனால்தான், மனதில் உறுதி வேண்டும் என்றான் பாரதி.

சமயக் குரவர்கள் நால்வரில் ஒருவர் அப்பர் என்கிற திருநாவுக்கரசர், திருத்தலங்களுக்கு அவர் நடந்தே செல்வார். ஸ்ரீ காளகஸ்திக்குச் சென்ற அவருக்கு, இமய மலையில் உள்ள கயிலாய மலைக்கும் செல்வதற்கு ஆசை. ஆனால் தள்ளாத வயது.

எனினும். உடனடியாக கயிலாயம் நோக்கி நடக்க ஆரம்பித்து விட்டார். நீண்ட பயணத்திற்குப் பிறகு இமயமலையின் அடிவாரத்தை அடைந்தார்.

பல மாதங்கள் நடைப்பயணம். கால்கள் சோர்ந்து போயின. உடலும் தளர்ந்து போனது. ஆனால், மனம் மட்டும் உற்சாகமாக இருந்தது. எனவே, தவழ்ந்தபடியே மலையேற ஆரம்பித்துவிட்டார்.

அப்போது முனிவர் உருவில் சிவபெருமான் அவர்முன் தோன்றினான். ‘இவ்வளவு சிரமப்பட்டு கயிலாயத்திற்குச் செல்ல வேண்டுமா’? என்று கேட்டான். அதற்கு அப்பர், ‘என் உடல்தான் சோர்ந்திருக்கிறதே தவிர, என் உள்ளம் உற்சாகமாகத்தான் இருக்கிறது. என் அப்பனை தரிசிக்காமல் நான் திரும்ப மாட்டேன்’ என்றார். அவரின் மன உறுதியை புரிந்து கொண்ட சிவபெருமான், அங்குள்ள ஒரு பொய்கையில் அப்பரை நீராடுமாறு கூறினார். அப்பரும் அப்படியே செய்தார். அவர் நீருக்குள் மூழ்கி எழுந்த போது இன்றைய திருவையாற்றில் உள்ள ஐயாரப்பர் கோயில் குளத்தில் இருந்தார். அங்கிருந்தபடியே அவருக்கு கயிலாய திருக்காட்சியை அருளினார் சிவபெருமான். அப்பர் கொண்டிருந்த விடாப்பிடியான பற்றுறுதியே, கயிலாய திருக்காட்சியை அவர் காண்கின்ற பெரும்பேற்றினை அவருக்கு வழங்கியது.

நம் மனதை பலவீனப்படுத்தக்கூடிய எத்தனையோ விஷயங்களை நாம் சந்திக்க நேரிடலாம். ஆயினும் கலங்கிவிடக் கூடாது. புலம்பித் திரியக் கூடாது. ஏனெனில், நம் எதிர்மறை எண்ணங்களும் கோழைத் தனமான வார்த்தைகளுமே நம் மனதைச் சிதைத்துவிடும். எனவே திடம் கொள்ளுங்கள்.

இலக்கை நோக்கிய பார்வை, தொய்வுறாத உழைப்பு, உள்ளத்தின் உற்சாகம் ஆகியவற்றின் கூட்டுக் கலவையே நம் மனச்சோரர்வை மாற்றும் மகத்தான மருந்து. இதனை கைக்கொண்டால் போதும், மனச்சோர்வு ஓடிவிடும்; நம் வாழ்க்கை கோடிபெறும்.

எனவே, உற்சாகம் கொள்ளுங்கள். ஏனெனில், உங்கள் வாழ்வில் இனியெல்லாம் வசந்தமே.

●

மனிதத்தின் மறுபெயர்

உள்ளங்களை இணைக்கின்ற பாலம் அன்புதான். உறவுகளை வளர்ப்பதும், வாழ்வை அழகுறச் செய்வதும் அதுதான்.

அன்புடையவர்களே அழகானவர்கள். அன்பே தெய்வமொழி, சூதுவாது வஞ்சம் இல்லாத நெஞ்சம் கோயிலாகத் திகழ்கிறது. தன்னலமற்ற சிந்தனைகள் தீபங்களாக ஒளிர்கின்றன. அங்கு அன்பு ஆட்சி செய்கின்றது.

படைபலத்தால் இதயங்களை வென்றுவிட முடியாது. ஆயுதங் களைக் கொண்டு அமைதியை நிலைநாட்டிவிட முடியாது. நல்லவற்றின் மூலமாக மட்டுமே நன்மைகளைப் பெறமுடியும்.

தேன்கூட்டிலிருந்து நாம் தேனைப் பெறலாம். பாலிலிருந்து நெய்யைப் பெறலாம். நல்ல மனிதர்களிடமிருந்து நல்லவற்றைப் பெறலாம். சுத்தமான தேன் எத்தனை ஆயிரம் ஆண்டுகள் ஆனாலும் கெட்டுப் போகாது. தூய அன்பும் அப்படித்தானே. அது ஒருபோதும் ஒழியாது.

உலகில் உள்ள அனைத்துக் காடுகளிலும் அமேசான் காடுகளே மிகப்பெரியவை. அடர்த்தியானவை. உலகப் பறவை இனங்களில் மூன்றில் ஒரு பங்கு அங்குதான் இருக்கின்றன. தான் பிறக்கும் இடத்திலிருந்து ஆயிரக்கணக்கான துணை ஆறுகளை தன்னோடு இணைத்துக்கொண்டு கடலில் சென்று சங்கமிக்கும் அமேசான் நதியின் ஆயுள் கிட்டத்தட்ட 55 கோடி வருடங்களாம்!

நல்ல உள்ளங்கள் அமேசான் நதியைப் போன்றவை. எவ்வித பேதமுமின்றி எல்லாரையும் தம்முடன் இணைத்துக்கொண்டு அன்பென்னும் கடலில் சங்கமிக்கும் அவற்றிற்கு ஆயுள் அதிகம்.

மனிதர்மேல் அன்பு கொள்ளாமல் பகவான் மீது அன்பு செலுத்துவது கூடாத காரியம். கண்முன்னால் காண்கின்ற ஏழைக்கு இரங்காமல் கடவுளுக்குக் காணிக்கையை வாரி இறைப்பது என்ன பக்தி! பலர் அப்படித்தான் வேஷம் போட்டுக் கொண்டிருக்கிறார்கள். உண்மையைச் சொல்வதெனில், அவர்கள் நாத்திகர்கள்.

திருமூலர் தொடங்கித் தாயுமானவர் வரை அருட்திரு மகான்கள் எல்லாருமே, பரம்பொருளை அடையும் வழிச்சாலையாக அன்பு நெறியைத்தானே குறிப்பிடுகின்றனர்.

'ஆடகச் சீர் மணிக்குன்றே இடையறா அன்பு உனக்கு என், ஊடகத்தே நின்று உருகத் தந்து அருள் எம் உடையானே' என்று இறைவனிடம் நெஞ்சுருகி வேண்டுகிறார் மாணிக்கவாசகர்.

'அன்பென்னும் பிடியுள் அகப்படும் மலையே' என இறைவனைப் போற்றிப் பாடுகிறாரே வள்ளலார். அப்படியெனில், அன்பு எத்தனை வலிமையுடையது. அன்பினால் இறைவனையே நமக்கு வசப்படுத்த முடியுமெனில், மனிதர்களை ஈர்ப்பதென்ன கடினமா!

மனித இதயங்களை எது ஒன்றுபடுத்துமோ அதுவே உன்னத மானது. எது பிரித்துச் சிதைக்குமோ அது அநீதியானது, இழிவானது. அனைவரையும் ஒன்றிணைக்கும் அன்புதான் உண்மையான ஆத்திகம். கருணையே கற்பூரம்.

ஆத்திகம் என்பது கோயிலில் அல்ல; நம் குணத்தில் இருக்கிறது. செல்வம் என்று நம் சம்பாத்தியத்தில் அல்ல; நம் சிந்தையில் இருக்கிறது.

கண்புருவங்கள் பாலசந்திரனைப்போல் வளைந்திருந்தால் மிகுந்த செல்வத்தை உடையவர்களாக இருப்பர்; இரண்டு புருவங்களும் சேராமல் வில்லைப்போல் வளைந்திருந்தால் சகல விதமான சம்பத்தையும் சுகபோகங்களையும் பெற்று உலகில் ஒரு குறையும் இல்லாமல் வாழ்வர் என்றெல்லாம் கதையளப்பவர்கள் உண்டு.

செல்வங்களுக்கும் சுகபோகங்களுக்கும் புருவங்களா காரணம்? இல்லை. ஒருவரின் சீரான சிந்தனைகளும், சிறந்த வாழ்க்கை முறையுமே அவருடைய வாழ்வின் அனைத்து நன்மைகளுக்கும் காரணம்.

தங்கள் பிள்ளைகளை நல்வழியில் நடத்துகின்ற பெற்றோர் நற்கீர்த்தி பெறுகின்றனர். சொத்து சுகங்களை மட்டுமன்றி, நற்பண்பு களையும் ஏற்படுத்திக் கொடுப்போர், இவ்வுலகத்திற்கு நல்ல தலைமுறை களை வழங்குகின்றனர்.

மஹிலாரோப்பிய நாட்டின் மன்னன் அமர சக்திக்கு மூன்று பிள்ளைகள். மூவருமே அடிமுட்டாள்கள். எனவே அவர்களுக்கு ஞானத்தைப் போதித்து அவர்களை நல்வழிப்படுத்த மன்னன் எண்ணினான். எவ்வளவோ முயற்சித்தும் பயனில்லை. இறுதியாக வந்த விஷ்ணு சர்மா என்னும் ஞானியிடம் அந்தப் பொறுப்பைக் கொடுத்தான்.

மனிதனுக்கு ஏற்படும் பல்வேறு துன்பங்களைப் பற்றியும், அவற்றிலிருந்து விடுதலை பெறுவதைப் பற்றியும் விஷ்ணு சர்மா கதைகதையாகச் சொல்ல ஆரம்பித்தார். அவர் சொன்ன கதைகள் மூலம், மன்னனின் பிள்ளைகள் அறிவையும் ஞானத்தையும் பெற்றனர். பஞ்சதந்திரத்தின் மூலக்கதை இதுதான்.

பிள்ளைகள் அறிவாற்றலுடன், அற்புதமான ஞானத்துடன் திகழ்ந்தால் வீட்டுக்கும் நல்லது, நாட்டுக்கும் நல்லது. எனவே அவர்களின் வளர்ச்சியிலும் வாழ்விலும் அக்கறை எடுத்துக் கொள்வது அவசியம்.

அவர்களுக்குள் நற்பண்புகளைப் பதியமிட வேண்டும். அன்பை வளர்க்க வேண்டும். அப்படியானால்தான் கொடுப்பதற்கும் விட்டுக் கொடுப்பதற்கும் அரவணைத்து வாழ்வதற்கும் அவர்கள் பழகுவார்கள்.

சில குடும்பங்களில் அண்ணன் தம்பி இருவரும் பேசிக் கொள்ளவே மாட்டார்கள். ஒரு தாயின் பிள்ளைகளாய் ஒரே வீட்டில் வாழ்ந்தாலும் எதிரிகள்போல் நடந்து கொள்வார்கள். காரணமே இருக்காது. தேவையற்ற காழ்ப்புணர்ச்சி. பெற்றோரும் அதை பெரிதாகக் கண்டு கொள்வதில்லை. விளைவு? காலப்போக்கில் அவர்கள் ஜென்ம பகைவர்களைப்போல் மாறிவிடுகிறார்கள்.

உறவுகளுக்குள்ளே ஒருவர் மீது ஒருவர் வழக்குத் தொடர்ந்து நீதிமன்றங்களுக்குப் போய் வந்து கொண்டிருப்பார்கள். காரணம் என்ன? அன்பில்லை! எனவே விட்டுக் கொடுக்கின்ற மனநிலை இல்லை. அன்பில்லாத மனதில் 'தான்' 'தனது' என்னும் அகங்காரம் வந்துவிடுகிறது. அதுதானே எல்லா பிரச்சினைகளுக்கும் மூல காரண மாகிறது.

காதலித்துத் திருமணம் செய்துகொண்ட அதே வேகத்தில் விவாகரத்து வழக்கும் வந்துவிடுகிறது. திருமணமாகி பல ஆண்டுகள் ஆன பின்னும்கூட ஒருவரை ஒருவர் புரிந்து கொள்ளாமல் சண்டை சச்சரவுகளோடு ஏனோதானோவென்று காலத்தைக் கடத்துகின்ற தம்பதியரும் இருக்கத்தானே செய்கிறார்கள்.

பக்கத்து வீட்டாரோடு பகை, எதிர்வீட்டுக்காரன் மீது எரிச்சல், தந்தை மகனுக்கிடையே மனக்கசப்பு, யாரைப் பார்த்தாலும் கோபம், உறவினரோடு விரோதம் - இவையெல்லாம் எதனால்?

கொஞ்சம் சிந்தித்துப் பாருங்கள். உள்ளத்தில் அன்பில்லை என்றால் இல்லத்தில் இன்பமிருக்காது. அரவணைக்கும் பண்பில்லை என்றால் உறவுகள் உங்களிடம் நிலைத்திருக்காது.

அன்புடன் கற்பிக்கின்ற ஆசிரியரை மாணவர்கள் நேசிக்கிறார்கள். மகிழ்ச்சியுடன் கற்றுத் தேர்ச்சி பெறுகிறார்கள். காலந்தோறும் அவரை மனதிற்குள் வைத்துப் பூஜிக்கிறார்கள்.

முரட்டுத்தனமான மாணவர்கள்கூட அன்புமிக்க ஆசிரியர்களிடம் குழந்தைபோல் மாறிவிடுவதுண்டு. நல்லவர்களின் அன்பினால் ஆட்கொள்ளப்பட்ட கொள்ளையர்களும், கொலையாளிகளும் மனமாற்றமடைந்த வரலாறுகள் உண்டு.

மகா குடிகாரக் கணவனை மனைவி திருத்திவிடுகிறாள் என்றால், ஊதாரியான மகனை தாய் உருப்படச் செய்துவிடுகிறாள் என்றால், வழக்குத் தொடுத்தவனே வழக்கை வாபஸ் வாங்கி எதிராளியை மன்னித்துவிடுகிறான் என்றால், எல்லாம் அன்பு செய்கின்ற மாயம்; வேறொன்றுமில்லை.

பகையும் வெறுப்பும் நமக்குள் ஏன் ஏற்படுகின்றன? ஆணவம் ஏன் நம் தலைக்குள் ஏறி நின்று தாண்டவமாடுகிறது? மனிதநேயம் ஏன் மடிந்துபோகிறது? அன்பில்லை!

குடும்பத் தகராறுகளுக்கும் சமுகக் கேடுபாடுகளுக்கும் அதுதான் காரணம்.

ஹிட்லருக்கு மனிதர்மேல் பிரியம் இருந்திருந்தால், கொடூரமாக பலரை சித்திரவதை செய்து கொன்று குவித்திருப்பாரா. செத்தவனின் மண்டை ஓட்டை வைத்து மேசை விளக்குகள் செய்து ரசித்திருப்பாரா? அதையெல்லாம் அவரால் எத்தனை காலத்திற்கு ரசிக்க முடிந்தது? சுரங்க அறையிலேயே சுவாசித்து, தன்னைத்தானே சுட்டுக் கொண்டு தானே செத்தார்!

வறண்ட மனம் பாலைவனம். அங்கு கங்கையைக் காண முடியாது. தண்ணீர்க் குடங்களை வற்றிய குளங்கள் நிரப்புவதில்லை. அங்கு மீன்களுக்கு வாழ்வில்லை. கடல்நீர் உப்புக் கரிக்கிறது. ஆனால் கடற்கரையிலுள்ள ஊற்றுநீர் எப்போதும் சுவையுடன் சுரக்கிறது பலரின் தாகம் தீர்க்கிறது.

உள்ளத்தில் அன்பு சுரந்து கொண்டிருந்தால் கண்களில் கருணை இருக்கும்; வார்த்தைகளில் ஈரம் இருக்கும்; சிந்தனையில் செயல்களில் பொதுநல நோக்கம் இருக்கும். அப்படிப்பட்ட சிலரால் இந்த உலகம் இன்னும் வாழ்ந்து கொண்டிருக்கிறது.

அதிகாரத்தினால் ஆதிக்கம் செலுத்தலாம். அகங்காரத்தினால் பலரை அடிமைப்படுத்தலாம்; ஊரையே ஆட்டிப் படைக்கலாம்.

பணம் பெறலாம், பொருள் பெறலாம், பல வெற்றிகளைப் பெறலாம். ஆனால் மன அமைதியைப் பெறமுடியாது.

அலெக்ஸாண்டருக்குக் கோலி விளையாடக் கற்றுக்கொடுத்துக் கொண்டிருந்தார் தத்துவ ஞானி அரிஸ்டாட்டில். அந்த விளையாட்டின் மூலம் மனவளர்ச்சிக் கலையை பயிற்றுவிப்பதே அவரின் நோக்கம். அச்சமயம் வெற்றி முரசு ஒலிக்கும் சத்தம் அவர்களின் செவிகளுக்கு எட்டியது.

ஒரு கண்ணை மூடிக்கொண்டு ஒரு கண்ணால் கீழே கிடக்கும் கோலிக்குண்டை கையில் இருக்கும் குண்டால் அடிக்க குறிபார்த்த படியே 'அங்கே என்ன சத்தம்' என்று அரிஸ்டாட்டிலிடம் கேட்டான் சிறுவன் அலெக்ஸாண்டர்.

'மேசிடோனியஸ் பேரரசின் சக்கரவர்த்தியான உன் தந்தை பிலிப்பிற்கு வழங்கப்படும் வரவேற்புக் கோலாகலம்தான் அது. படையெடுத்துச் சென்று அயல்நாட்டு மன்னனை வென்று, அவனை அடிமையாக்கி இழுத்து வருகிறார்' என்றார் அரிஸ்டாட்டில்.

அதைக் கேட்ட அலெக்ஸாண்டருக்குக் கோபம் வந்துவிட்டது.

'மிச்சமீதி எதுவுமின்றி எல்லா நாடுகளையும் என் தந்தையே பிடித்துவிட்டால், நான் வளர்ந்து பெரியவனான பிறகு எந்த நாட்டைப் பிடிப்பது?' என்று கோபம் கொப்பளிக்கக் கேட்டபடியே கோலி குண்டை படுவேகமாக வீச, அடித்த குண்டும் அடிபட்ட குண்டும் தூள் தூளாகச் சிதறிப் போயினவாம்.

அலெக்ஸாண்டர் வளர்ந்து மன்னனான பிறகு எஞ்சியிருந்த நாடுகள் பலவற்றை வென்றெடுத்தார். ஆயினும் என்ன! ஆறடிக்குள் தானே அடக்கமானார். 'உலகமே போதாது போதாது என்று அலைந்த மாமன்னனுக்கு இந்த ஆறடி நிலம் போதுமென்றாகிவிட்டது' என்றுதானே அவர் கல்லறையின்மேல் எழுதப்பட்டுள்ளது.

புயபலத்தால் அதிகாரத்தால் பெறுகின்ற வெற்றிகள் பேராசையை ஏற்படுத்தும்; ஆணவத்தை அதிகரிக்கச் செய்யும்; உறவுகளை அழிக்கும்; அமைதியை இழக்கச் செய்யும். அன்பினால் பெறுகின்ற வெற்றிகளே மனதை மகிழ்ச்சியால் நிரப்பும்; உறவுகளைக் கட்டி எழுப்பும்; நிம்மதியான நித்திரையைத் தரும்.

ஆனால் நம்மில் எத்தனைபேர் புரிந்து கொண்டுள்ளோம்!

அன்பே சிவம், கடவுள் அன்பாகவே இருக்கிறார், அன்பு சகலத்தையும் தாங்கும் என்றெல்லாம் சொல்லிச் சென்றார்களே. ஏன் அப்படிச் சொன்னார்கள்?

அன்புதான் உலகம். அன்புதான் அழியாச் செல்வம். அன்புதான் நன்மைகளை உருவாக்கும் சக்தி. மனிதனை மனிதனாக வாழச் செய்வதும், உலகம் அழிந்து போகாமல் அதனை பாதுகாத்துக் கொண்டிருப்பதும் அதே சக்திதான். அதனால்தான் அன்பே தெய்வம் என்றார்கள்.

சிலர் பெரும்பாலும் ஆராய்ச்சிப் பணிகளைச் செய்வார்கள். தங்கள் அறிவுத்திறனை நிரூபிப்பதற்கும், விருதுகளைப் பெறுவதற்கும் அரியபல சாதனைகளை நிகழ்த்துவார்கள். ஆயினும் என்ன!

அவர்களில் பெரும்பாலானோர் இதயமற்ற இயந்திரம்போல் இருப்பார்களே தவிர, மனிதர்களாக இருப்பதில்லை. யாரையும் கண்டு கொள்ளாமல், எதைப் பற்றியும் கவலைப்படாமல், சூழ்நிலைகளால் பாதிப்படையாத ஞானிகளாய் தங்களைக் காட்டிக் கொள்வதே மேதாவித்தனம் என்பது அவர்களின் எண்ணம்.

அதனால்தான் உறவினர்களைக்கூட அவர்கள் மதிப்பதில்லை. இன்ப துன்ப நிகழ்ச்சிகளில் கலந்துகொள்வதில்லை. யார் இருந்தாலென்ன போனாலென்ன என்னும் அலட்சிய மனோபாவத்துடன் தங்கள் நாற்காலியிலேயே வாழ்ந்து கொண்டிருப்பார்கள்.

அவர்கள் எவ்வளவு பெரிய அறிவாளிகளாக இருந்தாலும், அன்பில்லை எனில் அவர்கள் மனிதகுலத்தின் விரோதிகளே.

அன்புள்ளம் கொண்டவர்கள் யாரையும் அற்பமாக எண்ண மாட்டார்கள். ஏழை எளியவன் என்னும் ஏளனத்தில் தூக்கி எறிந்து பேச மாட்டார்கள். பிறர் உரிமைகளைப் பறிக்க மாட்டார்கள்.

அன்பை வெளிப்படுத்தக்கூடிய ஏதேனும் ஒன்றைக் கொண்டு வாருங்கள் என்று நான்கு சீடர்களை வெளியே அனுப்பினார் குரு.

சிறிது நேரத்தில் அவர்கள் நால்வரும் திரும்பி வந்தனர். ஒரு சீடனின் கையில் ஓர் அழகிய ரோஜா இருந்தது. இன்னொரு சீடனிடம் வண்ணத்துப் பூச்சி இருந்தது. மற்றெரு சீடனின் கைகளில் ஒரு குஞ்சுப் பறவை இருந்தது. முதலில் கிளம்பிப்போன சீடனோ இறுதியில் வெறுங்கையோடு வந்தான்.

'நீ ஏதும் கொண்டு வரவில்லையா?' என்று குரு அவனிடம் கேட்டார்.

'நானும் செடியில் ரோஜாவை பார்த்தேன். செடியிலேயே இருக்கட்டும் என்று விட்டுவிட்டேன். வண்ணத்துப் பூச்சியைப் பர்த்தேன். சுதந்திரமாகப் பறக்கட்டும் என்று விட்டுவிட்டேன். என்

கைக்கெட்டும் தூரத்தில் குஞ்சுப்பறவையைப் பார்த்தேன். தாய்ப் பறவை தேடுமென்று எடுக்காமல் விட்டுவிட்டேன்' என்றான் அந்தச் சீடன். குரு அவனை ஆரத் தழுவிக் கொண்டார்.

'அன்பு என்பது இதுதான். ஒன்றுமே கொடுக்க வேண்டாம். எதையுமே பறிக்காமல் இருந்தால் அது போதும். யாரையும் காயப் படுத்தாமல் இருப்போமே. நாம் இந்த உலகிற்கு எதையேனும் கொடுக்க நினைத்தால் அன்பைக் கொடுப்போம்' என்றார் குரு.

யார் உரிமையையும் தட்டிப் பறிக்காமல், யார் உணர்வையும் காயப்படுத்தாமல் எல்லோரையும் மதித்து வாழ்வதே மேலான வாழ்க்கை.

ஒருவன் தன் மனைவிக்குப் பட்டுப் புடவை வாங்கிக் கொடுப்பது பெரிதல்ல; அவளை அவன் மரியாதையுடன் நடத்துகிறானா என்பது முக்கியம்.

கணவனுக்கு வேளை தவறாமல் மனைவி சமைத்துக் கொடுப்பது பெரிதல்ல; அவனுடைய முன்னேற்றத்திலும் மகிழ்ச்சியிலும் அக்கறை எடுத்துக் கொள்கிறாளா என்பது முக்கியம்.

பிள்ளைகளுக்குக் கோடிக்கணக்கில் சொத்துகளைச் சேர்த்து வைப்பதைக் காட்டிலும், அவர்கள் மனதில் அன்பைப் பொழிந்து, அவர்களை நல்வழிப்படுத்தி நல்லவர்களாக வாழச் செய்வது மிக முக்கியம்.

இதை நாம் உணர்ந்து கொண்டால் நம் வீடு மட்டுமல்ல, நம் நாடும் சிறந்து விளங்கும். அன்பை அடித்தளமாகக் கொண்ட சமுதாயம் அமைந்துவிட்டால், சண்டைகளே இல்லாமற் போய்விடும். அன்பு என்பது சாதாரண வார்த்தையல்ல; அது மனிதத்தின் மறுபெயர்.

ஏழைதானே என்று யாரையும் நாம் எள்ளிநகையாடிவிடக் கூடாது. சிறியவர்தானே என்று எவரையும் அலட்சியமாகக் கருதிவிடக் கூடாது.

சிறுபுலத்திலும் பெருங்கதிர் விளையும். சின்னஞ்சிறு மண்குடிசை களிலிருந்தும் பெரும்ஞானியர் வரலாம். சிறு பொறிதான் என்றாலும் உள்ளிருக்கிறதே பெருநெருப்பு. சிறு குறளிலும் விழுமிய பொருள் ஆழ்ந்து கிடக்கிறதே!

சிலந்தி நம் கண்களுக்கு ஓர் அற்பமான பூச்சியாகத் தெரிகிறது. ஆனால் அது தன் வலையை நெய்வதற்கு எடுத்துக் கொள்ளும் முயற்சி அற்புதமானது. அந்த விடாமுயற்சிதானே புரூஸ் மன்னனையே

கிளர்ந்தெழச் செய்தது. அவர் இழந்த நாட்டையே அல்லவா மீட்டுத் தந்தது.

எனவே எல்லோரையும் மதிப்போம். அன்பினால் அரவணைத்துக் கொள்வோம். அப்போது நம் வாழ்க்கை வண்ணமயமாகும்.

அன்பு பெருகும்போது உள்ளம் ஒளிபெறும். ஆணவம், அகங்காரம், வறட்டு கௌரவம், சுயநலம், பகை எல்லாம் வீண் என்னும் தெளிவு நமக்குள் வந்துவிடும்.

பறவைகளின் சரணாலயம்போல் மாறிவிடுவோம். நட்பும் சொந்தபந்தங்களும் நம்மைச் சூழ்ந்திருக்கும். நம் பலம் பலமடங்கு கூடிவிடும். அந்த பலம் நன்மைகளை உருவாக்கும்; எல்லோரையும் நம் உறவாக்கும்.

இன்றுவரை நடந்தவை எப்படியோ, அவற்றை அப்படியே மறந்துவிடுங்கள். இனி நடப்பவை நல்லவையாய் இருக்க யாவருடனும் அன்பைப் பகிர்ந்திடுங்கள். உள்ளங்களை வெல்லுங்கள்; வீண்பயத்தைப் புறம்பே தள்ளுங்கள். ஏனெனில், உங்கள் வாழ்வில் இனியெல்லாம் வசந்தமே.

காயங்கள்

இதயத்தோலை உரித்தெடுப்பதுபோல் சிலர் நம்மை காயப்படுத்தி விடுவார்கள். குத்தீட்டி போன்ற வார்த்தைகளால் அல்லது கீழ்த்தரமான செயல்களால் பிறரை ரணப்படுத்தி வேடிக்கை பார்ப்பதில் சிலருக்கு அலாதி பிரியம்.

தெருவில் சும்மா ஓடிக்கொண்டிருக்கின்ற நாய்மீது கல்லெடுத்து எறிகின்றவனுக்குப் பிற உயிர்களின் வாதை புரியாது. கையில் ஒரு குச்சி கிடைத்துவிட்டால் அதைக் கொண்டு சிற்றெறும்புகளைக் குத்தி மகிழ்கின்றவனுக்கு 'ஜீவ காருண்யம்' என்றால் என்னென்றே தெரியாது.

ஹிட்லர் மனோபாவம் கொண்டவர்களுக்கு மற்றவர்களைக் கொடுமைப்படுத்துவதில்தான் பேரின்பம். சிரிப்பார்கள்; அதிலிருந்து விஷத்துளிகள் தெறிக்கும். பேசுவார்கள்; அதில் வஞ்சனை நெருப்பிருக்கும்.

நெஞ்சில் ஈரம் இல்லாதவர்களின் கண்களில் நீங்கள் வள்ளலாரைப் பார்க்க முடியுமா! நாளொன்றுக்கு ஒருவரையாவது புண்படுத்த வில்லை என்றால் அவர்களுக்குத் தூக்கம் வராது.

நீங்கள் நல்லதையே செய்தாலும், அவர்கள் உங்கள் மீது நானூறு குற்றங்களைச் சுமத்துவார்கள். உங்களை வேதனைப்படுத்துவதையே தங்களின் சாதனையாக நினைப்பார்கள். அவர்கள் யாரோ எவரோ அல்ல; உங்கள் உறவினராக இருக்கலாம். உங்களுடன் நன்கு பழகிய நண்பர்களாகவும் இருக்கலாம்.

காரணமே இல்லாமல் உங்களை காயப்படுத்துகிறார்களா? அவர்களுக்கு உங்கள் மீது காழ்ப்புணர்ச்சி என்று அர்த்தம். வளர்ச்சி மற்றும் மகிழ்ச்சியின் மீது அவர்களுக்கு வயிற்றெரிச்சல் என்று பொருள்.

உங்கள் மீது பொறாமை கொள்வதற்கு ஒருவர்கூட இல்லை யென்றால் நீங்கள் வாழ்வதே வீண் அல்லவா! எனவே பொறாமை யினால் உங்களை காயப்படுத்துகின்றவர்களுக்கு நீங்கள் நன்றி

சொல்லுங்கள். ஏனெனில் அவர்கள் ஏற்படுத்தும் காயங்கள் உங்களை மென்மேலும் வலுப்படுத்தும்; வேகப்படுத்தும். உங்கள் வளர்ச்சியை அவர்கள் கண்முன்னே பல மடங்கு பெருகப்பண்ணும்.

அற்ப சிந்தை கொண்டவர்கள் அற்பமாகத்தான் நடந்து கொள்வார்கள். அவர்களின் வாக்கும் போக்கும் அப்படித்தான் இருக்கும். தரக்குறைவாகப் பேசுவார்கள். விஷமத்தனமாக விமர்சிப்பதில் மனநிறைவு கொள்வார்கள்.

துறவி ஒருவர் தியானத்தில் ஆழ்ந்திருந்தார். அந்த வழியாகச் சென்ற திருடன் துறவியைப் பார்த்தான். பரதேசியாகத் தோற்றம் தரும் இவனும் என்னைப்போல் ஒரு திருடனாகத்தான் இருக்க வேண்டும். இரவெல்லாம் சுற்றித் திரிந்து திருடிய களைப்பில்தான் தன்னை மறந்து தூங்குகிறான் என்று தனக்குள் எண்ணியபடி நகர்ந்தான்.

சிறிது நேரம் கழித்து ஒரு குடிகாரன் தள்ளாடித் தள்ளாடி வந்தான். தியானத்தில் இருந்த துறவியை பார்த்தான். நிதானம் இல்லாமல் குடித்ததால் இப்படி நினைவை இழந்து கண்மூடி இருக்கிறான் என்று உளறியபடி அங்கிருந்து சென்றான்.

கடைசியாக ஒரு நல்லவன் அந்த வழியாக வந்தாள். துறவியின் முகம் மலர்ந்த தாமரை போல் அவனுக்குக் காட்சியளித்தது. பரவசமடைந்தான். 'ஆகா! மாபெரும் தவஞானியைத் தரிசிக்கும் பாக்கியம் பெற்றேனே' என்று சொல்லி சாஷ்டாங்கமாய் அவரின் கால்களில் விழுந்து வணங்கினான்.

முதலில் வந்த இருவருக்கும் தெரியாத உண்மை இவனுக்கு மட்டும் எப்படி தெரிந்தது? ஏனெனில் மனம் என்னும் கண்ணாடியில் அவரவர் எண்ணங்களே பிரதிபலிக்கின்றன. எனவே மனதை ஆரோக்கியமான விஷயங்களின் பக்கமாக நாம் திருப்பிக் கொள்ள வேண்டும்.

நேர்மையற்று விமர்சிக்கின்ற வாய்களுக்கு நாம் பூட்டுப்போட முடியாது. நீதியற்ற நெஞ்சங்களில் வஞ்சம் நிறைந்திருக்குமே அன்றி, துளியளவும் நன்றியுணர்வு இருக்காது. அவர்களைப் பற்றியெல்லாம் நாம் கவலைப்பட்டுக் கொண்டிருந்தால் நம் மனம்தான் பலவீனப்பட்டுப் போகும்; வாழ்வின் வளர்ச்சிக் குன்றிவிடும்.

எனவே பொல்லாதாரின் வார்த்தைகளைத் தூசியைத் தட்டி விடுவதுபோல் தட்டிவிட்டுச் சென்றால்தான், அவை நம் மனதில் ஒட்டிக் கொள்ளாமல் வாழ்வின் வளர்ச்சியில் நாம் கவனம் செலுத்த முடியும்; நிம்மதியாகவும் வாழமுடியும்.

சிலர் அர்த்தமே இல்லாமல் யாரைப் பார்த்தாலும் ஏளனம் செய்வார்கள். கழிவுநீர்க் கால்வாய்போல் வாயைக் காது வரை திறந்து வார்த்தைகளைக் கொட்டுவார்கள். அப்படிப்பட்டவர்கள் தங்களைப் பற்றிச் சிந்திப்பதில்லை; தங்களின் தரங்கெட்ட வார்த்தைகளைப் பற்றி அவர்கள் வெட்கப்படுவதுமில்லை.

அவர்களைப் பற்றி நமக்கென்ன கவலை! அவர்களின் வார்த்தைகள் மட்டுமன்றி, வாழ்வும் அர்த்தமற்றது.

பொறாமைப்படுவார்கள்; பட்டதும் புறம்பேசுவார்கள். பேசட்டும். நம்முடைய மனம் சிதைவுறாமல் முன்னேற்ற வழியில் ஜாக்கிரதையாக பயணிக்க வேண்டும். அப்படியானால்தான் இந்த உலகில் நம் வாழ்வை வளப்படுத்திக் கொள்ளவும் வெற்றியை நிலைநிறுத்திக் கொள்ளவும் முடியும்.

உங்களை வீழ்ச்சியடையச் செய்வதற்காகவே சிலர் உங்களை வேதனைப்படுத்த முயற்சிப்பார்கள். உங்கள் வளர்ச்சியைத் தடுப்பதற் காகவே பாதைகளில் முட்களைப் பரப்புவார்கள். அலட்டிக் கொள்ளாமல் அவற்றைத் தாண்டிச் செல்லுங்கள். உங்கள் வளர்ச்சியின் பால் நீங்கள் பெறுகின்ற மகிழ்ச்சியும், தொடர் வெற்றிகளுமே அவர் களுக்கு நீங்கள் கொடுக்கின்ற மாபெரும் தண்டனையாக இருக்கும்.

அதே சமயம் நம்முடைய செயற்பாடுகளோ வார்த்தைகளோ யாரையும் சிறிதளவுகூட புண்படுத்திவிடக் கூடாது என்பதில் நாம் மிகமிக கவனமாக இருக்க வேண்டும். நமது சுயமரியாதை நமக்கு எவ்வளவு முக்கியமோ அதேபோல் மற்றவர்களின் தன்மானம் அவர் களுக்கு முக்கியம் என்பதை கருத்தில் வைத்துக் கொண்டால் பிறரை அவமதிக்கும் எண்ணம் வராது.

அதியமான் நெடுமான் அஞ்சியை நேரில் கண்டு பரிசில் பெற பெருஞ்சித்திரனார் சென்றார். காடுமலைகளைக் கடந்து தன்னிடம் வந்த பெருஞ்சித்திரனாரை பார்க்காமலேயே அவருக்கு வேறு ஒருவர் மூலம் பரிசு கொடுத்தனுப்பினான் அதியமான். அச்செயலை அவமான மாகக் கருதி தன்மானம் காக்க அப்பரிசை ஏற்க மறுத்துவிட்டார் பெருஞ்சித்திரனார்.

> யாங்கு அறிந்தனனோ தங்குருங் காவலன்
> காணாது ஈத்த இப்பொருட்கு யானோர்
> வாணிகப் பரிசிலன் அல்லன்

என்று அவர் பாடிய பாடல் புறநானூறில் இடம்பெற்றுள்ளது.

நாம் ஒருவர்க்கு ஓர் உதவியைச் செய்கின்ற போது, பெறுகின்ற நபரை அலட்சியமாகப் பார்ப்பதும், ஏனோதானோவென்று மரியாதை யின்றிக் கொடுப்பதும் தர்மம் ஆகாது. அப்படிச் செய்வதைவிட செய்யாமலிருப்பது உத்தமம்.

எதையும் மகிழ்ச்சியுடன் செய்ய வேண்டும். யாரையும் மரியாதை யுடன் நடத்த வேண்டும். நம்மிடம் உதவி கேட்டு ஒருவன் வந்து விட்டான் என்பதற்காக, நமக்கு ஓர் அடிமை சிக்கிக் கொண்டான் என்று எண்ணிவிடக் கூடாது. அவமானப்படுத்துதல் என்பது படுகொலைக்குச் சமம்.

நாம் எவ்விதம் நடத்தப்பட வேண்டும் என்று விரும்புகிறோமோ அப்படியேதான் மற்றவர்களும் விரும்புவார்கள் என்ற உணர்வு நமக்கு வேண்டும். மனம் செம்மையாக இருந்தால் அதில் பிறக்கின்ற எண்ணங்களும் செம்மையானவையாக இருக்கும். அவற்றிலிருந்து தீமைகள் ஒருபோதும் பிறப்பதில்லை.

முன்பெல்லாம் வீடுகளில் தண்ணீரை செம்புக் குடங்களில் பிடித்து வைக்கும் பழக்கம் இருந்தது.

கேன் வாட்டர், மினரல் வாட்டர் என்று நம் வாழ்க்கை முறை இன்று மாறிவிட்டது. ஆனால் வீட்டுக்கு ஒரு செம்புத் தகடு இருந்தால் போதும்; அருமையான மினரல் வாட்டர் கிடைத்துவிடும் என்கிறார்கள்.

செம்புப் பாத்திரத்தில் தண்ணீரை வைத்து ஒரு நிறுவனம் ஆராய்ச்சி நடத்தியது. 24 மணிநேரம் தண்ணீரை அதில் வைத்திருந்தது பரிசோதித்துப் பார்த்ததில், மனிதர்களுக்குத் தீங்கு விளைவிக்கும் நுண்ணுயிர்கள் எதுவும் அந்த நீரில் இல்லை என்று கண்டுபிடித்தார்கள்.

கிணற்றில் கிடைக்கின்ற தண்ணீர் செம்புக் குடத்துக்குப் போனதும் மினரல் வாட்டர் போல் தூய்மையாக மாறிவிடுகிறதாம்.

அதுபோல் நல்ல மனம் எப்போதும் மற்றவர்களுக்கு நன்மை பயக்கும். பிறருக்குத் தீங்கு விளைவிக்கின்ற வார்த்தைகளும் செயல் களும் ஒருபோதும் அங்கிருந்து தோன்றுவதில்லை. எல்லாவற்றையும் நல்லவையாக மாற்றக்கூடிய ஆற்றல் நல்ல மனதிற்கு உண்டு.

வசைபாடும் வாய்களுக்கு வாழ்த்திப் பாடத் தெரியாது. வாழ்த்துகின்ற நெஞ்சங்களுக்கு வசைபாடத் தெரியாது.

கலீல் ஜிப்ரானைவிட பத்து வயது மூத்தவள் மேரி எலிசபெத்-இருவரும் நெருங்கிப் பழகியவர்கள். ஒருவரை ஒருவர் தீவிரமாகக் காதலித்தவர்கள். மனரீதியாக மட்டுமல்ல, உடல்ரீதியாகவும் ஒருவரை ஒருவர் ரசித்துக் களித்தவர்கள்.

ஜிப்ரானின் படைப்புகளை உலகளாவிய தரத்துக்கு உயர்த்த வேண்டும் என்பதில் ஆர்வமும் அக்கறையும் காட்டியவள் மேரி. உலக இலக்கியங்கள், மதம் தொடர்பான விஷயங்கள், ஆழமான தத்துவங்கள் ஆகியவற்றைப் பற்றியெல்லாம் மணிக்கணக்காக அவர்கள் விவாதிப்பார்கள். நீட்ஷேவையும் வில்லியம் பிளேக்கையும் அவருக்குப் புரியும்படிச் சொன்னவளும் அவள்தான். ஜிப்ரானின் கையெழுத்துப் பிரதிகள் அனைத்தையும் முறைப்படிச் செப்பனிட்டுச் சீர்படுத்தி, அவற்றை உயர்த்தி நிறுத்தியவளும் அவள்தான்.

எத்தனை அற்புதமான அன்புறவு!

ஆனால் திடீரென மேரிக்கு அவளது உறவினர் ஒருவருடன் திருமணம் ஏற்பாடானது. அவள் என்ன செய்தாள்? ‘உன்னைவிட நான் பத்து வயது மூத்தவள். உன்னோடு குடும்பம் நடத்த இயலாது’ என்று ஜிப்ரானுக்குக் கடிதம் எழுதினாள்.

அதற்கு ஜிப்ரான், ‘உன் உடலைப் பார்க்குமுன்னே உன் மனதைப் பார்த்தவன் நான். உன்னைவிட நெருக்கமானவர் எனக்கு யாருமில்லை; இருக்கவும் முடியாது. நீ ஏழுமுறை வெவ்வேறு ஆடவரை திருமணம் செய்து கொண்டாலும் சரி; நம் அன்புறவு அறுபடாமல் அர்த்தமுள்ள தாகவே இருக்கும்’ என்று பதில் எழுதினார்.

அதன் பிறகு ஐந்து ஆண்டுகள் மட்டுமே ஜிப்ரான் உயிர்வாழ்ந்தார். எனினும் தனது மனதைவிட்டு அவர் மேரியை இறக்கி வைக்கவே இல்லை.

இறுதியாக மேரிக்கு ஜிப்ரான் எழுதிய கடிதத்தின் கடைசி வரி, ‘கடவுள் உன்னை நேசிப்பாராக’ என்பதுதான்.

வாழ்த்துகின்ற உள்ளம் எப்போதும் வாழ்த்திக்கொண்டுதான் இருக்கும். காயப்பட்டுத் துடிக்கின்ற தருணங்களிலும் அது தன்னிலை இழந்துவிடாது; யாரையும் திட்டித் தீர்க்காது.

போர்க்களத்தில் ஏற்படுகின்ற காயங்கள் வீரனுக்கு அழகானவை. உள்ளத்தில் ஏற்படுகின்ற காயங்கள் வாழ்க்கைக்குப் பாடமானவை.

காயங்களை வெறும் காயங்களாக நாம் எண்ணிவிடக் கூடாது. ஏனெனில், அவை நமக்கு ஞானத்தைப் போதிக்கின்றன. மனிதர்களின் சுயரூபங்களை நமக்கு அடையாளங் காட்டுகின்றன. வாழ்வின் யதார்த்தங்களை நமக்கு விளக்குகின்றன.

இராமபிரானும் மனதில் காயப்பட்டார். தீயதொரு கணை தாக்கித்தான் கிருஷ்ணர் மாண்டார். இயேசு பெருமானும் சிலுவையில் காயப்பட்டு ரத்தம் சிந்தினார்.

மகாத்மா காந்தியும் சுடப்பட்டார். அன்பால் வென்ற ஆபிரகாம் லிங்கனும் கொல்லப்பட்டார். குற்றங்குறைகளைத் தேடித் திரிகின்ற வீணர்களுக்குக் கண்களில் கோளாறு; இரத்த வெறிபிடித்தவர்களுக்குத் தலையில் தகராறு.

காயப்படுத்துவதற்கும் அழிந்துபடச் செய்வதற்கும் உலகில் நிறையபேர் உண்டு. ஞானமான வார்த்தைகளைச் சொல்வதற்கும் ஆக்கப்பூர்வமான செயல்களைச் செய்வதற்கும் மிகச்சிலரே இருப்பார்கள்.

தாறுமாறாகப் பேசுகின்ற நாவுகளுக்கு நீதி நியாயத்தைப் பற்றிய கவலை கிடையாது. வம்பளத்தல் என்பது அவர்களுக்கு நொறுக்குத் தீனி தின்பதுபோல். எதையாவது நொறுக்கிக் கொண்டே இருப்பார்கள்.

பிறரைக் கண்ணீர்விடச் செய்கின்ற அளவுக்குப் பொல்லாத வார்த்தைகளைப் பேசுவதில் சிலர் கில்லாடிகள். வார்த்தைகளால் வதை செய்வது அவர்களுக்குப் பிடித்த விஷயம்.

அப்படிப்பட்டவர்களைக் கடந்து செல்லும்போது செவிகளைப் பொத்திக் கொள்ளுங்கள்; அவர்களை உங்கள் வாழ்விலிருந்து அப்புறப்படுத்துங்கள்.

வார்த்தைகள் உயிருள்ளவை. அவற்றை எப்படி பயன்படுத்து கிறோமோ அப்படி அவை செயலாற்றும். நாம் பேசுகின்ற வார்த்தைகள் நம்மையும் பிறரையும் வாழ்விக்க வேண்டுமே தவிர, அழிவுகளுக்கும் அவமானங்களுக்கும் காரணமாகிவிடக்கூடாது.

சில சமயங்களில் நாம் பெருமையாகப் பேசுகின்ற வார்த்தைகள்கூட சிலரின் தன்மானத்தைத் தொடுவதாக மாறிவிடும்; பகையை அதிகமாக்கிப் பேரழிவை ஏற்படுத்திவிடும்.

பாரியின் மகளைப் பெண்கேட்டு மூவேந்தர்கள் வந்தனர். ஆனால் எவருக்கும் பாரி இசைவு தரவில்லை. கோபம் கொண்ட மூவேந்தரும் ஓரணியிற் கூடிப் பறம்பு மலையை முற்றுகை இட்டனர்.

அப்போது மூவேந்தர்களையும் நோக்கிக் கபிலர், ‘நீங்கள் ஒருங்கிணைந்து முற்றுகையிட்டாலும் பறம்பு மலையைக் கொள்ள முடியாது. வாள்கொண்டு நீங்கள் செய்யும் போருக்குப் பயந்து பறம்பு மலையை பாரி தந்துவிட மாட்டான்’ என்கிறார்.

‘நளி கொள் முரசின் மூவிரும் முற்றுகை,
உழவர் உழாதன நான்கு பயன் உடைத்தே’

என்று பறம்பு மலையின் வளத்தைப் பற்றிப் பெருமையடிக்கிறார்.

'மூவேந்தர்களே, நீங்கள் முற்றுகையை நீடித்து மக்களையும் வீரர்களையும் நலியச் செய்து பறம்பு மலையைக் கைப்பற்றிவிடலாம் என்று எண்ண வேண்டாம். ஏனெனில், உழவர்கள் உழாமலேயே பறம்பு மலை நான்கு வகை வளங்களை உடையது. எனவே எத்துணைக் காலம் முற்றுகை நீடினும் பறம்பு மலையில் பஞ்சம் ஏற்படுவதே இல்லை' என்று விளாசுகிறார்.

அது மட்டுமல்ல, 'யாமும் பாரியும் உளமே; குன்றும் உண்டு - நீர் பாடினிர் செலினே' என்றும் கூறி வெறுப்பேற்றுகிறார்.

அதாவது, குளிர்ச்சி மிக்க பறம்பு நாட்டின் முன்னூறு ஊர் களையும் பரிசிலர் பெற்றுக் கொண்டனர். நீங்கள் இரவலராய் ஆடிப் பாடி வந்து நின்றால், உங்களுக்குப் பரிசாகத் தர யாமும் பாரியும் உள்ளோம்; பறம்பு மலையும் இருக்கிறது' என்று கபிலர் எள்ளி நகையாட மூவேந்தருக்கும் கோபம் அதிகரித்து விட்டது.

நேர்மையாகப் போர் செய்து வெற்றிபெற முடியாது என்பதால், மூவேந்தரும் வஞ்சனையால் பாரியைக் கொன்றனர்.

நம்முடைய அலட்சியப் பார்வைகள், மிதமிஞ்சிய பெருமைப் பேச்சுகள் மற்றவர்களை எரிச்சலூட்டி பொல்லாத பகையை உருவாக்கிவிடக்கூடும். எனவே எச்சரிக்கை அவசியம்.

யார் மனதையும் புண்படுத்தாமல் பேசுவோம். யார் உணர்வு களையும் காயப்படுத்தாமல் பழகுவோம். மனிதநேயத்துடன் உறவு பாராட்டுவோம்.

பிறர் உங்களுக்குள் ஏற்படுத்திய காயங்களை எண்ணிக் கவலைப் படாதீர்கள். அவை யாவும் காலம் உங்களுக்கருளிய பாடங்கள். தெளிந்த சிந்தையுடன் எழுந்து நில்லுங்கள். ஏனெனில், உங்கள் வாழ்வில் இனியெல்லாம் வசந்தமே.

●

தனித்திருக்கும் தவம் நமக்குப் பலம்

ஆரோக்கியமான அமைதியான அழகான வாழ்க்கைக்கு, சமூகப் பொறுப்புணர்வுடன்கூடிய சுயகட்டுப்பாடுகள் மிக அவசியம். ஏனெனில், தனிமனித ஒழுக்கமே நலமிக்க சமூகத்தை உருவாக்குகிறது. நல்ல சமூகம் என்பதே ஒரு கூட்டு முயற்சிதான்.

மழையை எண்ணிப் பாருங்கள். சூரியன், பூமி, காற்று மண்டலம் ஆகிய மூன்றும் தேவை. சூரியன் பூமியைச் சூடாக்க, ஈரப்பிரதேசங் களின் நீர் ஆவியாகிறது. மேலே நோக்கிச் செல்லும் உஷ்ணக் காற்று, ஆவியையும் இழுத்துச் செல்ல, அது மேலே செல்லச் செல்ல குளிர்ச்சி யடைகிறது. ஆவியில் உள்ள நீர் விடுபட்டு மேகமாகிறது.

மேகங்களுக்குள் சின்னச் சின்ன நீர்த்துளிகள் சேர்ந்து சேர்ந்து பெரிய நீர்த்துளியாகின்றன. அதன் கனம் அதிகமாகி மேல்நோக்கிய காற்றோட்டத்தையும் மீறி கீழே விழும்படி குண்டாகிவிட விளைவது ஒரு மழைத்துளி. ஆக, மழை என்பது ஒரு கூட்டு முயற்சிதானே! அதுபோலத்தானே மனித சமூகமும். ஒருங்கிணைந்த நற்செயல்களே வலுமிக்க சமூகத்தின் ஆணிவேர்கள்.

நம் வாழ்க்கை விலையேறப்பெற்றது; உயிர் உன்னதமானது. வாழ்வின் மேன்மை என்பது வாழ்வைக் குறித்த நமது மதிப்பீட்டைப் பொறுத்தது. கிடைக்கப் பெற்றிருக்கும் வாழ்க்கையை யாரும் விளையாட்டாக எண்ணிவிடக் கூடாது. அலட்சியப் பார்வையும் உதாசீனப் போக்கும் பயங்கர விளைவுகளை ஏற்படுத்திவிடும்.

பகலில் தூக்கம் வந்தால் உடல் பலவீனமாக இருக்கிறது என்று அர்த்தம்; இரவில் தூக்கம் வரவில்லை என்றால் மனம் பலவீனமாக இருக்கிறது என்று அர்த்தம் என்பது அனுபவ மொழி.

எனவே உடலையும் மனதையும் எப்போதும் சீரான நிலையில் வைத்திருப்பது மிக முக்கியம். அப்படி வாழ்பவர்களின வாழ்க்கை அற்புதமானது.

சின்னச் சின்ன விஷயங்களிலும் நாம் கவனமாக இருக்க வேண்டும். தன்சுத்தம், வீட்டின் பராமரிப்பு, சுற்றுப்புறத் தூய்மை - அனைத்திலும் கவனம் செலுத்த வேண்டும்.

பல் துலக்குவதில்கூட நமக்குத் தெரியாத பல முக்கியமான விஷயங்கள் இருக்கின்றன. தினமும் மூன்று தடவைக்குமேல் பல் துலக்குவது நல்லதென்று கண்டுபிடித்திருக்கிறார்கள். அப்படி பல்துலக்குபவர்களுக்கு, ஒழுங்கற்ற இதயத்துடிப்பு ஏற்படுவதற்கான அபாயம் 10% குறைவாக இருக்கிறது என்றும், இதயம் செயலிழப்ப தற்கான அபாயம் 12% குறைவாக இருக்கிறது என்றும் தென்கொரியாவில் நடத்தப்பட்ட ஆய்வுக் குறிப்பு கூறுகிறது.

நாம் சாதாரணமாக நினைப்பவற்றில் பலப்பல அசாதாரணமான உண்மைகள் அடங்கியுள்ளன.

சிலர் சிரிக்கவே மாட்டார்கள். எப்போது பார்த்தாலும் இறுக்கமான மனதுடன் 'உம்'மென்று இருப்பார்கள். முகத்தில் மகிழ்ச்சியைக் காட்டிக்கொள்ளாமல் இருப்பதுதான் மேதாவித்தனம் என்று நினைப்பவர்களும் உண்டு.

ஆனால், சிரிப்பு என்பது மனித குலத்திற்குக் கிடைத்த மாபெரும் அருட்கொடை. சிரிப்பு என்றால் 'ரிலாக்சேஷன்'. மனதாரச் சிரிப்பவர்கள் நீண்ட ஆயுளைப் பெற முடியும்.

குழந்தை பிறந்த சில நாட்களிலேயே புன்னகைக்கத் தொடங்கி விடுகிறது. சிரிப்பது என்பது இருபதாவது வாரத்தில் ஆரம்பமாகிறது. சத்தம் போட்டுச் சிரிப்பது ஆறாவது மாதம். கண்பார்வை இல்லாமல் பிறந்த குழந்தைகூட புன்னகைக்கின்றது. எனவே இந்த உணர்ச்சி தாயைப் பார்த்துக் கற்றுக் கொண்டது அல்ல.

மனிதனுக்குள் இயல்பாகவே ஏற்பட்டது இந்தச் சிரிப்பு. அவன் வளர வளர அவனின் சுயநலத்திற்கேற்ப அது கட்டுப்படுத்தப்பட்ட உணர்ச்சியாகிவிடுகிறது. அழுத்தக்காரர்கள் அவ்வளவு எளிதில் சிரிக்க மாட்டார்கள். அப்படிப்பட்டவர்கள் தாங்களாகவே பலவித நோய்களை வாங்கிக் கொள்கிறார்கள்.

மனம் நல்ல நிலையில் இருந்தால்தான் நம் வார்த்தைகளில் தெளிவிருக்கும். இல்லையென்றால், எல்லாமே குளறுபடியாகிவிடும்.

நாம் ஒருவரிடம் ஒன்றைச் சொல்ல நினைத்து, அவரை நேரில் காணும்போது, சொல்ல நினைத்ததற்கு நேர்மாறான ஒன்றைச் சொல்லிவிடுவதுண்டு. காரணம் என்ன? தேவையற்ற பதற்றம், பயம்!

பிரம்மனிடம் 'நித்தியத்துவம்' என்னும் வரம் கேட்க நினைத்த கும்பகர்ணன், பிரம்மனை நேரில் கண்டதும் பதற்றப்பட்டதில் 'நித்திரைத்துவம்' வேண்டும் என்று உளறிவிட்டான். அதன்படியே

வரம்கிடைக்க, வாழ்நாளில் பாதியை பெருந்தூக்கத்தில் கழித்தவன் கும்பகர்ணன்.

எனவே எந்தச் சூழ்நிலையிலும் நாம் பதற்றம் அடைந்துவிடக் கூடாது. பதற்றம் என்பது நம் உடலிலும் மனதிலும் உதறலை ஏற்படுத்திவிடும். அந்நிலைக்கு உட்படாமலிருக்க, எதிலும் நிதானமாக இருக்கப் பழகிக் கொள்ள வேண்டும். நிதானமே தெளிந்த சிந்தையைத் தரும். தெளிந்த சிந்தையே பார்வையைத் தெளிவாக்கும்; நம் பாதையையும் தெளிவாக்கும்.

தற்போது உலகெங்கும் மனித சமூகத்திற்கு மிகப்பெரிய சவால் - கொரோனா வைரஸ். சீனாவின் உகானில் கண்விழித்து, வெறிபிடித்த பூதமாய் பல்வேறு நாடுகளில் ஊடுருவி இன்று வரை அது கொன்று தீர்த்த மனித உயிர்கள் லட்சோப லட்சம்.

பணிகள் முடக்கம், வெளியில் செல்ல முடியாத நிலை, பொருளாதாரப் பின்னடைவு- இப்படி பல பிரச்சினைகளை நாம் எதிர்கொண்டுள்ள இன்றைய சூழலில், மிகுந்த பொறுப்புணர்வுடனும் சுயகட்டுப்பாட்டுடனும் நடந்து கொள்வது மிகமிக அவசியம், அரசாங்கம் எடுக்கின்ற அனைத்து நடவடிக்கைகளுக்கும் முழு ஒத்துழைப்புக் கொடுப்பது நம் கடமை. அப்படியானால்தான் இந்தக் கொடிய நோய்க்கிருமியின் கோரத் தாண்டவத்தை நாம் ஒழித்துக்கட்ட முடியும்.

எனவே இந்நாட்களில்-

வீட்டிற்குள் குடும்பத்தாருடன் மகிழ்ச்சியாக பொழுதைக் கழிப்போம். பரபரப்பின்றி, நிதானமாக விரும்பியதைச் சமைத்து சேர்ந்திருந்து உண்டு களிப்போம்.

நல்ல நல்ல புத்தகங்களை வாசிப்போம். புதிய புதிய விஷயங்களைத் தெரிந்து கொள்வோம்.

ஆங்கில இலக்கியத்தின் முடிசூடா மன்னர் சாமுவேல் ஜான்சன். ஆங்கில மொழி அகராதியை முதல் முதலில் தொகுத்தவர் இவர்தான். தாம் படித்திராத புதிய புத்தகம் ஒன்றைக் கண்டுவிட்டால், அந்தப் புத்தகத்தைக் கையில் எடுத்துக் கொண்டு புத்தகக் கடையிலேயே நடனமாடத் தொடங்கிவிடுவாராம்.

மகிழ்ச்சி என்பது நம் கையில்தானே இருக்கிறது.

ஓவியம் வரையலாம், எழுதலாம், பாடல் கேட்கலாம், டிவியில் படம் பார்க்கலாம்.

தேவையான பொருட்கள் கைவசம் இருந்தால், விடுமுறை நாட்களுக்குச் சுவையான 'ஸ்நாக்ஸ்' வகைகளைச் செய்து 'டப்பா'க்களை நிரப்பலாம்.

சும்மா போன் போட்டுப் போட்டு மற்றவர்களை பீதியடையச் செய்யாமல், வீட்டை ஒவ்வொரு நாளும் கிருமி நாசினி தெளித்து நன்கு கழுவிச் சுத்தப்படுத்தலாம்.

முருங்கை இலை கிடைத்தால் 'மோரிங்கோ தேநீர்' தயாரித்துப் பருகலாம். ஏனெனில், இதில் சாதாரண கீரையில் இருப்பதைவிட மூன்று மடங்கு இரும்புச்சத்து நிறைந்திருக்கிறது. அதேபோல் கால்சியம், பொட்டாசியம், வைட்டமின் பி6, சி மற்றும் மெக்னீசியம், பீட்டா கரோட்டீன் ஆகியவையும் இருக்கின்றன. தினமும் ஒரு கப் மோரிங்கோ தேநீர் குடித்தால் உடல் எடை, ரத்த அழுத்தம் குறையும்; உடலில் உள்ள நச்சுகள் வெளியேறும்.

அனைத்திற்கும் மேலாக, ஒவ்வொரு நாளும் ஒரு பத்து நிமிடமாவது அமைதியாக அமர்ந்து பொதுநலனை மனதில் எண்ணித் தியானிக்க வேண்டும். நம் பத்து நிமிட தியானம், ஒட்டுமொத்த உலகிற்கும் சுபிட்சத்தைக் கொண்டுவரும்.

எனவே, இந்நாட்களில் நோய்த்தொற்று ஏற்படாமலிருக்க - நாம் தனித்திருப்போம், தூய்மை காப்போம். தனித்திருத்தல் என்னும் தவம் நமக்குப் பலம். நம்பிக்கை கொள்வோம்; கொரோனாவை வெல்வோம்.

உங்கள் வாழ்வெங்கும் புன்னகைப் பூக்கள் பூத்துக் குலுங்கட்டும். ஏனெனில், உங்கள் வாழ்வில் இனியெல்லாம் வசந்தமே.

உயிர்நாடி

படுக்கைக்குச் செல்லும்போது மன சஞ்சலம் எதுவுமின்றி நிம்மதியாகவும், தூங்கி எழும்பும்போது மகிழ்ச்சியுடனும் எவன் இருக்கிறானோ அவன்தான் உண்மையான செல்வச்சீமான். கண்களில் கலக்கத்தையும், மனதில் மணல் மூட்டைகளையும் சுமந்து கொண்டு திரிகின்றவன் கைகளில் பல கோடிகளை வைத்திருந்தாலும் அவை வெறும் குப்பைகள்தானே.

பணம் பொருள் புகழ் எல்லாம் வந்தால் மட்டும் போதாது; அவை நிலைத்திருக்க வேண்டும். நிம்மதியும் மகிழ்ச்சியும் அவற்றிற்கு மேலே நிற்க வேண்டும். அதுதான் நல்ல வாழ்க்கை. அதை எப்படி பெறுவது?

எல்லாவற்றிலும் ஓர் ஒழுங்குமுறை வேண்டும். ஒழுங்கு இருந்தால் தான் வாழ்வில் ஒழுக்கம் இருக்கும். ஒழுக்கம் இருந்தால் வாழ்க்கை உயர்வு பெறும். எனவே ஒழுங்கு அவசியம்.

வானிலை ஒருநாளைப்போல் ஒருநாள் இருப்பதில்லை. எனினும் மழையோ வெயிலோ புயலோ காற்றோ வருவதில் வருட முழுவதும் ஒருவிதமான ஒழுங்கு இருப்பதை நாம் கவனித்திருக்கின்றோம்.

ஐப்பசி மாதம் மழை, ஆடி மாதம் காற்று, சித்திரை என்றால் வெயில், மார்கழியில் குளிர். இப்படி வானிலை ஓர் ஒழுங்கில்தான் இயங்குகிறது.

சில சமயங்களில் வானிலை ஒழுங்கு சற்றுத் தவறும்போது மழை பொய்த்து விடுகின்றது. குடிநீருக்கும் விவசாயத்திற்கும் பிரச்சினை ஏற்பட்டுவிடுகின்றது.

மனித வாழ்விலும் அப்படித்தான். ஒழுங்குமுறை தவறும்போது பல்வேறு பிரச்சினைகள் வந்து சூழ்ந்து கொள்கின்றன. தலைகீழாய் நிற்கின்றவனுக்கு எல்லாமே தலைகீழாய்த் தெரியும். தாறுமாறான எண்ணங்கள் தவறான செயல்களுக்கு வழிவகுக்கும். தவறான செயல்கள் தனிமனித வாழ்வின் வீழ்ச்சிக்கு மட்டுமன்றி, சமூகத்தின் சீரழிவிற்கே காரணமாகிவிடும்.

அதனால்தான் நம் வாழ்வில் ஒழுங்குமுறை மிக முக்கியமானதாக வலியுறுத்தப்படுகிறது. விதை நெல்லைச் சோறாக்கித் தின்றுவிட்டால், விதைக்கின்ற காலத்தில் கையேந்தி நிற்க வேண்டிய நிலை வந்துவிடும். பரீட்சைக்குரிய பாடப் புத்தகங்களைப் பழைய பேப்பர் கடையில் போட்டுக் காசு வாங்கிப் படம் பார்க்கச் சென்றால், சம்பாதிக்க வேண்டிய வயதில் வருமானத்துக்கு வழியின்றி அவமானப்பட வேண்டியதாகிவிடும்.

எண்ணத்தின் அளவுதான் வாழ்வின் ஏற்றமும் இறக்கமும். வங்காள விரிகுடாவில்தான் அந்தமான் நிக்கோபார் தீவுகளும் உள்ளன. அங்கு மட்டும் பளிங்கு போன்ற தண்ணீர் எப்படி சாத்தியமாகிறது!

கடல்நீரின் தெளிவு, கடலின் அமைதி, சுற்றுச்சூழலின் தூய்மை ஆகியவை கழிசடைகள் கலக்காதது போன்ற விஷயங்களைச் சார்ந்தவை. அதேபோல் மனித வாழ்வின் மதிப்பும் மகத்துவமும் அவரவர் எண்ணங்களைச் சார்ந்துள்ளன.

அறிவு துலங்கும்போது நம் வாழ்வில் ஆக்கம் உண்டாகும். ஒவ்வொரு செயலும் அற்புதமாக இருக்கும். எனவேதான், அறிவுக்கே முக்கியத்துவம் கொடுக்க வேண்டும் என்றார் கிரேக்க தத்துவ ஞானி பிளேட்டோ. ஏனெனில், மனிதர்களிடம் அறிவு உறங்கும்போது கீழான ஆசைகள் கண்விழித்துக் கொள்கின்றன. எல்லா தீமைகளும் போதிய நல்லறிவு இல்லாததால்தானே ஏற்படுகின்றன.

நம்பிக்கை, சுறுசுறுப்பு, செயலாற்றல், முன்னேற்றம், பெருந் தன்மை - இவையெல்லாம் நல்லறிவு தருகின்ற நன்மைகள்.

காலையில் எழும்புகின்ற போதே எரிச்சலுடனும் சலிப்புடனும் எழுந்தால் அந்த நாள்முழுதும் அப்படித்தான் இருக்கும். சம்பளம் வருமா வராதா என்ற சந்தேகம் வந்துவிட்டால், செய்கின்ற வேலையில் உற்சாகம் இருக்காது.

'மரங்கொல் தச்சன் கைவல் சிறாஅர்
மழுவுடைக் காட்டகத்து அற்றே
எத்திசைச் செலினும் அத்திசைச்சோறே' -

என்கிறது புறநானூறு.

அதாவது, தச்சனுக்கு ஆயுதம் கையிலிருந்தால் அவன் எங்கு சென்றாலும் பிழைத்துக் கொள்வான். அதுபோல் திறமையும் முயற்சியும் இருக்கின்ற எந்த ஒருவனும் வாழ்வில் ஏற்றத்தைக் கண்டுகொள்ள முடியும்.

எதைச் செய்தாலும் அதில் ஓர் ஒழுங்குமுறை வேண்டும். அதுதான் வாழ்வுக்குப் புதுப்பொலிவூட்டும்.

கையிருப்பை உணராமல், திட்டம் எதுவும் இல்லாமல் பங்களா கட்டத் தொடங்கிவிட்டால் அது பாதியில் நின்றுவிடும். சிலர் அப்படித்தான் பிரச்சினைகளுக்குள் சிக்கிக் கொள்கிறார்கள். ஆரம்பம் பெரிதாயிருப்பதில் பிரயோஜனமில்லை; அதனை வெற்றிகரமாக நிறைவேற்றி முடிக்கத் தெரிய வேண்டும்.

குடிகாரனுடன் உட்கார்ந்து பழகத் தொடங்கிவிட்டால், குடிப் பழக்கத்தைத் தவிர வேறொன்றையும் பெற்றுக்கொள்ள முடியாது. படிப்பில் நாட்டமில்லாதவனுடன் ஒருவன் கைகோத்துக்கொண்டு திரிந்தால் அவனும் கல்வியில் பின்தங்கிவிடுவதைத் தவிர வேறு விதி கிடையாது.

தொழில் செய்கின்றவன் காலை பத்து மணி வரையில் படுக்கையில் தூங்கிக் கொண்டிருந்தால் என்னாகும்? வியாபாரம் படுத்துவிடும்.

சிலர் கடின உழைப்பாளிகளாய் இருப்பார்கள். ஆனால் நேரத்துக்கு உண்ணுதல் உறங்குதல் ஆகிய இரண்டையும் தவறவிட்டு, இளவயதிலேயே நோய்களை வாங்கிக் கொள்வார்கள்.

எல்லாவற்றிற்கும் காரணம், ஒழுங்கின்மை.

நம் முன்னோர்கள் பல ஆயிரம் ஆண்டுகளுக்கு முன்னரே, சாப்பிடுவதிலும்கூட ஒழுங்குமுறையை வகுத்தார்கள்.

முதலில் பருப்பு மற்றும் நெய், பிறகு குழம்பு, அதன்பின் ரசம்; இதுவரை உண்ட அனைத்தையும் ரசம் செரிக்கச் செய்யும். பிறகு மோர்-, வயிறார உண்டபின் உருவாகும் சூட்டை அது தணிக்கும்.

நீர்சுருக்கி, மோர்பெருக்கி, நெய்யுருக்கி உண்ண வேண்டும் என்றார்கள். இப்படி ஒவ்வொன்றிலும் ஓர் அறிவார்ந்த நியமம். அதனால்தான் முன்னோர்களின் அனுபவ மொழிகள் அனைத்தும், இன்று நம் வாழ்விற்குப் பாடங்களாக விளங்குகின்றன.

நல்லவற்றைப் பற்றிப் பிடித்துக் கொண்டால் முன்னேறிச் செல்வது சுலபமாகிவிடும். எதை எப்போது தொடங்க வேண்டும், எப்படிச் செய்ய வேண்டும், யாரிடம் கேட்டுத் தெரிந்து கொள்ள வேண்டும் போன்ற தெளிவு நம்மிடம் இருந்தால் எதுவும் நமக்குச் சாதகமாகிவிடும்.

நம் பாதையைப் பற்றிய தெளிவு நமக்கு மிக அவசியம். அப்படியானால்தான் தடுமாற்றம் இல்லாமல் நாம் செயல்பட முடியும்;

நம்மை கவனிக்கிறவர்களுக்கும் சரியான வழியை நாம் காண்பிக்க முடியும்.

இந்த விஷயத்தில், தேனீக்களின் செயல் அற்புதமானது. தங்களின் சக நண்பர்களுக்கு உடனுக்குடன் தகவல் தெரிவிக்க அவை காட்டும் சங்கேதப் பாதைதான் 'பீ லைன்', அதாவது 'தேனீயின் பாதை'.

தேனீயின் பாதையில் காணப்படும் நடன அசைவுகள் அத்தனையும் 'சிக்னல்'. தேன் இருக்கும் இடம், மலரின் நிறம், தேன் பற்றிய தகவல் போன்றவற்றை அந்த அசைவுகளிலேயே மற்ற தேனீக்களுக்குத் தெரிவித்துவிடுமாம். வான் ஃப்ரீச் என்னும் ஜெர்மானிய 'நேச்சுரலிஸ்ட்' பேராசிரியர்தான் இதை முதன்முதலில் ஆராய்ந்து கண்டுபிடித்துச் சொன்னார்.

தேன்கூட்டில் சேகரித்து வைக்கப்பட்ட தண்ணீரற்ற தேன் சாரம் கெடவே கெடாது. நாலாயிரம் வருடங்களுக்கு முன் இறந்துபோன எகிப்திய ஃபாரோ மன்னனோடு பிரமிடுக்குள் வைக்கப்பட்ட தேன் இதுவரை கெட்டுப்போகவில்லையாமே! இது அதிசயம் அல்லவா!

தேனீக்களைப்போல் பாதையில் தெளிவும், உழைப்பில் சுறுசுறுப்பும், செயலில் சுத்தமும் நமக்குத் தேவை. அவை அமைந்து விட்டால், நம் வாழ்வில் வளர்ச்சிக்கும் மகிழ்ச்சிக்கும் என்ன தடை வந்துவிடப் போகிறது!

நம் எண்ணங்களும் செயற்பாடுகளும் நம்மை உயர்த்துவதோடு, சமுதாயத்தையும் எழுச்சியுறச் செய்வதாக இருக்க வேண்டும். அழிவுப் பாதையை நோக்கி ஒருவனின் மனம் ஓடுகிறது என்றால், அவனுடைய மூளை குப்பைக் கூளங்களுக்குள் சிக்கிக் கிடக்கிறது என்று அர்த்தம்.

ஒழுங்குமுறையுடன் இயங்கும் வாழ்க்கையே ஓங்கி நிற்கும். அந்த வாழ்க்கைதான் இந்த உலகிற்கு நன்மைகளைப் பிறப்பிக்கும்.

நாளுக்கு நாள் நல்லெண்ணங்களில் வளர்ச்சிபெற வேண்டும். அன்பில் அகன்று விரிய வேண்டும். காரிய சித்தியில் சிறந்து விளங்க வேண்டும். மனிதநேயத்தில் வளர்ந்து கொண்டே இருக்க வேண்டும். ஏனெனில், இவையே மானுடத்தின் உயிர்நாடி. எல்லாவற்றிலும் பூரணத்துவம் எய்துவதே ஒழுங்குமுறையான வாழ்க்கைச் சிறப்பின் உச்சநிலை.

மனத்தெளிவுடன் வாழ்க்கைப் பயணத்தை நடத்துங்கள். மனநிறைவு கொள்ளுங்கள். ஏனெனில், உங்கள் வாழ்வில் இனியெல்லாம் வசந்தமே.

பகுதி இரண்டு

என் வாழ்வில் ரோஜா

'**ரோ**ஜா'வை என்னால் மறக்கவே முடியாது.

என் படைப்புகளுக்கெல்லாம் மூலாதாரமாய் புஷ்பித்து, இன்று வரை வாடாமல் என் மனமேடையில் அசைவாடிக் கொண்டிருக்கின்ற அந்த ரோஜா - பாதை எங்கும் பன்னீரை அள்ளித் தெளித்துக் கொண்டிருப்பதை உங்களுடன் பகிர்ந்து கொள்வதில் எனக்குள் எத்தனை பரவசம்!

திருநெல்வேலி - செயின்ட் ஜான்ஸ் பள்ளியில் நான் படித்துக் கொண்டிருந்த நாட்கள். பதிமூன்று வயதிலிருந்தே புத்தக வாசிப்பிலும் எழுத்தின் மீதும் எனக்கிருந்த ஆர்வம் நாளுக்கு நாள் பெருகப் பெருக எனக்குள் இருந்த படைப்பாளியை நான் அடையாளம் கண்டு கொள்ளத் தொடங்கிய காலம்.

என் பெற்றோர் இருவருமே ஆசிரியர்கள். என் தந்தை 'இலக்கியச் செல்வர்' டாக்டர் ஆர்.எஸ். ஜேக்கப். ஓர் அசிரியர் என்பது மட்டுமன்றி, மனிதநேயமிக்க மாபெரும் எழுத்தாளர். 120 நூல்களின் ஆசிரியர். அவர்தம் 'வாத்தியார்' மற்றும் 'மரண வாயிலில்' என்னும் வரலாற்றுப் புதினங்கள் பெரும்புகழ் பெற்றவை.

எழுத்தாளர் குடும்பம் என்பதால் எங்கள் இல்லமே ஓர் அழகிய நூலகம்போல் இருக்கும். ஆயிரக்கணக்கான நூல்கள். எனவே சிறுவயதிலிருந்தே ஏராளமான நூல்களைப் படிக்கின்ற வாய்ப்பு எனக்கு இயல்பாகவே அமைந்துவிட்டது.

ஏழாம் வகுப்பு படிக்கும்போது 'உடை எங்கே?' என்னும் ஒரு குட்டிக்கதை எழுதினேன். அப்போது திருநெல்வேலி மாவட்டத்தில் மிகப்பிரபலமான சிற்றிதழாக விளங்கிய 'சுடரொளி'யில் அக்கதை வெளியானது. என் கதையையும் என் பெயரையும் பத்திரிகையில் பார்த்துப் பார்த்துப் பரவசம் அடைந்தேன். இரண்டு மூன்று நாட்கள் தூக்கமே வரவில்லை. என் நண்பர்களுக்கு இனிப்பு வழங்கினேன். அத்தனை மகிழ்ச்சி!

ஆனால், அதன்பிறகு சில ஆண்டுகளாக நான் எழுதவே இல்லை. காரணம், படிப்பில் ஏற்பட்ட பின்னடைவு. எனவே அதில் கவனம் செலுத்த வேண்டிய கட்டாய நிலை.

எனினும், என் விரல்களில் ஊறிய எழுத்தின் விறுவிறுப்பு என்னைச் சும்மா இருக்க விடவில்லை. பதினோராம் வகுப்பு படித்துக் கொண்டிருந்த வயதில், எனக்குள் ஊற்றுக்கண்கள் திறவுண்டு கவிதைகள் கொப்பளித்து வருவதைப்போல் உணர்ந்தேன். நிறைய எழுதத் தொடங்கினேன்.

ஆரம்பத்திலிருந்தே புதுக்கவிதையின் மீது எனக்கு நாட்டம் கிடையாது. அதை கவிதை என்று ஏற்றுக் கொள்ளவே என் மனம் மறுத்துவிட்டது. புதுக்கவிதை என்று நான் கண்டதெல்லாம் உரைநடையாகவே எனக்குத் தோன்றியது. கவிதைக்கு மரபுதான் அழகு. ஓர் ஒழுங்கமைவுடனும் ஓசை நயத்துடனும் ஆக்கப்பெறுவது தான் கவிதை என்ற எண்ணம் என் மனதில் ஆழப் பதிந்துவிட்டது.

திருக்குறள், நாலடியார், பாரதி, பாரதிதாசன், சுரதா, கண்ணதாசன் என நிறைய கவிதை நூல்கள் வாசிக்க வாசிக்க யாப்பிலக்கணம் எனக்குப் பிடிபட்டது. புதிய புதிய சந்தங்கள் என் கைவசமாயின. மரபிலக்கணத்தை விட்டுவிடாமல், மரபை எளிமைப்படுத்தி ஜனரஞ்சக மாக்குவதுதான் புதுமை என்றுணர்ந்தேன்.

அப்போது எங்கள் பள்ளியில் இலக்கிய விழாவிற்கான போட்டிகள் அறிவிக்கப்பட்டன. ஏதோ ஒரு துணிச்சலில் கவிதைப் போட்டிக்கு என் பெயரைக் கொடுத்துவிட்டேன்.

போட்டி தினத்தன்று கவிதைப் போட்டியாளர்களை எங்கள் தமிழாசிரியர் அழைத்துச் சென்று, காலியாக இருந்த ஒரு வகுப்பறையில் உட்கார வைத்தார். என்னுடன் சேர்த்து ஏறத்தாழ 25 மாணவர்கள் அங்கிருந்தோம். கவிதைப் போட்டிக்கான தலைப்பு அதுவரை கொடுக்கப்படவில்லை.

அந்த அறையின் சுவரில் ஓர் அழகிய ரோஜா படம் மாட்டப் பட்டிருந்தது. எங்கள் கைகளில் ஆளுக்கொரு பேப்பரைக் கொடுத்து விட்டு எங்கள் தமிழாசிரியர் சொன்னார்:

'இந்த ரோஜாதான் கவிதைப் போட்டிக்கான பொருள். உங்களுக்கு என்ன தோணுதோ எழுதுங்க. முப்பது நிமிஷம்தான் டைம்' என்று சொல்லிவிட்டு நாற்காலியில் உட்கார்ந்தார்.

பெரும்பாலான மாணவர்கள் திருதிரு என்று விழித்துக் கொண்டிருந்தனர். நான் கடகட என்று எழுத ஆரம்பித்தேன். 'ரோஜா'

என்று தலைப்பிட்டு, சரியாகப் பத்து நிமிடத்தில் சந்த நயத்துடன் கவிதையை எழுதி முடித்து ஆசிரியரிடம் கொடுத்துவிட்டேன். அவருக்கு ஒரே ஆச்சரியம்!

'பத்து நிமிஷங்கூட ஆகலியே. அதுக்குள்ள எழுதிட்டியா?' என்று புருவங்களை உயர்த்திக்கொண்டு கேட்டபடியே, நான் மடித்துக் கொடுத்த பேப்பரைப் பிரித்துக் கவிதையைப் படித்துப் பார்த்தார். அவர் முகமெல்லாம் புன்னகை. பாராட்டின் அடையாளமாக சற்று வேகமாகவே என் முதுகில் தட்டினார்.

'அட, நினைத்த மாத்திரத்தில் நம்மால் கவிதை எழுத முடிகிறதே' என்ற வியப்பும் புளகாங்கிதமும் ஒரு புதுவித கர்வத்தையும், படைத்தலில் தாளாத வேட்கையையும் எனக்குள் தகதகவெனக் கொழுந்துவிட்டு எரியச் செய்தன.

ஓரிரு நாட்களில் கவிதைப் போட்டியின் முடிவு வந்தது. என் கவிதைக்கு முதல் பரிசு என்னும் செய்தி, பள்ளி அறிவிப்புப் பலகையில் என் பெயருடன் எழுதப்பட்டிருந்தது. என் சக மாணவர்கள் மட்டுமன்றி, ஆசிரியர்களும் என்னைக் கவிஞர் என்றே அழைக்கத் தொடங்கிவிட்டார்கள். பள்ளி ஆண்டு விழா மேடையில், கவிதைக்கான முதல் பரிசு எனக்கு வழங்கப்பட்டதை எண்ணுந்தோறும் மனதிற்குள் ஜில்லென்ற மழைச்சாரலை உணர முடிகிறது.

இன்று, என் எழுத்துகளின் மூலமாகவே என் வாழ்வு வளம் பெறுவதற்கும், படைப்பிலக்கியச் செறிவுடன் என் வாழ்வில் மகிழ்ச்சியின் மணம் கமழ்வதற்கும் அன்றே அடிகோலிய 'ரோஜா' என்னும் என் முதல் கவிதை, இதோ.

ரோஜா

முள்ளில் மலர்ந்த ரோஜா – இனி
நான்தான் உனக்கு ராஜா!
என்னைக் காண மலர்ந்தாய் – ஏன்
என்னைக் கண்டு சிவந்தாய்!

செக்கச் சிவந்த வண்ணம் – அது
வெட்கம் பூத்த கன்னம்!
கட்டிக் கொள்ள எண்ணம் – அட
கால்கள் அஞ்சிப் பின்னும்!

உன்னைச் சுற்றி முட்கள் – அவை
உன்றன் கற்பின் காவல்!
உன்னுள் ஓடி ஒளிந்து – தினம்
விளையா டத்தான் ஆவல்!

வண்டு வந்து உன்னை - இனி
முத்த மிட்டால் அடிப்பேன்!
தென்றல் வந்து உன்னை - இனி
தொட்டுச் சென்றால் துடிப்பேன்!

காய்ந்து விட்டால் சருகு - மரம்
சாய்ந்து விட்டால் விறகு!
உனக்கும் எனக்கும் உறவு - இனி
வாழ்வில் இன்பம் வரவு!

உலர்ந்து வீழு முன்னே - நாம்
வாழ்ந்து பார்க்க வேண்டும்!
உள்ளம் ஒன்றாய் கலந்து - இந்த
உலகை வெல்ல வேண்டும்!

"ஆழ்ந்து சிந்தித்தால் தவம்; அதில் நாம் பெறும் தெளிவுதான் வரம்"

26.05.2014 தேதியிட்ட 'மக்கள் குரல்' நாளிதழின் 'விருந்தினர் குரல்' சிறப்புப் பக்கத்தில் இடம்பெற்ற எனது நேர்காணல். என்னைப் பேட்டி கண்டு எழுதியவர், என் அன்பிற்கினிய நண்பர் 'மக்கள் குரல்' வீ. ராம்ஜீ.

"இறைவனே நீ ஒரு பாடலைப்போல் எளிமையாய் இருக்கிறாய் என்றார் தாகூர். கவிதைகளின் இயல்புகளில் எளிமைக்கே முதலிடம் கொடுத்தான் ஆங்கிலப் பெருங்கவிஞன் மில்டன்.

ராமகிருஷ்ண பரமஹம்சருக்கு முன்பே இங்கு வள்ளலார் சாதித்தார். தெளிவும், இயல்பான போக்கும், உணர்ச்சியும் வாய்ந்த உயிர்த்தமிழ் அவரை சாதிக்கச் செய்தது.

அத்தகைய உயர்த்தமிழோட்டமும், கருத்துச் செறிவுடன் எளிமையும், அழகும் ஒவ்வொரு கவிதையிலும் இழையோட வேண்டும் என்று நான் விரும்புகிறேன். ஏனெனில், அவையே கவிதையின்பால் வாசகர்களுக்கு விருப்பத்தை ஏற்படுத்துகின்றன. கவிதைகளுக்கு அமரத்துவத்தை அளிக்கின்றன."

- இது கவிஞர் தியாரூவின் வாக்குமூலம்; அவரின் உள்ளத்திலிருந்து ஒலிக்கும் உணர்வுகளின் வெளிப்பாடு.

திருநெல்வேலி - யாக்கோபு மகன் ரூபன் என்னும் மூன்று பெயர்களின் முதல் எழுத்துகளால் உருவாகி நிலைபெற்றிருப்பதே தியாரூ என்னும் முத்திரைப் பெயர்.

இலக்கியம்- கலை - விளம்பரம் ஆகிய மூன்று துறைகளில் சிறகு விரித்து, தமது தனித்துவத்தால் தனி முத்திரை பதித்து வருகின்ற கவிஞர் தியாரூ, இன்று 'முப்பரிமாணப் படைப்பாளியாக' வெற்றி உலா வந்து கொண்டிருக்கிறார்.

இதுவரையில 33 நூல்கள், நாலாயிரத்துக்கும் மேற்பட்ட கவிதைகள், ஏராளமான சிறுகதைகள், நூற்றுக்கணக்கான வாழ்வியல் கட்டுரைகள், சில திரைப்படப் பாடல்கள், பலநூறு விளம்பரப் படங்களுக்கான கருத்து மற்றும் கதையாக்கம், சுமார் ஆயிரம்

விளம்பரப் பாடல்கள், தனியார் தொலைக்காட்சியில் பங்கேற்ற இலக்கியச் சோலை நிகழ்ச்சித் தொடர் -

தமிழ்நாடு அரசின் 'பாவேந்தர் பாரதிதாசன் விருது' மற்றும் 'தியாரூ சிறுகதைகள்' நூலுக்குத் தமிழ்நாடு அரசின் சிறந்த நூலுக்கான விருது உட்பட 27 சிறப்பு விருதுகள்.

இப்படி படைப்பிலக்கியத்தின் பலப்பல தடங்களில் கவிஞர் தியாரூ விறுவிறுப்புடனும் பரபரப்புடனும் தமது வெற்றிப் பயணத்தைத் தொடர்ந்து கொண்டிருக்கிறார்.

தமிழ் மற்றும் ஆங்கில இலக்கியங்களில் தேர்ச்சி பெற்றுள்ள கவிஞர் தியாரூ, தமது பள்ளிப் பருவத்திலேயே மரபுக் கவிதைகள் மற்றும் சங்க இலக்கியங்கள், காப்பியங்கள் ஆகியவற்றின் மீது ஆழ்ந்த ஈடுபாடு கொண்டவராக, தமது படைப்பாற்றலைக் கூர்மைப்படுத்தி இருக்கிறார். பெரும்பாலான கவிஞர்கள் புதுக்கவிதையின் பக்கம் திரும்பிக் கொண்டிருந்த போது, மரபிலிருந்து விலகாமல் மரபைப் புதுமைப்படுத்தி எளிமையாய் - இனிமையாய் - கவிதைகளைப் படைத்தளித்து கவிதை உலகில் 'மரபு மீட்சி'யை ஏற்படுத்தியவர் கவிஞர் தியாரூ. அவர்தான் இன்றைய 'மக்கள் குர'லின் சிறப்பு விருந்தினர்.

இலக்கியப் பயிற்சி, மொழி ஆளுமை, சிந்தனைத் தெளிவு, எழுத்து வேகம் ஆகியவையே அவரைத் துணிச்சலுடன் 'புதுக்கவிதையோடு எனக்கு உடன்பாடு கிடையாது' என்று உறுதிபடச் சொல்ல வைத்தது.

★ கவிஞனாக முதல் அனுபவம் எப்போது?

பள்ளியில் படித்துக் கொண்டிருந்த காலக்கட்டத்தில் எனக்குள் கண்விழித்த அக்னிப் பொறி, 'எழுது எழுது' என்று என்னை உந்தித் தள்ளிய இலக்கிய வெறி, பத்து விரல்களிலும் பிரவாகம் எடுத்த கவிதை நதி - சமுதாயத்தின் மீதான எனது பார்வையைத் தொடக்க காலக் கவிதையிலேயே அழுத்தமாகப் பதிவு செய்த திறன் - முப்பது வரிகளில் நான் எழுதிய 'எச்சில் இலைகள்' என்னும் அந்தக் கவிதை யிலிருந்து எடுத்துக்காட்டாக, இதோ ஆறு வரிகள்:

எச்சில் இலைக்கென நாயும் மனிதனும்
சண்டை இடுகின்ற விந்தை - உலகம்
கொள்ளை வியாபாரச் சந்தை - தினம்
ஓடி உழைப்பவன் வேர்வை உதிர்ப்பவன்
வாழ்வில் பெறுகின்ற நிந்தை - அவன்
தோளில் சிறுதுண்டும் கந்தை!

இந்தக் கவிதை பிரபல இலக்கிய இதழில் வெளியாகி எண்ணற்ற வாசகர்களின் பாராட்டுதலைப் பெற்றது.

பள்ளியில் நடைபெற்ற கவிதைப் போட்டியில் கலந்து கொண்டு நான் எழுதிய 'ரோஜா' என்னும் கவிதை முதல் பரிசைப் பெற்றது. அதுதான் நான் எழுதிய முதல் கவிதை. சிறுசிறு துளிகளாய் அன்று தொடங்கிய படைப்பிலக்கியப் பயணம் நீள்பெரும் நதியாய் இன்று தடைகளைத் தாண்டி நடைபோடுகிறது என்று ஆனந்தப் புன்னகையோடு எதார்த்தத்தைத் தமது பதிலில் படம்பிடித்தார் தியாரூ.

★ நினைத்த மாத்திரத்தில் கவிதை படைக்க முடியுமா?

கவிதை என்பது ஒருவகை யோகம். எவ்வகைப் படைப்பாக இருந்தாலும், அது எனக்கு இயல்பாகவே வசப்பட்டிருக்கிறது. கவிதை எனக்கு சுவாசக் காற்றைப் போன்றது. பாடுபொருள் எதுவாயினும் வார்த்தைகள் சுலபமாக இதமாக வந்து விழுகின்றன.

சிந்திப்பதில் ஒரு சுகம். ஆழ்ந்து சிந்தித்தால் அது தவம். அதில் பெறுகின்ற தெளிவுதான் வரம். ஒரு விஷயத்தை ஆழமாக சிந்திக்கச் சிந்திக்க அதிலிருந்து பல உண்மைகளைப் புரிந்து கொள்ள முடிகிறது. தெளிந்த சிந்தனை மனக்கதவுகளைத் திறக்கின்றது. அப்போது உண்மையின் ஒளி மனதில் நிறைகின்றது.

அதனால்தான், 'மனமெனும் தோணி பற்றி, மதியெனும் கோலையூன்றி' என்றார் அப்பரடிகள்.

'நல்லன எல்லாம் உனக்குள்ளேயே இருக்கின்றன. தோண்டி எடுத்து அவற்றை வெளியே கொண்டு வா' என்றார் புத்தர்.

எனக்குள்ளிருந்து ஒரு ஜீவநதி ஊற்றெடுத்துப் பாய்கிறது. அதுதான் கவிதைகளையும், கதைகளையும், வாழ்வியல் சிந்தனை களையும், விளம்பரப் படைப்புகளுக்கான புதிய புதிய கருத்துகளையும் எனக்கு வாரி வாரி வழங்கிக் கொண்டிருக்கிறது.

★ மரபின் மாண்பு சிதைபடாமல் மரபை எளிமைப்படுத்துவதுதான் புதுமை. அதைப் பற்றி...

ஆம்! அந்தக் கருத்தில் நான் உறுதியாக இருக்கின்றேன். அதற்குச் சான்றாக என் கவிதைகளில் இதோ ஒன்றிரண்டு:

சுமையென்றால் வாழ்க்கை சுமையாகும் - இன்பச்
சுவையென்றால் அதுவே சுவையாகும்!
இதுமனித வாழ்வின் விதியாகும் - உண்மை
இதையுணர்ந்தால் இன்பம் உனதாகும்!

- என்று வாழ்க்கையைச் சுட்டிக் காட்டிய எளிமை.

சிற்றுளி யாலொரு
சிற்பம் செதுக்கிய
சிற்பியைக் கூப்பிடுங்கள் - அந்த
அற்புதக் கைகளின்
ஆற்றலைப் பாராட்டித்
தங்கத்தில் காப்பிடுங்கள்!

- என்று உழைப்பாளியைப் பாராட்டிய மேன்மை.

தமிழன்னை தந்தவரம்
தமிழ்க்கவிதைச் சந்தநயம்
எழில்வடிவம் கூடிவரும்
என்கவிதை கோடிபெறும்!

- என்று என் கவிதைகள் பற்றிய சுய மதிப்பீடு.

உண்டியலில் காசுபோட்(டு)
உன்கவலை தீருமென்றால்
உண்டியலா உன்தெய்வம் வண்ண மயிலே - அந்த
உண்டியலைச் செய்தவன்யார் சின்னக் குயிலே!

- என்று முற்போக்குச் சிந்தனையை வெளிப்படுத்திய நேர்த்தி.

பொன்னிலே விளைந்த மேனி
பூவென மலர்ந்த மென்மை!
மின்னிடும் விழியில் வெள்ளி
மின்னலைக் காட்டும் பெண்மை!
முன்னெழில் வண்ணச் சோலை
முகத்தெழில் வாடா மாலை;
அன்புரு வான மங்கை
அடிதொழ இறங்கும் சொர்க்கம்!

- என்று அறுசீர் விருத்தத்தில் காதலியைப் பாடிய நளினம். இப்படி ஆயிரக்கணக்கான கவிதைகள். 13 கவிதைத் தொகுதிகள். அனைத்தும் வாசகர்களின் பெரும் வரவேற்பைப் பெற்றிருக்கின்றன.

★ அண்மையில் வெளிவந்த உங்கள் நூல்கள்?

ஒரு கூடை ஒரு கோடிப் பூக்கள், கண்ணாடிக் கனவுகள், மணல்வெளியில் சில மயிலிறகுகள், தெய்வங்கள் தூங்கட்டும், இரவு 10 மணிக்குமேல், சென்று வா உறவே சென்றுவா, வாழ்ந்திடத்தானே வாழ்க்கை, ஆதலால் ஆசை கொள்வீர், எல்லோர்க்கும் நல்லது சொல்வேன், இனியொரு கடவுள் செய்வோம், ஞானப்பூக்கள் - ஆகியவை என் கைவண்ணத்தில் அண்மையில் வெளியாகி பெரும்

வரவேற்பையும், பல விருதுகளையும் பெற்றவை. இந்த வருடம் 7 புதிய நூல்கள் வெளிவர உள்ளன.

★ சிறுகதை தாக்கம் எப்படி?

ஒருமுறை 'ராணி' பத்திரிகையின் ஆசிரியர் திரு. சு. ராமகிருஷ்ணன் என்னைத் தொடர்பு கொண்டு 'ராணி'க்குப் படைப்புகளை அனுப்பும்படி என்னிடம் கேட்டார். நான் உடனே புதிதாக ஐந்து கவிதைகளை எழுதி அனுப்பி வைத்தேன்.

அவற்றை வாசித்துப் பார்த்துவிட்டு, அவர் என்னை மீண்டும் அழைத்து, 'உங்களின் ஒவ்வொரு கவிதைக்குள்ளும் ஒரு கதை இருக்கிறது. எனவே கதையுடன் கவிதைகளைக் கொடுத்தால் புதுமையாக இருக்கும்; வாசகர்களும் விரும்பி வாசிப்பார்கள்' என்றார்.

அன்று அவர் எனக்குள் கொடுத்த உந்துதலில் உருவானதுதான் 'கண்ணாடிக் கனவுகள்'. கதையும் கவிதையுமாய் 25 அத்தியாயங்களை 'ராணி'யில் எழுதினேன். அவர் சொன்னதுபோல் வாசகர்களிடமிருந்து பெரும் வரவேற்பு கிட்டியது.

அந்த வரவேற்புதான் தொடர்ந்து சிறுகதைகளைப் படைப்பதற்கு என்னுள் உத்வேகத்தை ஏற்படுத்தியது.

'கண்ணாடிக் கனவுகள்' படைப்பினைத் தொடர்ந்து, 'ராணி' பத்திரிகையில் 'இரவு 10 மணிக்கு மேல்' என்னும் தலைப்பில் 21 வாரங்களில் 21 சிறுகதைகள் எழுதினேன். அதன்பின்னர், 'மீண்டும் ஒரு மழைக்காலத்தில்' என்னும் தலைப்பில் 21 வாரங்கள் 21 சிறுகதைகள். 'ராணி'யில் மட்டும் இதுவரை நூற்றுக்கும் மேற்பட்ட கதைகளை எழுதியிருக்கின்றேன்.

அன்றாட வாழ்க்கையில் நான் காணும் மக்களையும் அவர்களின் வாழ்க்கைச் சூழலையும் மனதில் கொண்டு கதைக்களத்தையும் கதை மாந்தர்களையும் படைக்கின்றேன்.

அவர்களின் இன்ப துன்பங்கள்
சவால்கள் போராட்டங்கள்
சபலங்கள் சறுக்கல்கள்
சமூகச் சீர்கேடுகள் தீர்வுகள்
வெற்றிகள் கொண்டாட்டங்கள்

- இப்படி வாழ்வின் யதார்த்தங்களை என் கதைகளில் பதிவு செய்கின்றேன்.

★ கவிதைகளில் புதிய புதிய சந்தங்களை உருவாக்குவதுபோல், சிறுகதை மற்றும் உரைநடைப் படைப்புகளிலும் புதிய உத்திகளைக் கையாள்வது தியாரூவின் தனிச்சிறப்பு.

காதலே சுவாசம், கனவு மெய்ப்பட வேண்டும், நெருங்கி வா முத்தமிடாதே, தமிழ்ப்படம் 1, தமிழ்ப்படம் 2, கலிகாலம் ஆகிய திரைப்படங்களில் தியாரூ பாடல்கள் இடம்பெற்றுள்ளன.

விளம்பரத் துறையில் வித்தகர்

கவிஞர் தியாரூ - விளம்பரத் துறையிலும் வித்தகர். தொலைக்காட்சி, வானொலி, பத்திரிகை ஆகிய ஊடகங்களில் இன்று நாம் பார்த்து ரசிக்கின்ற விளம்பரப் படைப்புகளில் 70 சதவீதம் இவரின் கைவண்ணத்தில் உருவாகியவையே.

டெக்ஸ்டைல்ஸ், ஜுவல்லரி, ஃபுட் புராடக்ட்ஸ், காஸ்மடிக்ஸ், வீட்டு உபயோகப் பொருட்கள், வங்கிகள், ஆட்டோமொபைல்ஸ், கல்வி நிறுவனங்கள், ரியல் எஸ்டேட் என பலவற்றிற்குமான இவரது விளம்பரப் படைப்பாக்கங்கள் இன்று அனைத்து ஊடகங்களிலும் மிகமிகப் பிரபலமாக உள்ளன.

ஸ்ரீ அன்னையின் அருள் வாக்கு

பிறரை அறிந்து கொள்ள முயல்வதைவிட தன்னைத்தானே அறிவது மிக முக்கியமானது. அதுதான் ஒவ்வொருவருக்கும் கொடுக்கப் பட்டுள்ள செயல்களம் என்றார் ஸ்ரீ அன்னை.

நம்மை நாமே அறிந்து கொள்ளும்போது மற்றவை நமக்குத் தாமாகப் புரிந்துவிடும். வாழ்க்கை இனியது. சிந்தனையில் தெளிவிருந்தால் பாதை தெளிவாகும்; பயணம் சுகமாகும்.

'தர்மத்தை நிலைநிறுத்தவும், தர்மம் வெல்லும் என்ற கருத்தை வலியுறுத்தவும் இதிகாசங்கள் தோன்றின. உன்னத சித்தாந்தங்களை மக்களிடம் நடைமுறைப்படுத்த ஞானியர்களின் வழிகாட்டுதல்கள் அவசியமாகின்றன. நெறியொற்றிய வாழ்க்கையே மனித சமூகத்தின் சீரான முன்னேற்றத்திற்கு வழிவகுக்கின்றன.

தவச்சாலையைப் போல் திகழ்கின்ற ஞானியரின் வாழ்க்கையை நான் வணங்குகிறேன். ஞானத்தை விரும்புகிறேன். வைரஸ்களைக் கொல்லும் திறன் தாய்ப்பாலுக்கு இருப்பதைப்போல, உங்களை வெல்லும் திறன் என் தமிழ்ப்பாலுக்கு உண்டு என்பது என் நம்பிக்கை' என்றார் உறுதிபட கவிஞர் தியாரூ.

●

விளம்பரப் படங்கள் பெண்களையே மையப்படுத்தி எடுக்கப்படுவது ஏன்?

[மூத்த பத்திரிகையாளர் திரு. அன்பு வேலாயுதம் என்னை பேட்டி கண்டு, ஆன்லைன் வார இதழில் வெளிவந்த நேர்காணல்.]

★ இத்துறையில் முதன்முதலில் எந்த விளம்பர நிறுவனத்திலிருந்து விளம்பரப் படைப்பாக்கப் பணியைத் தொடங்கினீர்கள்?

இந்தியாவின் முன்னணி விளம்பர நிறுவனங்களில் ஒன்றான ஆர் கே ஸ்வாமி / பிபிடிஓ நிறுவனத்திலிருந்துதான், எனது படைப்பிலக்கிய மற்றும் கவித்துவ மொழி ஆளுமை, விளம்பரத் துறையிலும் முத்திரை பதிக்கத் தொடங்கியது. அங்கு நான் பெற்றுக் கொண்ட அனுபவ வளத்தினால், பல்வேறு விளம்பர நிறுவனங்கள் மூலம் என் எல்லை விரிவடையத் தொடங்கியது. இன்று சிங்கப்பூர், மலேசியா, துபாய் ஆகிய நாடுகளிலும் என் எழுத்துகளில் உருவாகும் விளம்பரப் படங்கள் அதிகளவில் ஒளிபரப்பாகி வருகின்றன.

★ உங்கள் கைவண்ணத்தில் முதன்முதலில் உருவான விளம்பரப் படம் எது? அண்மையில் உருவான படங்கள் எவை?

'ஸ்பின்ஸ் டால்கம் பவுடர்'. அதற்காக நான் எழுதிய 'பெண்ணே நீ பெண்ணல்ல பூவே - நீ நடந்தால் பூவாசம் தானே' என்னும் பாடல் வரிகளில் அந்த விளம்பரப்படம் உருவாகியிருந்தது. அதன்பின்னர் ஏராளம் ஏராளமான விளம்பரப் படங்கள் என் கைவண்ணத்தில் உருவாகி மக்களிடையே பெரும் வரவேற்பைப் பெற்றிருக்கின்றன. அண்மையில் வந்தவற்றில் குறிப்பிட்டுச் சொல்வதென்றால் - மங்கல்தீப் அகர்பத்திகள், ஸ்னிக்கர்ஸ் (தோனி நடித்த விளம்பரம்), சுப்ரீம் மொபைல்ஸ், ஆச்சி மசாலா, ஆலயா வேட்டிகள், மில்க்கி மிஸ்ட் பனீர், கிஸ்கால் டிஎம்டி, அமர்பிரகாஷ் (ரியல் எஸ்டேட்), எம்சிபி பில்டர்ஸ், AKS மசாலா (சிங்கப்பூர்), செல்விஸ் மசாலா (சிங்கப்பூர்), ஹனிஃபா (சிங்கப்பூர்)... இப்படி நிறைய உண்டு.

★ ஒரு விளம்பரப் படத்திற்கான ஸ்கிரிப்ட் அல்லது பாடல் எழுதுவதற்கு எவ்வளவு நேரம் எடுத்துக் கொள்கிறீர்கள்?

மிகமிக வேகமாக செயல்பட வேண்டிய துறை இது. பெரும்பாலும் ஒரே அமர்வில் நான்கைந்து விளம்பரப் படங்களுக்கான ஸ்கிரிப்டை முடித்துவிடுவேன். சில சமயங்களில் செல்போன் மூலமாக ஸ்கிரிப்ட் அல்லது ஜிங்கிலை டிக்கேட் செய்துவிடுவதுமுண்டு. காரில் போய்க் கொண்டிருக்கும்போதே அப்படி நான் போனில் சொல்லி எடுக்கப்பட்ட விளம்பரப் படங்கள் ஏராளம்.

★ விளம்பரப் படங்களின் வெற்றி எப்படி நிர்ணயிக்கப்படுகிறது?

எந்தப் பொருள் விளம்பரப்படுத்தப்படுகிறதோ, அந்த பொருள்மீது மக்களுக்கு ஆர்வம் ஏற்பட வேண்டும். அப்படியானால்தான் அந்தப் பொருளுக்கு மார்க்கெட்டில் டிமான்ட் ஏற்படும். அப்படி எந்த பிராண்ட், மக்களிடையே பெரும் வரவேற்பைப் பெறுகிறதோ, அதற்கு பின்னணியில் விளம்பரப் படங்களின் மிகப்பெரிய பங்களிப்பு இருக்கிறது. எனவே விளம்பரதாரர்களின் வளர்ச்சிதான் விளம்பரங் களின் வெற்றி.

★ விளம்பரக் கலையில் மிகப்பெரிய சவாலாக நீங்கள் எதை கருதுகிறீர்கள்?

சொல்ல வேண்டிய விஷயங்களை 30 அல்லது 20 நொடிகளுக்குள் சொல்லி முடிக்க வேண்டும். டார்கெட் ஆடியன்ஸை குறிதவறாமல் அது சென்றடைய வேண்டும். எனவே தங்க ஆபரணக் கலைஞனைப் போல், மொழியை மிகக் கவனமாகக் கையாள வேண்டும். ஒரு வார்த்தைகூட வீணாகிவிடக்கூடாது.

★ இத்துறையில் உங்கள் தொடர்வெற்றிகளுக்கு எதை அடிப்படைக் காரணமாகக் கூறுகிறீர்கள்?

பிராண்ட் பற்றிய புரிதல். டார்கெட் ஆடியன்ஸ் பற்றிய தெளிவு. புதிய புதிய சிந்தனைகள். வேகம். முழுமையான ஈடுபாடு.

★ விளம்பரதாரர் உங்களை எப்படி அணுகுகிறார்கள்? விளம்பர நிறுவனங்கள் மூலமாகவா அல்லது நேரடியாகவா?

பல விளம்பர நிறுவனங்களோடு இணைந்தே என் பணி நடைபெறு கிறது. என்னை நேரடியாக அணுகுகிற விளம்பரதாரர்களும் உண்டு.

★ பெரும்பாலான விளம்பரப் படங்கள் பெண்களையே மையப்படுத்தி எடுக்கப்படுவதன் காரணம் என்ன?

மசாலா தூள், காபி தூள், வீடு, நகை, துணிமணி, கார் ஹோம் அப்ளையன்சஸ் - இப்படி எதை எடுத்துக்கொண்டாலும், எந்த

பிராண்ட் எந்த கடை என்பதை தீர்மானிப்பது பெண்கள்தான். விளம்பரம் அவர்களைக் கவர்ந்துவிட்டால் போதும், வெற்றி கிடைத்துவிட்டது என்று அர்த்தம். எனவேதான், குடும்பத்தின் மைய சக்தியாக இருக்கின்ற பெண்கள், விளம்பரங்களிலும் மையப்படுத்தப் படுகிறார்கள்.

★ அப்படியெனில் விளம்பரங்களில் பெண்களை தவிர்ப்பது சாத்திய மில்லை என்று சொல்கிறீர்களா?

ஏன் தவிர்க்க வேண்டும். வீட்டின் கண்கள், நாட்டின் கண்கள், விளம்பரத்தின் கண்கள் - எல்லாமே பெண்கள்தானே. இதில் உங்களுக்கு என்ன பிரச்சினை.

★ சில விளம்பரங்களில் பெண்கள் கவர்ச்சியாகக் காட்டப்படுவது சரியா?

கவர்ச்சி, அழகு என்பதெல்லாம் பார்க்கின்ற கண்களைப் பொறுத்தவையே. எந்த புராடக்ட் பற்றிப் பேசுகின்றோமோ, அதற்கேற்பதான் கதையும் காட்சிகளும் அமைக்கப்படுகின்றன. இதில் கவர்ச்சி என்ற பேச்சுக்கே இடமில்லை.

★ 'சேர்த்த பணத்தைச் சிக்கனமா செலவு செய்ய பக்குவமா அம்மா கையில் கொடுத்துப்போடு செல்லக் கண்ணு - அவங்க ஆற நூறு ஆக்குவாங்க செல்லக்கண்ணு' என்று பழைய திரைப்படப் பாடல் ஒன்று கூறுகிறது.

ஆனால் இன்று வரும் விளம்பரங்கள், பெண்களை கவர்ந்திழுத்து செலவழிக்கத் தூண்டுகிறதே. அப்படியானால் இக்கால விளம்பரங்களால் இன்றைய பெண்களின் சேமிக்கும் பண்பு சூறையாடப்படுகிறதா?

அன்று சேமிப்பை வலியுறுத்துவதற்கு அப்படியொரு பாடல் தேவைப்பட்டிருக்கிறது. இல்லையென்றால் அதற்கான தேவை என்ன? எனவே அதை சேமிப்பிற்கான விளம்பரப் பாடலாகவும் எடுத்துக் கொள்ளலாம். இன்றைய பெண்கள் மிகவும் தெளிவாகவே இருக்கிறார்கள். விளம்பரங்கள் மூலமாக சரியானதைத் தெரிந்து கொண்டுதான் அவர்கள் செலவு செய்கிறார்கள். முன்பைவிட இப்போது வருமானம் அதிகம். அதற்கேற்ப ஒருபுறம் சேமிப்பையும் மறுபுறம் செலவுகளையும் அவர்கள் திட்டமிட்டுதான் செய்கிறார்கள். வங்கியில் எந்தெந்த திட்டங்களில் முதலீடு செய்வது என்பதற்குக்கூட விளம்பரங்கள் தேவைப்படுகின்றன. எனவே விளம்பரங்கள் மூலம், இன்று சேமிக்கும் பழக்கம் மேலும் அதிகரித்திருக்கிறது என்றுதான் நான் சொல்லுவேன். இன்னும் சொல்லப்போனால், விளம்பரங்கள் மக்களுக்கு விழிப்புணர்வை ஏற்படுத்துகின்றன.

★ இத்துறையில் பெண்களுக்கான வாய்ப்பு எப்படி இருக்கிறது?

மிகச்சிறப்பாக இருக்கிறது. இத்துறையில் கிரியேடிவ் டிபார்ட்மென்ட், ஆர்ட் டிபார்ட்மென்ட், விஷுவலைசிங், மார்க்கெட்டிங், கிளையன்ட் சர்வீசிங், மீடியா என பல உட்பிரிவுகள் உள்ளன. ஆர்வமும் திறமையும் உள்ளவர்களுக்கு இங்கு நிறைய வாய்ப்புகள் காத்திருக்கின்றன.

★ விளம்பர நிறுவனங்களில் பணியாற்றுவதற்கு அவர்கள் என்ன செய்ய வேண்டும்?

விளம்பரக் கலையின் எந்தப் பிரிவில் தங்களால் சிறப்பாக பணிபுரிய முடியும் என்ற தெளிவுடனும் நம்பிக்கையுடனும் விளம்பர நிறுவனங்களை அணுக வேண்டும். நிச்சயம் ஜெயிக்கலாம்.

பேட்டி அமைப்பு: அன்பு வேலாயுதம்

●

வெற்றிக்கு ஒரு வழிகாட்டி

(என் அருமை நண்பர் டாக்டர் நெல்லை கவிநேசன் அவர்களின் 'வெற்றி பெறுவது எப்படி?' என்னும் நூலுக்கு நான் எழுதிய அணிந்துரை)

வாழ்க்கை ஓர் அதிசயம். அதில் பல இரகசியங்கள் புதைந்திருக்கின்றன. வாழ்க்கை ஓர் அற்புதம். அதில் நல்லின்பங்களும் வெற்றிகளும் நிறைந்திருக்கின்றன.

புரிந்து கொண்டவர்கள் பலன் பெறுகிறார்கள். தெரியாதவற்றைக் கேட்டுத் தெரிந்து கொண்டவர்களே தெளிவு பெறுகிறார்கள். அவர்களுக்கு வாழ்க்கை சுலபமாகிறது. எந்த விஷயத்தையும் எளிதாகக் கையாளக்கூடிய மனப்பக்குவம் அவர்களுக்கு வாய்த்துவிடுகிறது.

வாழ்வில் வெற்றி பெறுவதற்கு எல்லோருக்கும் ஆசைதான். ஆனால் எல்லோருமா வெற்றி பெற்றுவிடுகிறார்கள்? 'வெற்றி பெறுவது எப்படி' என்னும் சூட்சுமத்தைத் தெரிந்து கொள்பவர்கள் மட்டுமே வாழ்வில் வெற்றிகளை அறுவடை செய்கிறார்கள்.

இன்றைய காலக்கட்டத்தில், வெற்றிக்கான பாதையில் நம்மை வழிநடத்துவதற்கும் ஊக்குவிப்பதற்கும் சரியான வழிகாட்டி கிடைப்பது அரிது. அத்தகையோரை நம் கண்முன்னால் காண்பது அரிது. ஆனால் காலத்தின் கனிவாய் - அப்படிப்பட்ட ஓர் ஆற்றல்மிக்க வழிகாட்டியாக, இன்றைய இளைய தலைமுறையினருக்குக் கிடைத்திருக்கும் ஞான விருட்சம்தான் நெல்லை கவிநேசன் அவர்கள்.

இந்த ஞான விருட்சம் சொரிந்து கொண்டிருக்கும் ஞானப் பூக்கள் ஏராளம். அவற்றில் ஒன்றுதான் தற்போது நமது கைகளில் தவழ்கின்ற 'வெற்றி பெறுவது எப்படி?' என்னும் இந்நூல்.

'படித்தால் மட்டும் போதுமா?' என்னும் கேள்விக்கணை முதலாய், 'பணிவு தரும் பெருமை' என்னும் முத்தாய்ப்புடன் மொத்தம் 19 அத்தியாயங்கள். அறிவார்ந்தவை; ஆழமிக்கவை; ஆர்ப்பாட்டம் இல்லாமல் நடக்கின்ற நதியைப்போல் கருத்துச் செல்வங்களை உங்களுக்குள் கொண்டு சேர்க்கவல்லவை.

வாசிப்போரின் உள்ளங்களில் நம்பிக்கை ஒளியைப் பாய்ச்சுகின்ற ஞானக் கதிர்களாய் ஒவ்வொரு அத்தியாயமும் உயிர்த்துடிப்புடன் திகழ்வதை நான் கண்டு ரசித்தேன்; உண்டு களித்தேன்.

பிரச்சினைகளின் வேர்கள் அடையாளங்காட்டப்படுவது மட்டுமல்ல; அவற்றை அடியோடு கிள்ளி எறிந்து வாழ்வின் முனேற்றத் தைக் காண்பதற்கான வழிமுறைகள் எளிய நடையில் சொல்லப் பட்டிருப்பது நெல்லை கவிநேசன் அவர்களின் கைவண்ணச் சிறப்பு.

தேவையற்ற ஒப்பீடுகள் ஒரு மனிதனின் வாழ்வை எந்த அளவிற்குத் தகர்த்துவிடக் கூடியவை என்பதை தெளிவுபடுத்தி, வெற்றி வாழ்விற்கு நேராய் வாசகர்களை ஆற்றுப்படுத்துகின்ற அத்தியாயம் 'தாழ்வு மனப்பான்மையின் தாயகம்.'

வெற்றி பெற்றவர்களிடம் இருக்கும் சிறப்புத் திறமைகள் போன்று தங்களிடம் சிறப்பான திறமைகள் இல்லையென்றால், அந்தத் திறன்களை வளர்ப்பதற்கான முயற்சிகளில் ஈடுபடுவதுதான் விவேகமான செயல் என்று நூலாசிரியர் அழுத்தமாகச் சொல்வதற்குக் காரணம், அதுதான் சத்தியம்.

குறைந்த மதிப்பெண் எடுத்த மாணவன், அதிக மதிப்பெண் வாங்கியவனைப் பார்த்து அங்கலாய்க்கிறான். பணமில்லாதவன் பணக்காரனைப் பார்த்து ஏங்குகின்றான். நான்கு தலைமுறைக்குச் சொத்துகளைக் கொண்டவன் நிம்மதிக்காக அலைகின்றான். கிடைப்பது என்ன? வருத்தங்களும் வேதனைகளும்தான்.

எனவே, நமக்கு வாழ்வைப் பற்றிய தெளிவு அவசியம். தன்னைப் பற்றிய தாழ்வான மதிப்பீடுகளை ஒருவன் தூக்கி எறிந்தால்தான் தலைநிமிர்ந்து வாழ முடியும்.

மனிதர்களில் இரண்டு பிரிவினர். நம்பிக்கையின் அடிப்படையில் இந்த உலக வளர்ச்சிக்காக செயல்படுகிறவர்கள் ஒரு பிரிவினர். வெளித்தோற்றங்களைப் பார்த்து, ஒப்பீடு செய்து தங்களைத் தாங்களே தாழ்த்திக் கொள்பவர்கள் மற்றொரு பிரிவினர் என்று சொன்ன ஜென் குருவின் கருத்தை 'தோற்றம் தரும் மாற்றம்' என்னும் அத்தியாயத்தில் பொருத்தமாகக் கையாளும் நூலாசிரியரின் நுண்மான் நுழைபுலம் பாராட்டுதற்குரியது.

பணிவும் மனிதர்மேல் பிரியமும் இல்லாதவர்கள், வாழ்வில் நிலைத்த புகழைப் பெற முடியாது. அதற்காகவே ஒரு தனி அத்தியாயம் - 'பணிவு தரும் பெருமை.'

'உங்களில் யாருக்கும் ஒன்றும் தெரியாது. நான் மட்டும்தான் எல்லாம் தெரிந்தவன்' என்று மார்தட்டுவதுதான் ஒருவன் வீணாய் போவதற்கான அறிகுறியாக மாறுகிறது' என்று நெல்லை கவிநேசன் அவர்கள் நயமாகக் குறிப்பிடுவதில் உண்மையின் ஒளியும் இருக்கிறது; உயர்விற்கான வழியும் இருக்கிறது.

மனிதன் காலில் மனிதன் விழுவது தன்மானத்திற்கு இழுக்குதான். எனினும் வாழ்வின் மதிப்பீடுகளை உய்த்துணர்ந்த ஞானமாமனிதர் களின் காலில் விழுந்து வணங்குவதுதான் ஞானம் பெறுவதற்கான வழி என்னும் ஆசிரியரின் கருத்தையும் சிரந்தாழ்ந்து ஏற்கத்தானே வேண்டும். ஏனெனில், எந்த ஒன்றையும் ஆய்ந்துணர்ந்து வழங்குவதில் கைதேர்ந்தவர் என் அருமை நண்பர் நெல்லை கவிநேசன் அவர்கள்.

முத்து மணிகள்போல் எத்தனை எத்தனை கருத்துக் கனிகள். ஞானச் சூரியனின் ஒளிக்கதிர்கள்போல் நூலின் பக்கங்கள்தோறும் எத்தனை எத்தனை சிந்தனைக் கீற்றுகள்.

தனிமனித மேம்பாட்டிற்காக - ஒட்டுமொத்த சமூக வளர்ச்சிக்காக நெல்லை கவிநேசன் அவர்கள் அயராது மேற்கொள்கின்ற முயற்சி களின் அடையாளம்தான் அவர்தம் படைப்பாக்கங்கள்.

வாழ்வில் வெற்றிகளைப் பெறத் துடிக்கும் ஒவ்வொவருக்கும் இந்நூலில் ஏராளமான விஷயங்கள் இருக்கின்றன. படிக்கப் படிக்க சிந்தனை செம்மையுறும்; வாழ்க்கை மேன்மை பெறும்.

இது ஒரு ஞானப் பயிற்சி; அற்புதமான முயற்சி.

வணிகவியல் பேராசிரியராக மட்டுமன்றி, நடமாடும் சிந்தனைக் கலைக்கூடமாகவும் திகழ்கின்ற என் அன்பு நண்பர் நெல்லை கவிநேசன் அவர்களின் தோட்டத்தில் இன்றும் ஆயிரமாயிரம் பூக்கள் மலரட்டும்! சமூகம் சீர்பெற அவர்தம் எழுத்துப்பணி தொடர்ந்து சிறக்கட்டும்!

- அன்புடன், தியாரூ

●

விளம்பரப் படைப்புகளும் இலக்கியமே

(1.11.2020 தேதியிட்ட 'கல்கி' வார இதழில் வெளிவந்த எனது பேட்டி. இந்த நேர்காணலில் என்னை பேட்டி கண்டவர், 'கல்கி'யின் அன்றைய உதவி ஆசிரியர் திரு. பொன்மூர்த்தி).

தொலைக்காட்சி சேனல்களில் டாக் ஷோ, கேம் ஷோ, சீரியல் களைப் போலவே விளம்பரப் படங்களும் இன்று நேயர்களால் விரும்பிப் பார்க்கப்படுகின்றன. தற்போது தமிழில் வெளியாகும் டிவி விளம்பரப் படங்களில் பெரும்பாலானவை கவிஞர் தியாரூ கருத்துருவாக்கத்தில் உருவானவையே. அதோடு கவிதை, சிறுகதை, கட்டுரை, திரைப்பாடல் எனப் பல்வேறு களங்களில் பயணிக்கிறார் கவிஞர் தியாரூ. இதுவரையில் 950க்கும் மேற்பட்ட விளம்பரப் படங்களுக்கான கருத்து மற்றும் கதையாக்கம். ஏறத்தாழ 1000 ஜிங்கில்ஸ். எண்ணற்ற பத்திரிகை ஊடக விளம்பரங்கள்.

நாலாயிரத்துக்கும் அதிகமான கவிதைகள். 125 சிறுகதைகள், நூற்றுக்கணக்கான வாழ்வியல் கட்டுரைகள் என இதுவரை 33 நூல்கள். மற்றும் 9 குறும்படங்களுக்கான கதை, திரைக்கதை, வசனம், சில திரைப்படங்களுக்குப் பாடல்கள்.

தமிழ்நாடு அரசின் 'பாவேந்தர் பாரதிதாசன் விருது' உட்பட பல்வேறு இலக்கிய அமைப்புகள் வழங்கியுள்ள 27 சிறப்பு விருதுகள். 'தியாரூ சிறுகதைகள்' நூல் தமிழக அரசின் 'சிறந்த நூலு'க்கான விருதினைப் பெற்றது.

இவரது பல நூல்கள் தன்னாட்சி உரிமை பெற்ற பல கல்லூரி களின் பாடத் திட்டத்தில் இடம்பெற்றுள்ளன. பல மாணவ மாணவியர் மற்றும் ஆசிரியர்கள் இவரது படைப்புகளை ஆய்வு செய்து எம்ஃபில் மற்றும் பிஎச்.டி., பட்டங்களைப் பெற்றுள்ளனர்.

நேர்காணலுக்காக கவிஞர் தியாரூவைச் சந்தித்தோம்.

● எழுத்தின் மீதான ஆர்வம் உங்களுக்குள் எப்போது, எவ்விதம் ஏற்பட்டது?

ஆங்கிலவழிக் கல்வி பயின்றவன் நான். என் பெற்றோர் இருவருமே ஆசிரியர்கள். என் தந்தை எழுத்தாளர் டாக்டர் ஆர்.எஸ். ஜேக்கப்.

120 நூல்களுக்கு மேல் எழுதியுள்ளார். எழுத்தாளர் குடும்பம் என்பதால் எங்கள் வீடே ஒரு நூலகம் போலிருக்கும். ஆயிரக்கணக்கான நூல்கள், எனவே ஏராளமான நூல்களைப் படிக்கின்ற வாய்ப்பு இயல்பாகவே எனக்கு அமைந்தது. அப்போதே எழுத்தார்வமும் என்னைப் பற்றிக்கொள்ள ஏழாம் வகுப்பு படிக்கின்ற போதே குட்டிக் குட்டிக் கதைகள் மற்றும் சிறு சிறு கவிதைகள் எழுத ஆரம்பித்து விட்டேன்.

● பத்திரிகையில் வெளியான உங்கள் முதல் படைப்பு கதையா? கவிதையா?

ஏழாம் வகுப்பு படிக்கும்போது 'உடை எங்கே?' என்னும் ஒரு பக்கக் கதையை எழுதினேன். அது 'சுடரொளி' என்னும் சிற்றிதழில் வெளியானது. அப்போதிருந்து எனக்குள் எழுத்தார்வம் விறுவிறு என்று பரவத் தொடங்கியது. ஆனால் அதன்பிறகு சில ஆண்டுகள் நான் எழுதவே இல்லை. படிப்பில் கவனம் செலுத்த வேண்டிய நிலை.

● எப்போது மீண்டும் எழுதத் தொடங்கினீர்கள்?

பதினோராம் வகுப்பு படித்துக் கொண்டிருந்த போது கவிதைகள் எனக்குள் ஊற்றெடுத்துப் பெருகுவதை உணர்ந்தேன். புதிய உத்வேகத் துடன் எழுதத் தொடங்கினேன். என் முதல் கவிதை 'ரோஜா'. மனைமலர், தாமரை, செம்மலர், கணையாழி, பூக்கூடை, தாய், அரும்பு, ராணி எனப் பல்வேறு பத்திரிகைகளில் என் கவிதைகள் மளமளவென்று வெளிவரத் தொடங்கின. கல்லூரியில் படித்துக் கொண்டிருக்கும் போது 'சாரல்' என்னும் பத்திரிகையைச் சொந்தமாகத் தொடங்கி அதிலும் நிறைய எழுதினேன். சில பத்திரிகைகளில் என் தன்னம்பிக்கைக் கட்டுரைகளும் வெளிவந்தன. முதுகலைப் பட்டப் படிப்பை முடித்த ஆண்டிலேயே 'தியாரூ கவிதைகள்' என்னும் என் முதல் நூல் மிகச்சிறப்பாக வெளியிடப்பட்டு பெரும் வரவேற்பைப் பெற்றது. அந்நூலுக்கு வல்லிக்கண்ணன் மதிப்புரை எழுதினார்.

● தொலைக்காட்சி நேர்காணல் நிகழ்ச்சிகளிலும் கருத்தரங்குகளிலும் புதுக்கவிதையைக் கடுமையாக விமர்சிக்கின்றீர்களே?

புதுக்கவிதையோடு எனக்கு உடன்பாடு கிடையாது. உரைநடையி லிருந்து கவிதையை வேறுபடுத்திக் காட்டுவதே யாப்புதான். யாப்பில்லை என்றால் அது கவிதை இல்லை. அதனால்தான், 'அடியின் சிறப்பே பாட்டெனப் படுமே' என்றான் தொல்காப்பியன், கவிதைக்கு இசைதானே அடிநாதம். உள்ளங்களில் ஆசனமிட்டு அமரக்கூடிய ஆற்றல் மரபுக் கவிதைக்குதான் உண்டு.

புதுக்கவிதையை வாய்விட்டுப் படித்துப் பாருங்கள். அது உரைநடையாகத்தான் இருக்கும். யாப்பு தெரியாதவர்கள் அல்லது இலக்கணம் தெரிந்திருந்தும் அதன்படி எழுத வராதவர்கள்தான் புதுக்கவிதை எழுதுகிறார்கள். அது வெறும் கருத்து வெளிப்பாடுதான். கருத்து வெளிப்பாடு மட்டுமே கவிதை ஆகிவிடாது. இதில் ஏன், எதற்கு என்ற கேள்விகள் எழுமானால், அவற்றை எழுப்பியவர்கள்தான் பதில் சொல்ல வேண்டுமே தவிர அது என் வேலை அல்ல.

● படைப்பிலக்கியவாதியாகிய உங்களுக்கு விளம்பரக் கலை எப்படி வசப்பட்டது?

படைப்பிலக்கியம் வேறு விளம்பரக் கலை வேறு என்ற கருத்து முற்றிலும் தவறு. நவீன யுகத்தின் படைப்பிலக்கிய வகைகளில் விளம்பரக் கலைக்குத் தனிச்சிறப்பிடம் உண்டு- விளம்பரப் படைப்புகள் ஒவ்வொன்றும் அன்றாட வாழ்வின் அம்சங்களைப் பிரதிபலிப்பதால்- மக்களோடு ஒன்றியிருப்பதால் விளம்பரப் படைப்புகளும் இலக்கியமே. என் கைவிரல்களுக்கிடையே பேனா எப்படி வசப்பட்டிருக்கிறதோ அப்படித்தான் விளம்பரக் கலையும்.

● முதன்முதலாக நீங்கள் எங்கிருந்து விளம்பரப் பணியைத் தொடங்கினீர்கள்?

இந்தியாவின் பிரபல விளம்பரக் கம்பெனியான ஆர்.கே. ஸ்வாமி / பிபிடிஓ நிறுவனத்திலிருந்துதான் விளம்பரப் படைப்புகளுக்கான என் எழுத்துப்பணி ஆரம்பமானது. சில வருடங்களுக்குப் பின் அங்கிருந்து விலகி பல நிறுவனங்களுடன் இணைந்து செயல்படுவதால் என் எல்லை விரிவடைந்தது. இன்று தமிழ்நாட்டில் மட்டுமன்றி சிங்கப்பூர், மலேசியா நாடுகளிலுள்ள பல வர்த்தக நிறுவனங்களின் தயாரிப்புகளுக்கான எனது விளம்பரப் படைப்புகள் அந்நாடுகளில் ஒளிபரப்பாகி, அங்கும் நல்ல வரவேற்பைப் பெற்று வருகின்றன.

● எம்மாதிரியான தயாரிப்புகளுக்கு அதிகமாக எழுதுகிறீர்கள்?

அப்படியொரு வரையறை கிடையாது. கல்வி நிறுவனத்திற்கு எழுதிய கையோடு கறிமசாலாவிற்கும் எழுதுவேன். டெக்ஸ்டைல்ஸ், ஜூவல்லரி, ஹோம் அப்ளையன்சஸ், ரியல் எஸ்டேட், ஃபுட் புராடக்ட்ஸ், காஸ்மடிக்ஸ், ஆட்டோமொபைல்ஸ் - இப்படி எல்லாவற்றிற்கும் எழுதுகிறேன். அவை எல்லாவற்றையும் புதுமையான இலக்கியமாகவே படைக்கிறேன்.

● உங்கள் வெற்றிக்கு நீங்கள் கையாளும் உத்தியைச் சொல்ல முடியுமா?

விளம்பரப் படைப்பு என்பது மிக நுணுக்கமான கலை. தங்கத்தை உருக்கி ஆபரணங்கள் செய்வதுபோல் மிகமிக கவனமாக வார்த்தை களைக் கையாள வேண்டும். சொல்ல வேண்டிய விஷயத்தை

30 அல்லது 20 நொடிகளில் கதைப்போக்கிலோ பாடலாகவோ சுவாரஸ்யமாகச் சொல்வது மட்டுமன்றி, 'டார்கெட் ஆடியன்'ஸைக் கவரும் விதத்தில் சொல்லும் வித்தையையும் கவனத்தில் வைத்திருக்கிறேன். வார்த்தைச் சிக்கனம், அதே சமயம் கூர்மை, கூறியது கூறாமை, புதுமை, வேகம் இவற்றோடு என்னுடைய இலக்கியப் பயிற்சி, மொழி ஆளுமை ஆகியவை என வெற்றிக்குப் பெரிதும் கைகொடுக்கின்றன.

• இத்துறையில் உங்களை வளர்த்துவிட்டவர்கள் என்று யார்யாரைச் சொல்வீர்கள்?

யாரும் யாரையும் வளர்த்துவிட முடியாது. நம் வளர்ச்சி என்பது நம் ஆற்றலையும் உழைப்பையும் பொறுத்தது. சேரிடம் சரியானதாக இருக்க வேண்டும். நம்மை நாமே வளர்த்துக்கொள்ள வேண்டும். சுயவளர்ச்சிதான் நிலைநிற்கும். எனினும், பல விளம்பர நிறுவனங்களும், விளம்பரப்பட தயாரிப்பு நிறுவனங்களும் என் நன்றிக்குரியவை.

• விளம்பரப் பணி உங்களின் பிற படைப்பிலக்கியப் பணிகளுக்கு இடையூறாக உள்ளதா?

இல்லை. மேலும் மேலும் மெருகேற்றி உள்ளது. விளம்பரக் கலைதான் என் சிந்தனைகளையும் என் வாழ்வையும் வளப்படுத்தியது. படைப்பாளி என்பவன் வசதியாக வாழ வேண்டும். அப்படி வளமான வசதி வாய்ப்புகளை என் படைப்பாக்கங்கள் மூலமாகவே நான் பெற்றுக் கொண்டுள்ளேன் என்பதில் எனக்குப் பெருமிதம் உண்டு.

• இதை வாசிக்கின்ற நம் வாசக இளைஞர்கள் பலருக்கு விளம்பரத் துறையின் மீது நாட்டம் இருக்கும். அவர்களுக்கு வாய்ப்பு கிட்டுமா?

ஆற்றலும் உழைப்பும்தான் முக்கியம். யார் வேண்டுமானாலும் வரலாம். வர்த்தகர்களுக்கும் வாடிக்கையாளர்க்கும் இடையே பாலமாக இருப்பது விளம்பரம்தான். எனவே இருதரப்புகளைப் பற்றிய தெளிவான புரிதல் அவசியம். விளம்பரத் துறையில் காப்பி ரைட்டிவ், விஷுவலைசிங், ஆர்ட் டைரக்ஷன், புரொடக்ஷன், மீடியா, மார்கெட்டிங், கிளையன்ட் சர்வீசிங் என பல உட்பிரிவுகள் உள்ளன. இவற்றில் தங்களுடைய ஆற்றலை எதில் வெளிப்படுத்த முடியும் என்பதைத் தெளிவாகத் தெரிந்து கொண்டு முயற்சித்தால் வெற்றி நிச்சயம்.

• உங்கள் சமீபத்திய படைப்பிலக்கியங்கள் பற்றிச் சொல்லுங்கள்.

நிறைய எழுதுகிறேன். எழுத்து என் பொழுதுபோக்கு அல்ல. அது என் உயிர்மூச்சு. நிறைய நூல்கள் வெளிவந்து கொண்டிருக்கின்றன.

தன்னாட்சி உரிமை பெற்ற பல கல்லூரிகளில் எனது பல்வேறு நூல்கள் பாடத்திட்டத்தில் உள்ளன. எனது படைப்புகளை ஆய்வு செய்து கல்லூரி மாணவ மாணவியர் பலர் எம்ஃபில், பிஎச்.டி., பட்டங்கள் பெற்று வருவது எனக்குப் பெருமகிழ்ச்சி.

• புதிய திட்டங்கள்?

விளம்பரத் துறையைக் கதைக்களமாகக் கொண்டு மிகச்சிறந்த நாவல் ஒன்றை எழுத வேண்டும் என்ற எண்ணம் இருக்கிறது. இடையறாத விளம்பரப்பணி மற்றும் பிற படைப்பிலக்கியப் பணிகளுக்கிடையே திரைப்படப் பாடல்கள் எழுதுவதிலும் எனக்கு அலாதி பிரியம்.

• தங்களின் படைப்பிலக்கியப் பணிகள் மென்மேலும் சிறக்க, தங்களின் பேரவா நிறைவேற எங்கள் வாழ்த்துகள். நன்றி.

●

நம்பிக்கை ஒளி விளக்கு

திருநெல்வேலியில் முதுகலைப் பட்டப் படிப்பை முடித்து, நான் சென்னைக்கு வருவதற்குமுன் - இடைப்பட்ட இரண்டாண்டுகள் கன்னியாகுமரி மாவட்டத்திலுள்ள, மார்த்தாண்டத்தில் ஒரு நிறுவனத்தில் வேலை. அது, பல்வேறு உட்பிரிவுகளையும் நூற்றுக் கணக்கான பணியாளர்களையும் கொண்ட மிகப்பெரிய நிறுவனம். அதில் எனக்குக் கொஞ்சமும் பொருந்தாத பிரிவில் பணி.

என் விருப்பத்திற்கு ஒவ்வாத பணி என்பதால், அந்த வேலையில் எனது மனம் ஒட்டவே இல்லை. ஏனோதானோவென்று அலுவலகத் திற்குப் போய்வருவேன். காலையில் போனவுடன் கையெழுத்துப் போட்டுவிட்டு, அருகிலுள்ள தியேட்டரில் 'மார்னிங் ஷோ' பார்த்து வந்த நாட்களும் உண்டு. அந்த நிறுவனத்தில் நான் பணியாற்றினேன் என்பதைவிட, இரண்டாண்டுகளைக் கடத்தினேன் என்பதுதான் உண்மை.

ஆனால், அங்கே நான் எழுதுவதற்கு எனக்கு ஓர் அருமையான வாய்ப்பு கிடைத்தது. அந்த நிறுவனத்தின் பதிப்புத் துறையிலிருந்து 'ஆக்கம்' என்னும் மாத இதழ் வெளிவந்து கொண்டிருந்தது. அதில், 'போதி மரத்து வேர்கள்' என்ற தலைப்பில் தன்னம்பிக்கைத் தொடர் ஒன்றை எழுதினேன். நல்ல வரவேற்பைப் பெற்றது. அதுதான் என் முதல் தொடர்.

அங்கிருந்து சென்னை வந்தபின் என் விருப்பம்போல் பணி. அப்போது சேலத்திலிருந்து வெளிவந்து கொண்டிருந்த 'சங்கொலி'யில் 'ஒரு நதியின் பயணம்' என்னும் தொடரை ஆரம்பித்தேன். அதே சமயம், கவிஞர் பொன்னடியான் அவர்களின் 'முல்லைச்சரம்' இதழில் 'விழுதுகள்' என்ற தொடரை எழுதினேன். இவை அனைத்தும், உரைநடையிலும் என்னைக் கூர்மைப்படுத்திக் கொள்வதற்கு வழிவகுத்தன.

அப்போதுதான் ஒரு மிகப்பெரிய வாய்ப்பு எனக்குக் கைகூடியது. தமிழ்நாட்டில் கோடிக்கணக்கான வாசகர்களைக் கொண்டிருக்கும் முன்னணி நாளிதழான 'தினத்தந்தி' இளைஞர் மலரில் 'மணல்வெளியில்

சில மயிலிறகுகள்' என்னும் வாழ்வியல் தொடரை முப்பது வாரங்கள் எழுதினேன்.

என் எழுத்தை நேசிக்கும் வாசக அன்பர்களின் எண்ணிக்கை மளமளவென்று பெருகியது. எனக்குள் புதிய உத்வேகம் பிறந்தது. அதனைத் தொடர்ந்து மீண்டும் 'தினத்தந்தி'யில் 'வாழ்ந்திடச் சொல்கிறேன்' என்னும் தொடரை ஐம்பது வாரங்கள் எழுதினேன். வாசகர்களின் அற்புதமான வரவேற்பு!

'ராணி'யில் - கண்ணாடிக் கனவுகள், இரவு 10 மணிக்கு மேல், மீண்டும் ஒரு மழைக்காலத்தில், கண்ணே கதை எழுது என ஒன்றன்பின் ஒன்றாக நான்கு தொடர்கள். அவற்றில் மொத்தம் நூறு சிறுகதைகள்.

எனது நூல்கள் பலவற்றை நியூ செஞ்சுரி புக் ஹவுஸ் நிறுவனத்தார் வெகு சிறப்பாக வெளியிட்டு வருகின்றனர். அதன்மூலம் அறிவார்ந்த இலக்கிய உலகில் என் படைப்புகள் தனி அடையாளத்தைப் பெற்றுள்ளன. அப்படி என்சிபிஎச் நிறுவனம் பதிப்பித்திருக்கின்ற எனது நூல்களுள் ஒன்று 'மணல்வெளியில் சில மயிலிறகுகள்'.

அந்நூலுக்கு என் அன்பிற்கும் மதிப்பிற்கும் உரிய இலக்கியப் பெருந்தகை திரு. சிற்பி பாலசுப்பிரமணியம் அவர்கள் உள்ளார்ந்த அன்புடன் வழங்கிய அணிந்துரை கருத்துச் செறிவுமிக்கது. அதனை உங்கள் வாசிப்பிற்காக இங்கே வழங்குவதில் மகிழ்வெய்துகிறேன்.

சிற்பி பாலசுப்பிரமணியம் அவர்களின் கருத்துப் பதிவு, இதோ:

நம்பிக்கை ஒளி விளக்கு

தெருவில் காலை ஊன்றி அடுத்த அடியை எடுத்து வைப்பதற்குள் ஆயிரம் சந்தேகங்கள் அலைக்கழிக்கின்ற யுகம் இது.

அடிவானம் வரை தேடினாலும் ஆறுதலான ஒரு வார்த்தையின் தூரத்து நிழல் கூடத் தெரிய மறுக்கிறது.

எடுத்த அடியை வலது புறம் வைப்பதா, இடதுபுறம் வைப்பதா என்று தயக்கங்கள் நெருக்கடி செய்கின்றன.

இப்படிப்பட்ட ஒரு காலத்தின் வெறிப்பில் இளைஞர் உலகம் தடுமாற்றங்களின் மடியில் தலைசாய்த்துக் கிடக்கிறது.

இந்தத் தலைமுறைக்கு - பரந்து கிடக்கும் மணல்வெளியில் சில மயிலிறகுகளும் இருக்கின்றன என்று அடையாளம் காட்டுகிறது கவிஞர் தியாரூவின் இந்த நூல்.

நம்பிக்கை ஊன்றுகோலைக் கையில் கொடுத்து, 'நட தம்பி' என்று ஊக்கமும் உற்சாகமும் ஊட்டுகிறது இந்நூல்.

சென்ற நூற்றாண்டு முதல் சோர்ந்த மனங்களுக்குச் சுறுசுறுப்பைப் பரிசளிக்கும் தன்னம்பிக்கை நூல்கள் தமிழில் பெருகி வருகின்றன.

அப்துல் - றஹீம், உதயமூர்த்தி, இல.செ. கந்தசாமி என வளரும் இந்தப் பட்டியலில் அண்மைக்காலமாக ஒரு தாரகையின் வருகையாக இறையன்புவின் நூல்களும் இடம்பெற்று வருகின்றன.

இந்த நம்பிக்கையாளர்களின் வரிசையில் ‘மணல்வெளியில் சில மயிலிறகுகள்’ நூல் வழியாக உரிமையோடு இடம் பிடிக்கிறார் கவிஞர் தியாரூ. ‘உன் வலையில் விண்மீன்கள்’ என்று தொடங்கி ‘வாழ்வே வரம்’ என்று முத்தாய்ப்பு வைக்கிறார் அன்பிற்குரிய நூலாசிரியர்.

அழகழகான வாக்கியங்கள்... துல்லியமான சிந்தனைகளோடு.

“வெற்றி என்பது வெளியிலிருந்து வருவதல்ல, உங்களுக்கு உள்ளிருந்து வருவது.”

“நண்பனே, நீ வீசி எறியப்பட்டாலும், விழுந்த இடத்திலிருந்து விருட்சமாய் எழுந்து காட்டு.”

“குறிக்கோளை எய்துவதற்குக் குறி தவறாத பார்வை தேவை யாகிறது.”

இத்தகைய வார்த்தை வைரங்கள் தொட்ட இடமெல்லாம் இந்த நூலில் தட்டுப்படுகின்றன.

★

சொல்லும் கருத்தை நெஞ்சில் ஆழமாகப் பதிவு செய்ய வேண்டுமாயின் பயனுள்ள வரலாற்று நிகழ்வுகள் இடையிடையே பின்னி வைப்பது இன்றியமையாதது. பின்னிய கூந்தலில் பிச்சிப்பூ வைப்பது போன்றது அது.

பீத்தோவன், ஷேக்ஸ்பியர், இராமகிருஷ்ண பரமஹம்சர், நெப்போலியன், அருச்சுனன், கர்ணன், அசோகர், சாக்ரடீஸ் என்று உலகின் நான்கு திசை ஞானிகளையும் தன்னம்பிக்கைச் சாசனத்தில் சாட்சிகளாக நிறுத்துகிறார் கவிஞர் தியாரூ.

ஞானிகளும், வீரர்களும், கவிஞர்களும், சிந்தனையாளர்களும் இவருடைய பேனா முனையில் நர்த்தனம் புரிகிறார்கள். நம்பிக்கை தருகிறார்கள்.

★

சொல்ல வல்லவனை வெல்ல எவராலும் முடியாது என்பது வள்ளுவர் வாக்கு. கவிஞர் தியாரூ வல்லமையோடு சொல்லுகிறார் - வாலிப நெஞ்சங்களை அள்ளுகிறார்.

சில எடுத்துக்காட்டுகள்:

"பட்டாசு சத்தத்துக்குப் பயந்து நடுங்குகிறவன் படைத்தளபதி யாகக் கனவு காண்பதில் என்ன நியாயம்?"

"கடலளவு விஷயத்தை ஒரு சொல்லுக்குள் சுருக்கிப் பழகுங்கள். பனித்துளியைப் பாற்கடலாய் பெருக்கிப் பழகுங்கள். எல்லாமே ஞான வித்தைதான்."

"ஆசை இல்லாதவன் வாழத் தகுதியற்றவன். அவன் வாழ்க்கை மழையைக் காணாத தரிசு நிலம் போல இருக்கும்."

இப்படி மணிமணியாக எழுதி துளித் துளியாக வாசகனுக்குள் இறக்கி வைக்கிறார் கவிஞர் தியாரூ.

★

ஒவ்வொரு தலைப்பினுள்ளும் நம்பிக்கை மரத்தின் நறுமணப் பூக்கள் கொத்துக்கொத்தாய்ப் பூத்திருக்கின்றன.

'உன் வலையில் விண்மீன்கள்' - நம்பிக்கை வலையில் சிக்காதவை இல்லை என்று பேசுகிறது. 'நித்திரைப் பித்து' - தூங்காதே தம்பி தூங்காதே என்று எச்சரிக்கிறது. 'தோல்வி என்னும் வேள்வி' வெற்றிப்படி எங்கே தொடங்குகிறது என்று காட்டுகிறது. 'மனம் மூன்றரை முழமல்ல' - அச்சத்தை என்ன விலை என்று கேட்கிறது. 'வார்த்தையே வாழ்க்கை' - வள்ளுவத்தின் இனியவை கூறலுக்கு விளக்கவுரை ஆகிறது.

'ஏற்பதற்கு மனமிலையோ?' - நிராகரிப்பை நிராகரிக்கும் ஆற்றலைச் சேமித்துத் தருகிறது. 'கவர்ச்சி என்னும் மாய மான்' - இலட்சியங்களைக் குலைக்க வரும் மாயக் கவர்ச்சிகளை எதிர்கொள்ளச் சொல்கிறது. 'உபதேச வேஷங்கள்' - போலிகளைக் கண்டு ஏமாறாதிருக்க வழி சொல்கிறது. 'விருந்தும் மருந்தும் நகைச்சுவை' - இடுக்கண் வருங்கால் நகுக என்று போதிக்கிறது.

இவ்வாறு ஒவ்வொரு கட்டுரையும் தெம்பையும், துணிவையும், உணர்வையும், ஊக்கத்தையும், வலிமையையும், பொலிவையும் தேர்ந்தெடுத்த சொல்லால், திசைகாட்டும் இலக்கால் உணர்த்திக் காட்டுகின்றன.

கவிஞர் தியாரூ நூலை 'வாழ்வே வரம்' என்று நினைவு செய்கின்றார். பிறந்தோம், உண்டோம், உடுத்தோம் என்றில்லாமல் பயனுற வாழ்ந்தோம் என்ற நிறைவை நோக்கி ஈர்த்துச் செல்லும் காந்தமாக இந்நூல் திகழ்கிறது.

கவிஞருக்கு வாழ்த்துச் சொல்கிறேன். 'வாழ்வே வரம்' என்று எனக்கும் உணர்த்தியதற்காக. 'நம்பிக்கை ஒளி விளக்கு' இளைஞர் இதயமெல்லாம் ஒளியேற்றுமாக.

●

ஏர்வாடியாரின் மனத்தில் தியாரூ

சிறுவயதிலிருந்தே பத்திரிகைகள் மீது எனக்கு ஓர் அலாதி பிரியம். எங்கள் வீட்டிற்கு நிறைய வார, மாத இதழ்கள் வரும். எல்லாவற்றையும் வாசிப்பேன். படைப்புகளை மட்டுமன்றி, படைப்பாளர்களின் பெயர்களை கவனிப்பதிலும் எனக்குத் தனி ஆர்வம் உண்டு. அவர் களின் படங்களும் இடம்பெற்றுவிட்டால் அவற்றின் மீது மிகப்பெரிய மரியாதையே எனக்குள் ஏற்பட்டுவிடும்.

சிறுகதைகள்
நெடுங்கதைகள்
கவிதைகள்
சினிமா விமர்சனம்
பெட்டிச் செய்திகள்
சுவாரஸ்யமான தகவல்கள்... அடடா!

எழுத்தாளர்கள் படைப்பாளிகள்; பிரம்மாக்கள்.

எனவே எழுத வேண்டும்; என் படைப்புகளும் பெயரும் பத்திரிகை களில் வெளிவர வேண்டும்; என் நிழற்படமும் இடம்பெற வேண்டும் என்ற ஆவலும் வேட்கையும் எனக்குள் மேலோங்கின.

ஏழாம் வகுப்பு படிக்கும்போது எழுதிய முதல் கதை, சிற்றிதழ் ஒன்றில் வெளியானது. பதினோராம் வகுப்பு படிக்கும்போது முதல் கவிதை, பள்ளி இலக்கியப் போட்டியில் முதல் பரிசு பெற்றது. அதன் பின்னர் ஜெட் வேகம்!

ஆயிரக்கணக்கான கவிதைகள், ஜனரஞ்சக வார இதழ்களில் நூற்றுக்கணக்கான சிறுகதைகள்; தினத்தந்தி, குடும்ப நாவல் ஆகிய பிரபல பத்திரிகைகளில் வாழ்வியல் தொடர்கள், சில திரைப்படப் பாடல்கள், ஏராளமான விளம்பரப் படைப்பாக்கங்கள், நிறைய விருதுகள். இன்றுவரை -

எத்தனையோ பத்திரிகைகளில், நாளிதழ்களில் - என் படைப்புகள் பற்றிய மதிப்புரைகள், விமர்சனங்கள் இடம்பெற்றுள்ளன. எனினும், கலைமாமணி ஏர்வாடி எஸ். இராதாகிருஷ்ணன் அவர்களின், 'கவிதை உறவு' (மார்ச் 2013) இதழில், 'ஏர்வாடியாரின் மனத்தில் பதிந்தவர்கள்'

என்னும் சிறப்புப் பகுதியில் என்னைப் பற்றி அவர்கள் எழுதிப் பதிவு செய்திருந்ததோடு, அந்த இதழின் முகப்பு அட்டையில் என் படத்தை பெரிய அளவில் இடம்பெறச் செய்து எனக்குச் சிறப்புச் செய்ததை என்னால் மறக்கவே முடியாது. அது ஓர் இலக்கிய ஆவணம். 'கவிதை உற'வில் ஏர்வாடியாரின் கைவண்ணத்தில் வெளியாகியிருந்த அதனை அப்படியே உங்கள் வாசிப்பிற்காக இங்கே தருவதில் பெருமிதம் கொள்கின்றேன்.

★ இதோ, ஏர்வாடியாரின் குரலைக் கேளுங்கள்:

நான் எங்கள் வங்கியின் சென்னை அண்ணாசாலைக் கிளையில் பணியாற்றிக் கொண்டிருந்த நேரம். திரு. இராஜசேகர் என்பவர் ஒரு வாடிக்கையாளர். வங்கி அலுவல்களுக்கு அப்பால் நல்ல நண்பரும்கூட. எனவேதான் மாற்றலாகி வேறு வேறு கிளைகளுக்குப் போனபோதும், இப்போது ஓய்வு பெற்றபோதும் நட்பு தொடர்கிறது.

திடுமென்று ஒருநாள் ஏதோவொரு வணிகத் தொடர்பான ஆலோசனை பெற சென்னை ஸ்வாகத் உணவகத்துக்கு அழைத்தார். சென்றிருந்தேன். என்னைப் போலவே இன்னொரு நண்பரையும் அழைத்திருந்தார். அவரும் நல்ல கவிஞர், நல்ல நண்பர் என்று அறிமுகப்படுத்தினார். இப்போது அவர் அறிமுகப்படுத்திய அந்த நண்பரும் நானும் மிக நெருங்கிய நண்பர்கள். இன்னும் அதிகமாய் குடும்ப நண்பர்கள்.

திரு. இராஜசேகர் அவர்களே இப்போது எங்களின் நெருக்கம் குறித்து மகிழ்ச்சியோடு, அவர்கள் இருவருமே இப்போது என்னைவிட ஒருவருக்கொருவர் நெருக்கம் என்று சொல்லிச் சிரிப்பார். சில நேரங்களில் நண்பர்கள் நமக்குத்தரும் நல்ல பரிசாக அவர்கள் அறிமுகப்படுத்தும் நண்பர்களே அமைவார்கள் என்பதறகு இது நல்ல எடுத்துக்காட்டு எனலாம். அறிமுகப்படுத்திய நண்பரைச் சொன்னேன். இனி அறிமுகப்படுத்தப்பட்ட நண்பர்.

தியாரூ... எழுத்தின் எல்லாப் பரிமாணங்களிலும் சிறந்திருக்கிற, எல்லோரும் தெரிந்திருக்கிற நல்ல கவிஞர். கவிஞர் தியாரூ அவர்களைப் பளிச்சென்று அறிமுகப்படுத்துகிறவை எவையென்றால், 'தமிழ்ப்படம்' என்ற வெற்றிகரமான திரைப்படத்தில் பிரபலமான 'குத்துவிளக்கு குத்துவிளக்கு... சத்தியமா நான் குடும்ப குத்துவிளக்கு' என்று இவர் எழுதிய பாடலும், 'Sunday னா ரெண்டு' என்று தினமலருக்கு இவரெழுதித் தந்த விளம்பரப் படைப்பும் போதும்.

இன்னும் அதிகமாய் அவரை அணுகினால் அவர் குறித்த புகழ் வாய்ந்த செய்திகள் பல நமக்குத் தெரியவரும். அறிமுகமான அன்றே அவருடைய தெளிவான பேச்சு, இனிய பண்புகள், அவர் சார்ந்த தொழிலிலும் ஈடுபாட்டிலும் இருக்கிற ஆர்வம் யாவும் என்னை வெகுவாகக் கவர்ந்தன. மேலே வருகிறவர்களெல்லாம் மேலானவர் களைச் சந்திப்பதில்தான் அச்சிறப்பைப் பெறுவார்கள். அச்சந்திப்பு களும் நட்பும்தான் அதிகமாய் வளரும் என்பது எங்களைப் பொறுத்த வரை ஒருவருக்கொருவரான உன்னத அனுபவம். நானும் அப்படிப் பட்டவர்களுடன்தான் அதிகமாய் வைத்துக் கொள்கிறேன்.

கவிஞர் தியாரூ அவர்கள் திருநெல்வேலி மாவட்டத்துக்காரர். தியாகு என்று கேள்விப்பட்டிருப்போம். அதென்ன 'தியாரூ' என்பதை அறிந்த சிலர் மட்டும் அறிந்த செய்தியைப் பலர் அறியச் சொல்லித்தான் ஆக வேண்டும். திருநெல்வேலி- யாக்கோபு (தந்தை பெயர்) - ரூபன் என்பதின் முதல் மூன்று எழுத்துகளே 'தியாரூ'. அவருடைய தந்தை இலக்கியச் செல்வர் டாக்டர் ஆர்.எஸ். ஜேக்கப் (தமிழில் யாக்கோபு) அவர்கள் நெல்லை மாவட்டத்தில் புகழ்வாய்ந்த பெருமகனார். எழுத்தாளர் அப்பாவுக்கு பிள்ளை தப்பாமல் பண்புகளிலும் பேராற்றல்களிலும் துலங்குகிறார்.

வழக்கமாகக் கவிஞர்கள் இதழ்களுக்கு எழுதுவது, திரைப்படங் களுக்குத் தருவது, அரங்கங்களில் கவிதை பாடுவது என்று ஒரு எல்லைக்குள் இருப்பார்கள். ஆனால் தியாரூ அவர்கள் யாரும் தொடாத துறையொன்றில் துலங்குவது அவரது சிறப்பு, தனித்துவம். விளம்பரப் படங்களுக்கான கருத்து மற்றும் கதையாக்கங்களும், பத்திரிகை விளம்பரங்களுக்கான வாசகங்களும் தருகிறவர் அவர். விளம்பரம் என்றால் பளிச்சென்று கவர வேண்டும். புதுக்கவிதை போல 'நச்'சென்று இருக்க வேண்டும். இருந்தால்தான் விளம்பர உலகில் வெற்றி பெறலாம் என்பதற்கு கவிஞர் தியாரூ அவர்கள் ஓர் எடுத்துக்காட்டு.

தான் விளம்பரம் பெறாமலேயே பல தயாரிப்புகளுக்கும் நிறுவனங்களுக்கும் விளம்பரம் தேடித்தரும் இவர், இன்றைய விளம்பரப் படைப்பாக்கங்களில் 70%க்கும் அதிகமாக இடம் பெற்றிருப்பது சாதனை. அமைதியான சாதனை. இதுவரை எண்ணற்ற டிவி கமர்ஷியல்ஸ், ஜிங்கில்ஸ், பிரஸ் கேம்பெய்ன்ஸ் தியாரூ அவர்களின் எழுதுகோல் தந்தவை.

'காலதேவன் வந்தால்கூட கவிதை வாழ்த்துக் கூறுவேன் - நான் காலந்தோறும் வாழுவேன்' என்று நம்பிக்கை மிகுந்த நெஞ்சினரான

தியாரூ நாளும் வாழும் நல்ல கவிதைகள் பலவற்றைத் தமிழுக்குத் தந்துள்ளார். தியாரூ அவர்கள் எனக்கு அறிமுகமானபோது அவர் தந்த 'ஒரு கூடை ஒரு கோடிப் பூக்கள்' நூல்தான் அவரை மேலும் எனக்கு அருகே நெருக்கமாகக் கொண்டு வந்தது. நான் அவருக்கும், அவருடைய கவிதைகளுக்கும் ரசிகன் என்றாக்கிய அவரது வரிகள் ஏராளம்.

'நெஞ்சை நிமிர்த்து தோளை உயர்த்து
நினைக்கும் யாவும் நடந்தேறும் - நீ
அச்சம் தவிர்த்து வாழ்வை நடத்து
தொடரும் பயணம் சுகமாகும்!'

- என்ற வரிகள் நமது நெஞ்ச வயல்களில் இவரால் நடப்பட்ட நாற்று வரிகள்.

'ஒருமுறை வாழ்க்கை வாழ்ந்துமுடி - இந்த
உலகமே உன்பெயர் வாழ்த்தும்படி!
சாதனை சரித்திரம் எழுதிமுடி - நீ
செத்தபின் சாகாமல் வாழும்படி!'

- என்ற இவரது வரிகள் இன்னொரு தாராபாரதி இவர் வடிவில் வாழ்வதாய் உணர்த்தும் வரிகளாகும்.

நிகழ்வதை வெறும் நிகழ்ச்சிகளாக மட்டுமே கருதுகிற ஜனத்திரளில் அதை அனுபவமாக அறிகிறவனும் ஆய்கிறவனுமே கவிஞன். பாமரர்கள் நடுவே பாவலர்கள்தாம் அனுபவப் பிழிவில் அறிவு தேடுகிறார்கள். இதை கவிஞர் தியாரூ பதிவு செய்யும் நேர்த்தி அற்புதம்.

'அனுதின வாழ்வில் அனுபவம் கண்டேன்
அனுபவித் தறிவதே அறிவெனக் கொண்டேன்!

- இப்படி எண்ணற்ற கவிதை வரிகளைச் சொல்லிக் கொண்டே போகலாம்.

இவரது ஒரு கூடை ஒரு கோடிப் பூக்கள், கண்ணாடிக் கனவுகள் ஆகியன மிகச்சிறந்த கவிதைத் தொகுதிகள். இப்போது மிக அண்மையில் இந்தப் பட்டியலில் தெய்வங்கள் தூங்கட்டும், ஞானப் பூக்கள் ஆகிய படைப்புகளும் இணைந்துள்ளன. இவற்றோடு இன்னும் ஐந்து நூல்கள் சேர ஏழு வண்ண நூல்கள் மிகச்சிறந்த விழா ஒன்றில் தோழர் இரா. நல்லகண்ணு அவர்களால் வெளியிடப்பட்ட சிறப்பைப் பெற்றன. இந்நிகழ்ச்சியை ஒருங்கிணைத்த பெருமையில் கவிதை உறவு இணைந்து மகிழ்ந்தது.

தியாரூ அவர்கள் சிறந்த சிந்தனையாளர் என்பதையும், வாழ்வியல் வழி நடத்துநர் என்பதையும் அவரது நூல்களெல்லாம் புலப்படுத்தும். மணல்வெளியில் சில மயிலிறகுகள் என்ற இவரது நூலை நான் பெரிதும் விரும்பிப் படித்ததோடு, நான் செல்லும் நிகழ்ச்சிகளில் சொல்லும் வழக்கமாகவும் வைத்திருக்கின்றேன். அத்துணை அருமையான செய்திகள், சுவைகள், கருத்துகள்.

'இரவு 10 மணிக்குமேல்' - இவர் ராணி வார ஏட்டில் தொடராக எழுதி வந்த புதுமையான சிறுகதைகளின் தொகுப்பு. அதிலுள்ள 'ஊர் என்ன சொல்லும்' என்ற சிறுகதையை அந்நூல் வெளியீட்டு விழாவில் தோழர் இரா. நல்லகண்ணு உள்ளிட்ட பெருமக்கள் பெரிதும் புகழ்ந்துரைத்தது குறிப்பிடத்தக்கது. 'சென்று வா உறவே சென்றுவா' நூலிலும் சிறந்த காதல் கதைகள் நம்மை ஈர்க்கும். வாழ்ந்திடத்தானே வாழ்க்கை, ஆதலால் ஆசை கொள்வீர், எல்லோர்க்கும் நல்லது சொல்வேன் ஆகியன இவரது வாழ்வியல் சிந்தனைகளின் தொகுப்பாகும்.

தியாரூ அவர்களின் தீவிர படிப்பாளரும், ரசிகருமான பேராசிரியர் இரா. மோகன் அவர்கள் இவரது கவிதைகளை ஆய்வு செய்துள்ள கட்டுரை 'கவிதை உறவு' இதழில் வெளியான போது பலரும் அதை வரவேற்று மகிழ்ந்தனர். தியாரூ அவர்கள் நல்ல கவிஞர், எழுத்தாளர் என்பதைப் போலவே நல்ல பேச்சாளரும்கூட. கூட்டத்தைக் கட்டிப்போடும் இவரது வசீகரத் தமிழில் நானும் லயித்து இன்புற்று அனுபவம் பெற்றிருக்கின்றேன். காவல்துறை அதிகாரியும் நண்பருமான ஞானச்சித்தன் அவர்களின் நூல் வெளியீட்டு விழாவில் தியாரூ அவர்களின் பொழிவு பெரிதும் வரவேற்கப்பட்டது. கவியரங்குகளில் கம்பீரமாகக் கவிதையை வழங்குவதிலும் தியாரூ தனித்திருப்பார். ஆண்டுதோறும் 'கவிதை உறவு' ஆண்டு விழாக்களில் கவிஞர் ஜெயபாஸ்கரும், தியாரூவும் தவறாமல் கலந்து கொண்டு சிறந்த கவிதைகளால் விழாவுக்குச் சீர்கொண்டுவிடுவர்.

எழுதுவதற்காக மட்டும் இவரின் கைகள் இயங்குவதில்லை. வழங்கி மகிழும் வள்ளன்மையும் இவரிடம் உண்டு. நண்பர்கள் இவர் குறித்து நிரம்பக் கூறியிருக்கிறார்கள் என்றாலும் எனக்கே அந்த அனுபவமும் உண்டு. அண்மையில் இவரது 7 நூல்களின் வெளியீட்டு விழாவில் விற்பனையான நூல்களுக்கான தொகையை நியூ செஞ்சுரி புக் ஹவுஸ் நிறுவனத்துக்கும், 'கவிதை உறவு'க்கும் சமமாகப் பங்கிட்டுக் கொடுத்து மகிழ்ந்தார். அவர் தந்த ரூ. 16,500/- கவிதை உறவு அறக்கட்டளையில் சேர்க்கப்பட்டுவிட்டது. இந்தப் பங்கேற்பு என்னை அன்று பெருமைப்படுத்தியது போலவும் அமைந்தது.

இதழ்கள் நடத்துவதில் இருக்கிற சிரமம் அறிந்த கவிஞர் தியாரூ தேவைப்படும்போது 'கவிதை உறவு'க்கு விளம்பரங்களும் பெற்றுத் தருவதுண்டு. தியாரூ அவர்கள் கல்லூரியில் படித்துக் கொண்டிருக்கிற போதே சாரல், கான்டேக்ட், சிறுவர் வாழ்வு, பூம்புனல் போன்ற இதழ்களில் ஆசிரியராகப் பணியாற்றியிருக்கிறார். பிளஸ் டூ படித்துக் கொண்டிருந்தபோது இவரது கவிதை முதன்முதலாக 'மனைமலர்' என்ற இதழில் வெளியானது. தொடர்ந்து தாமரை, தாய், செம்மலர், சங்கொலி, அரும்பு, கணையாழி உள்ளிட்ட ஏராளமான இதழ்களில் வெளிவந்து கொண்டிருந்தன. இன்றும் தொடர்ந்து புகழ்வாய்ந்த இதழ்களுக்குப் படைப்புகள் வழங்கிக் கொண்டிருக்கிறார்.

நான் பயின்ற பாளை செயின்ட் ஜான்ஸ் கல்லூரியில் பயின்றவர் இவர் என்பதில் எனக்கு இன்னும் மகிழ்ச்சி. படிக்கும்போதே பெற்றோர்கள் இவரது இலக்கிய ஆற்றல் வளர்வதற்கான உற்சாகத்தை வழங்கியிருக்கிறார்கள். இவரின் தந்தையார் 'இலக்கியச் செல்லர்' திரு. ஆர்.எஸ். ஜேக்கப் அவர்கள் 120க்கும் அதிகமான நூல்கள் எழுதியுள்ளார்.

திரைப்படப் பாடல் முயற்சியில் பதிவாகி வெளிவந்த பாடல் களில், முன்னரே குறிப்பிட்டபடி 'தமிழ்ப்படம்' திரைப்படத்தில் இடம்பெற்ற 'குத்துவிளக்கு' பாடல் மிகப்பிரபலம். முயற்சி தொடர்கிற தென்று முனைப்புடன் இருக்கும் தியாரூ திரைப்படத் துறையிலும் வெற்றி பெறுவார் என்ற நம்பிக்கை அவருக்கும் உண்டு எனக்கும் உண்டு.

இவரது ஆற்றலும் அரிய படைப்புகளும் சிறப்புகள் பலவற்றை இவருக்குப் பெற்றுத் தந்துள்ளன. தனிநாயக அடிகளார் இலக்கிய மன்றம் வழங்கிய கவிச்சுடர், சங்கொலி கொடுத்த தேன்கவித் திலகம், பட்டுக்கோட்டை கல்யாணசுந்தரனார் விருது, உலகக் கிறிஸ்தவத் தமிழ்ப் பேரவை தந்த அருட்கலைஞர், கவித்தென்றல் உட்பட ஏராளமான பட்டங்கள் இவரது பெயருக்கு முன்னால் அணிவகுத்து நிற்கின்றன.

நல்ல குடும்பம். தந்தையார் 'இலக்கியச் செல்வர்' டாக்டர் ஆர்.எஸ். ஜேக்கப் அவர்களைச் சந்தித்து வணங்கி மகிழ்ந்திருக்கின்றேன். அற்புதமான மனிதர். ஆற்றல் மிகுந்த எழுத்தாளர். நெல்லை மாவட்டத்தில் மட்டுமல்ல, தமிழகத்திலும் எழுத்துலகத்தில் எல்லோராலும் நன்கறியப்பட்டிருக்கிற நல்ல எழுத்தாளர். தாயார் திருமதி வயலட் ஜேக்கப். இருவருமே ஆசிரியராகப் பணியாற்றியவர்கள். அவ்வப்போது சென்னை வந்து பிள்ளைகளை ஆசீர்வதித்துவிட்டு

அன்பைப் பெற்றுச் செல்வார்கள். திருமதி ஜெயிந்தா தியாரூ பட்டதாரி. வெற்றிகரமான தனது கணவருக்குப் பின்னால் விளங்குகிற மாதரசி. மகள் ஜெரூஷா பல் மருத்துவம் பயின்று வருகிறார்.

நண்பர்கள் திருக்கூட்டம் இவருக்கு விரிந்து பரந்தது. தியாரூ என்றால் எல்லோரும் போற்றிக் கூறுகிற பெயராக விளங்குகிறது. எனக்கும், ‘கவிதை உறவு’க்கும் இவர் நட்பாகவும் நல்ல புரவலராகவும் நல்ல படைப்பாளராகவும் கிடைத்ததைப் பெரும் பேறாகக் கருதுகிறேன். இப்படியே இவரது நண்பர் குழாமும், உறவும் கருதிக் களிக்கிறது. இந்த உணர்வையும் நட்பையும் உருவாக்கியுள்ள தியாரூ அவர்களும், அவர்தம் குடும்பமும் செழித்தோங்க சிந்தை மகிழ்ந்து வாழ்த்துகிறேன்.

●

பாரதியில் பாதி; துலங்கிடும் தனித்திறன் மீதி!

நம்மைப் பற்றிய நமது மதிப்பீடு மிக முக்கியம். நம்மை நாமே அறிந்து கொள்ளாவிடில் மற்றவர்கள் எப்படி அறிந்து கொள்வார்கள். எனவே சுயமதிப்பீடு அவசியம். அப்படியானால்தான் மற்றவர்கள் நம்மைப் பற்றி வழங்கும் மதிப்பீடுகளையும் பாராட்டுகளையும் ஏற்றுக் கொள்வதில் ஒரு நியாயம் இருக்கும்.

'படைத்தல்' எனது பொழுதுபோக்கல்ல; அது என் உயிர்மூச்சு. என்னுடைய கவிதைகள், சிறுகதைகள், வாழ்வியல் படைப்புகள் குறித்த பல அறிஞர் பெருமக்களின் மதிப்புரைகள் - எண்ணற்ற வாசகர்களின் கருத்துப் பதிவுகள் ஆகியவற்றை என் இதயப் பெட்டகத் திற்குள் பத்திரப்படுத்தி வைத்திருக்கின்றேன்.

என் படைப்புகளைப் பல்வேறு தலைப்புகளில் ஆய்வு செய்து எம்ஃபில் மற்றும் பிஎச்.டி., பட்டங்களைப் பெற்றிருக்கும் பலரின் ஆய்வேடுகளைப் படித்துப் படித்து ரசித்திருக்கின்றேன். ஏனெனில், நானே அறிந்திராத - என் படைப்புகளுக்குள்ளிருக்கும் மகத்துவங்களை அவை படம்பிடித்துக் காட்டுகின்றன. எனவே அவற்றை நான் மதிக்கின்றேன்.

அப்படி என் மதிப்பிற்குரிய மதிப்புரைகளில் ஒன்று, தகைசால் பேராசிரியர் டாக்டர் இரா. மோகன் அவர்கள், 'பாரதியில் பாதி; துலங்கிடும் தனித்திறன் மீதி' என்னும் தலைப்பில் படைத்தளித்த என் கவிதைகள் பற்றிய மதிப்புரை.

மதுரை காமராஜர் பல்கலைக் கழகத்தில் தமிழியற் புலம் தகைசால் பேராசிரியராகப் பணியாற்றியவர். நூற்றுக்கும் மேற்பட்ட நூல்களின் ஆசிரியர். மிகச்சிறந்த ஆய்வாளர்.

'இனியொரு கடவுள் செய்வோம்' என்னும் எனது ஒன்பதாவது கவிதைத் தொகுதியினை நியூ செஞ்சுரி புக் ஹவுஸ் நிறுவனத்தார் மிகச்சிறப்பாகத் தயாரித்து வழங்கினர். அதன் மீதான அவர்தம் ஆழ்ந்தகன்ற இலக்கியப் பார்வையை இந்நூலில் நான் இடம்பெறச் செய்வதற்குக் காரணம், இலக்கிய ஆர்வலர்களுக்கும், ஆய்வு மாணவர் களுக்கும் மிகவும் உதவியாக இருக்கும் என்பதே.

பேராசிரியர் டாக்டர் இரா. மோகன் அவர்களின் மதிப்புரை இதோ:

"**க**விதை ஒரு சுவையான அனுபவம், அது ஓர் அற்புதமான கலை. கவிதை எனது புலமையின் விளையாட்டோ, எனது பொழுது போக்கோ அல்ல. அது என் உயிர் மூச்சு" என்பது தியாரூவின் ஒப்புதல் வாக்குமூலம். மரபின் பெருமை மாறாமல், மரபை எளிமைப்படுத்தி, புதிய புதிய சந்தங்களில் கவிதைகளை வடிப்பது தியாரூவின் தனித்திறன், 'மக்கள் குரல்' வீ. ராம்ஜீ குறிப்பிடுவது போல, 'படைப்பிலக்கியத்தின் பலப்பல தடங்களில் கவிஞர் தியாரூ விறுவிறுப்புடனும் பரபரப் புடனும் தமது வெற்றிப் பயணத்தைத் தொடர்ந்து கொண்டிருக்கிறார். பெரும்பாலான கவிஞர்கள் புதுக்கவிதையின் பக்கம் திரும்பிக் கொண்டிருந்த போது, மரபிலிருந்து விலகாமல், மரபைப் புதுமைப் படுத்தி எளிமையாய் இனிமையாய் கவிதைகளைப் படைத்தளித்து, கவிதை உலகில் மரபு மீட்சியை ஏற்படுத்தியவர் கவிஞர் தியாரூ.'

இப்போது நம் கைகளில் தவழும் 'இனியொரு கடவுள் செய்வோம்' கவிஞரின் ஒன்பதாவது கவிதைத் தொகுதி, இதில் ஐந்து பிரிவுகளில் ஐம்பத்தொரு கவிதைகள் இடம்பெற்றுள்ளன. 'உலகம் உன்னால்' என மனிதனை விளித்துத் தொடங்கும் இக்கவிதை நூல், 'நான் சாகாதிருப்பேன் காண்பீர்!' என்னும் கவிஞரின் பெருமித வாக்கோடு நிறைவு பெறுவது சிறப்பு.

பாரதியில் பாதி

"காலத்தை வெல்கின்ற
கவிதைகள் கேட்டேன்!
பாரதியில் எனக்கொரு
பாதியைக் கேட்டேன்!"

என்பது கவிஞர் என்ற முறையில் தியாரூ விடுக்கும் பெருவிண்ணப்பம். பாரதியில் பாதி, தனித்திறன் சுடர் விட்டு நிற்கும் மறுபாதி என இரு கூறுகளும் சரி விகிதத்தில் அமைந்த கூட்டுக் **களி** தியாரூ என ஒற்றை வரியில் மதிப்பிடலாம்.

'இனியொரு விதி செய்வோம் - அதை எந் நாளும் காப்போம்!' என முழங்கினார் கவியரசர் பாரதியார். தியாரூவோ.

"இனியொரு கடவுள் செய்வோம்!
இதயத்தை முகத்தில் வைப்போம்!
மனிதரில் பேதம் இல்லா
மேன்மையைப் படைக்கச் சொல்வோம்!
பிணியிலா வாழ்க்கை கேட்போம்!
பகையிலா உலகம் கேட்போம்!"

என மொழிகின்றார்.

'காணி நிலம் வேண்டும்' எனப் பராசக்தியிடம் வேண்டினார் பாரதியார். தியாரூவோ இன்னும் ஒரு படி மேலே சென்று,

"விண்வெளியில் என் பெயரில்
காணிநிலம் வேண்டும்!
விண்ணோர்கள் என் கவிதை
விருந்துண்ண வேண்டும்!"

என விழைகின்றார்.

விழுமியங்களின் பதிவு

உலக அரங்கில் இன்று பரவலாகப் பேசப்பட்டு வரும் பொருள் விழுமியக் கல்வி (Value Education). *இவ்வகையிலும் கவிஞர் தியாரூ தம் படைப்புகள் வாயிலாக நிலையான பங்களிப்பினை நல்கி வந்துள்ளார். 'இனியொரு கடவுள் செய்வோம்!' என்னும் இத் தொகுப்பிலும் விழுமியம் தொடர்பான அருமையான செய்திகள் பல்கிக் காணப்படுகின்றன. 'சத்தியத்தின் காவல்' என்ற கவிதை இவ்வகையில் சிறப்பாகக் குறிப்பிடத்தக்கது. அக்கவிதையின் முத்தாய்ப்பான முடிப்பு வரிகள்*

"முறையான வருமானம் வந்தால் போதும்
மனமுழுதும் நல்லமைதி குடியி ருக்கும்;
நிறைவான நல்லாழ்வு கொண்டால் போதும்
நெஞ்சுக்குள் தேனாறு ஊற்றெ டுக்கும்;
கறைபடியா மனமொன்று வாழ்வில் போதும்
கோடிகோடி செல்வங்கள் கையில் சேரும்;
இறைவேத சத்தியத்தின் காவல் போதும்
இதயத்தில் பேரின்பம் என்றும் வாழும்!"

அறம் - பொருள் - இன்பம் - வீடு போல, முறையான வருமானம் - நிறைவான நல்வாழ்வு - கறைபடியா மனம் - இறைவேத சத்தியம் ஆகியனவே கவிஞர் தியாரூ வலியுறுத்தும் நான்கு உறுதிப் பொருள்கள் ஆகும்.

'மண்மேலே நம் வாழ்வில் - உயர், மாண்பு துலங்கிட வேண்டும்' என மொழியும் கவிஞர், 'சுதந்திர வாழ்க்கை' என்னும் கவிதையில் வாழ்வில் துலங்கிட வேண்டிய உயர் மாண்புகள் எவை என எடுத்துரைக்கின்றார்:

"இமயம்போல் இதயம் வேண்டும்!
இரும்பைப் போல் வலிமை வேண்டும்!
சிகரம்போல் சிந்தை வேண்டும்!
சுதந்திர வாழ்க்கை வேண்டும்!

அகவிருள் அகற்றி ஆங்கே
அறிவொளி துலங்க வேண்டும்!
சகத்தினில் உன்றன் வாழ்க்கை
சரித்திரம் ஆக வேண்டும்!"

இமயம் போல் நெடிது உயர்ந்த இதயம் - இரும்பைப் போல் வலிமையான உடல் - சிகரம் போல் வளர்ந்த சிந்தை - சுதந்திர வாழ்க்கை - அறிவொளி - சரித்திர வாழ்க்கை: இவையே கவிஞர் தியாரூ பெரிதும் போற்றும் உயரிய வாழ்வியல் விழுமியங்கள் ஆகும்.

'பெரிதினும் பெரிது கேள்!' என்று பாட்டுக்கொரு புலவர் பாரதியார் 'புதிய ஆத்திச்சூடி'யில் பாடியதைப் போல,

"புதிய பாதை, புதிய பயணம்!
பெரிய சிந்தை, பெரிய செயல்கள்!
இமயம் போலே இதயம் என்றால்
வானம் போலே வாழ்க்கை உயரும்!"

என வாழும் முறைமையினை மனிதனுக்கு அறிவுறுத்துகின்றார் கவிஞர்.

சுருங்கக் கூறின், 'மண்ணில் மலர வேண்டும் சொர்க்கம்' என்பதே கவிஞரின் பாவிகம் ஆகும்.

'சுகமாய் வாழ – மண்ணில்
சொர்க்கம் செய்!'

என்பதே மனித குலத்திற்கு அவர் விடுக்கும் செய்தி ஆகும்.

நம்பிக்கை நாற்றுகள்

உலகெங்கிலும் - குறிப்பாக, இந்தியாவில் - தற்கொலை விகிதம் மிகுந்து வருவதாக அண்மைப் புள்ளி விவரங்கள் கூறுகின்றன. இந்நிலையில் இருபத்தியோராம் நூற்றாண்டுப் படைப்பாளிகளுக்கு - சிறப்பாக, கவிஞர்களுக்கு - வாசகர்களின் நெஞ்ச வயல்களில் நம்பிக்கை விதைகளை ஊன்ற வேண்டிய கடப்பாடும் பொறுப்பும் இன்றியமையாத தேவைகள் ஆகின்றன. இதனை நன்கு உணர்ந்தவராகக் கவிஞர் தியாரூ விளங்குவது தனிச்சிறப்பு ஆகும். 'மனித மாண்பு மடிந்தது என்று மனதுக்குள்ளே மயங்கி நிற்கும் மனிதனுக்கு' 'உலகம் உன்னால்' என்ற கவிதையின் வாயிலாக அவர் விடுக்கும் செய்தி இதுதான்:

"உன்னைத் திருத்து உலகம் திருந்தும்
உன்னைச் செதுக்கு உண்மை துலங்கும்!...

உன்னை விரும்பு உலகை விரும்பு
உறவை விரும்பு வாழ்க்கை இனிக்கும்!

> உலகம் திருந்தி உயர்வைக் காண
> முதலில் உன்றன் மனதைத் திருத்து
> எண்ணம் சிறந்தால் எல்லாம் சிறக்கும்!...
>
> உந்தன் உழைப்பால் உலகை மாற்று!"

கவிஞரின் கருத்தியலில், உலகை மாற்றுவதற்கு - திருத்துவதற்கு - முன் ஒரு மனிதன் செய்ய வேண்டியது தன் உள்ளத்தைத் திருத்துவது ஆகும்; ஆளுமையைச் செதுக்கிக் கொள்ளுவது ஆகும்.

> "உள்ளம் திருந்துவதால்
> வாழ்க்கை ஒளியடையும்;
> உள்ளம் உயர்வதனால்
> உலகம் உயர்வடையும்;
> உள்ளம் கனிவதனால்
> உன்னில் ஒளிதுலங்கும்;
> உள்ளம் நிறைவதனால்
> வாழ்க்கை நிறைவடையும்!"

உலகம் உயர்வடைய - வாழ்க்கை நிறைவு பெற - முதன்மைத் தேவை - அடிப்படை - உள்ள உயர்வு, திருத்தம், கனிவு, நிறைவு என்பது கவிஞரின் முடிந்த முடிபு.

> "எதுவும் உன்னால் எட்ட முடியும்,
> எண்ணித் துணிந்தால் எய்த முடியும்!
> ஊக்கம் தானே உன்றன் ஏணி
> நோக்கும் போக்கும் ஒன்றே யாயின்
> எட்டாக் கனியென எதுவும் இல்லை;
> தொட்டுப் பறிக்கத் தடைகள் இல்லை!"

என மனிதனுக்கு அறிவுறுத்தும் கவிஞர்,

> "மனிதா மனிதா மனிதம் போற்று!
> விருட்ச விதைநீ; உயர்ந்து காட்டு!"

என நம்பிக்கை ஊட்டுகின்றார்.

பிறிதொரு கவிதையிலும்,

> "முன்னேற்றம் உண்டென்ற
> எண்ணத் தோடு
> என்றென்றும் எழுபவரே
> ஏற்றம் காண்பார்!"

என அழுத்தம் திருத்தமாகப் பாடுகின்றார் கவிஞர்.

செவ்விய காதல் சித்திரிப்பு

“மலரினும் மெல்லிது காமம் சிலர்அதன்
செவ்வி தலைப்படு வார்” (1289)

என்பார் வான்புகழ் வள்ளுவர். கவிஞர் தியாரூ பலரிலும் மெல்லிய காதல் உணர்வினைச் செவ்விய முறையில் பாடுவதிலும் சிறந்து விளங்குகின்றார். ‘அவன் காதலித்தான்’, ‘அழகிய கவிதை நீ’, ‘உயிர் வற்றிப் போகு முன்னே...’, ‘பக்தன் பாமாலை’, ‘இவள் என் தேவதை’, ‘அவனும் அவளும்’, ‘காதலாகிக் கசிந்துருகி...’, ‘திருநாள் வருமா சொல் கிளியே’, ‘மணவாளன் வருவானா?’ ஆகிய கவிதைகள் இவ் வகையில் குறிப்பிடத்தக்கவை.

“தணியாத தாகம்நீ தழுவாத மேகம்நீ
தாவணிக்குள் தங்கச் சுரங்கம்”

என்று காதலியின் கட்டழகினை வருணிக்கும் போதும்,

“ஒருசொட்டு உயிர்மட்டும் உள்ளதடா – இன்றே
சுரம்பிடிக்க நீவந்தால் நல்லதடா!*”

என்று காதலியின் பிரிவாற்றாமையைப் பாடும் போதும்,

“கட்டுக் குழலைக் கோதி – என்
மனதை அள்ளி முடிப்பாள்!...
கொடியைப் போலே படர்ந்து – என்
கழுத்தைக் கட்டி வளைப்பாள்!”

எனக் காதலர்களின் கூட்டுக் களியினைச் சித்திரிக்கும் போதும்,

“சிலையானாள் பூங்கோதை அணைப்பிற் குள்ளே;
சீரிளைஞன் பொருளறிந்தான் அவளுக் குள்ளே!”

எனக் காதலர் முயக்கின் சிறப்பினை உரைக்கும் போதும், கவிஞர் தியாரூவின் மொழியில் நளினமும் நாகரிகமும் கொலுவிருக்கக் காண்கிறோம்.

முற்போக்குச் சிந்தனை

‘கவிஞனும் கடவுளும்’ தியாரூவின் முற்போக்கு மனப்பான்மைக்குக் கட்டியம் கூறி நிற்கும் அற்புதமான கவிதை, ‘கவிஞன் ஒருநாள் கவலையில் ஆழ்ந்தனன், கடவுள் மீது கோபம் கொண்டனன்!’ எனத் தொடங்கும் அக் கவிதை, கவிஞன் கனவில் கடவுள் வருவதாகவும், இருவரும் காரசாரமாக உரையாடிக் கொள்வதாகவும் வளர்ந்து

செல்கின்றது. முடிவில், கடவுள் கவிஞனை நெருங்கிக் கூர்ந்து நோக்கி, தட்டிக் கொடுத்துத் தெளிவாய்ச் சொல்கிறார்:

"உன்னை விடவும் உயர்ந்த தெய்வம்
உலகில் ஏது உரைப்பாய் மனிதா?
புதிய உலகைப் படைக்கும் ஆற்றல்
உனக்குள் இருக்க உனக்கேன் கடவுள்?
நீயே தெய்வம் நீயே ஆற்றல்
நீயே ஞானம் நீயே யாவும்!
உன்னால் முடியும் உலகைத் திருத்து
உலகும் வாழ்வும் உன்றன் பொறுப்பு!"

இந்நிலையில் கனவு கலைகின்றது; கடவுள் மறைகின்றார். 'கவிஞன் எழுந்தான், கடமை உணர்ந்தான்!' என நிறைவடைகின்றது கவிதை.

அவ்வப்போது கடவுளை வம்புக்கு இழுப்பதில்- சீண்டுவதில்- 'பரந்து கெடுக உலகு இயற்றியான்' என்பது போல் சினம் கொண்டு பாடுவதில் - தியாரூவுக்குத் தனி ஈடுபாடு. பதச்சோறு ஒன்று:

"மாடு போல நாளும் உழைத்து
வாழ வைக்கும் ஜாதி - அது
வீழ்வது என்ன நீதி? - இதைத்
தடுப்ப தற்கு எண்ணம் இன்றிப்
படுத்து றங்கும் இறைவா - உனக்குப்
புத்தி என்ன குறைவா?"

அநீதியைத் தடுக்கும் எண்ணம் இன்றிப் படுத்துறங்கும் இறைவனை நோக்கி 'உனக்குப் புத்தி என்ன குறைவா?' எனக் காட்டமாகக் கேள்விக் கணையினைத் தொடுக்கின்றார் கவிஞர்.

"கடவுள் எங்கே போய்விட்டான் - ஏழை
கலங்கித் தவிக்க ஏன்விட்டான்?"

என வினவும் கவிஞர்,

"நன்றாய் வாழ எண்ணிடுவோம்- ஒரு
நல்ல கடவுள் செய்திடுவோம்!"

எனப் பாடுவது அவரது முற்போக்குச் சிந்தனையின் மணிமகுடம் ஆகும். கவிஞரின் நோக்கில், 'ஏற்றத் தாழ்வு ஏழ்மைச் சிறுமை, நோயின் கொடுமை இளமையில் வறுமை, கருவில் மரணம் கண்ணீர்த் துயரம், அனாதை அவலம்' முதலான உலகின் அவலங்களை ஒழித்துக் கட்டி, சமமாய் மனிதர் வாழ்வைச் சமைப்பதே நல்ல கடவுளின் இலக்கணம் ஆகும்.

பைந்தமிழும் பழகு தமிழும்

கவிதையின் பாடுபொருளுக்கு ஏற்ற வகையில் பைந்தமிழையும் பழகுதமிழையும் கையாளும் வித்தகம் கைவரப் பெற்றவர் தியாரூ. அவரது மொழிநடையில் 'எண்ணிய எண்ணியாங்கு...', 'காதலாகிக் கசிந்துருகி...', 'எழிலே இளம்பாவாய்!', 'அருமைச் சான்றீர்!', 'வாழ்வமுதம்' என்றாற் போல் முன்னோர் மொழியைப் பொன்னே போல் போற்றும் இடங்களும் உண்டு; 'பள்ளிக்கூடம் போக வேணும்', 'என்னத்த சொல்ல!', 'கஞ்சிக் கலயம் சுமந்தவளே' என்றாற் போல் பழகு தமிழ் கொஞ்சி விளையாடும் இடங்களும் உண்டு; 'ஒளிச்சிறகு', 'புதிய தலைமுறையின் முதல் தளிர்', 'அழகிய கவிதை நீ', 'திருநாள் வருமா சொல் கிளியே' என்றாற்போல் கவித்துவம் களிநடம் புரிந்து நிற்கும் இடங்களும் உண்டு; 'உள்ளத்தில் உள்ளது உன் வாழ்க்கை', 'மண்ணில் மலரட்டும் சொர்க்கம்', 'நான் சாகாதிருப்பேன் காண்பீர்', 'மனிதம் வாழ்க!' என்றாற் போல் ஆழ்ந்திருக்கும் கவியுளத்தை அடையாளம் காட்டும் இடங்களும் உண்டு.

ஒருமுறை மனம் கலந்து - பொருள் உணர்ந்து- படித்தாலே படிப்பவர் நெஞ்சில் கல்வெட்டுப் போல் பதிந்து விடும் திறன் படைத்த பொன்மொழிகள் கவிஞர் தியாரூவின் மொழிநடையில் பயின்று வருகின்றன. இவ்வகையில் அமைந்த சில வரிகள் இதோ:

"மனது துணிந்தால் மலையும் சுடுகே!
எண்ணம் இருந்தால் எதுவும் எளிதே!"

"மனதைத் துவைத்து மமதை அழித்துக்
கசக்கிப் பிழிந்து காயப் போடு!"

"வாழ்வதெனில் வகையறிந்து, வாழ வேண்டும்!"

நூலின் நிறைவுக் கவிதையில் 'நான் நிரந்தரமானவன் அழிவதில்லை- எந்த நிலையிலும் எனக்கு மரணம் இல்லை.' என்னும் கவிஞர் கண்ணதாசனின் புகழ்பெற்ற வாக்கினை அடியொற்றி,

"விண்ணும் மண்ணும் உளமட்டும்
உலகில் என்பேர் நிலைத்திருக்கும்;
என்றும் எனக்கு மரணம் இல்லை
எனது கவிகள் செழித்திருக்கும்!...

முத்து முத்தாய் என்வாழ்வில்
மனம்போல் யாவும் அரங்கேறும்!

செத்த பின்னும் சாகாமல்
சிறப்பாய் என்றன் பெயர் வாழும்!"

என உறுதி மிக்க குரலில் அறுதி இட்டு மொழிகின்றார் தியாரூ. கவிஞரின் படைப்புகள் காலத்தை வென்று நிலைத்து நிற்கவும், அவரது வாழ்வில் மனம் போலும் யாவும் அரங்கேறவும் எல்லாம் வல்ல தமிழன்னையை வணங்கி வாழ்த்துகின்றேன்!

மதுரை 625019   இரா. மோகன்
18. 10. 2014

வைரக் கட்டிகள்

வைரத்தைப் பற்றி நீங்கள் தெரிந்து கொள்ள வேண்டும். ஏன்? அதற்குக் காரணம் உண்டு. பின்னால் சொல்கிறேன்.

நவரத்தினங்களுள் ஒன்றான வைரம், படிக நிலையில் உள்ள ஒரு கரிமம். பட்டை தீட்டிய வைரம் பளிச்சென்று ஒளிர்வதால் நகையணிகளில் பயன்படுத்தப்படுகிறது. இயற்கையில் காணப்படும் அனைத்திலும் மிகவயிரம் வாய்ந்த பொருள் இது. வயிரம் என்றால் உறுதி என்று அர்த்தம். வயிரம் என்ற சொல்லிலிருந்து வைரம் என்ற சொல் உண்டானது.

மோசின் திண்மை அளவுகோல் என்பது, ஒரு பொருளின் உறுதி அல்லது திண்மையை அளக்கும் அளவீட்டு முறை. அந்த முறையின்படி வைரத்தின் திண்மை எண் 10 என்கிறார்கள். அதாவது, மிகமிகக் கடினமான பொருள். வைரத்தின் கடினத்தன்மை அதன் தூய்மை, படிக பூரணம், நோக்கு நிலை ஆகியவற்றைப் பொறுத்தது. அதனால்தான் தொழிலகங்களில் 'அறுத்தல்' பணி மற்றும் கண்ணாடி போன்ற பொருட்களைத் தேவையான அளவு வெட்ட வைரம் பதித்த வெட்டுக்கருவி பயன்படுத்தப்படுகிறது.

பழங்காலத்தில் வைரம் இந்தியாவிலிருந்துதான் கிடைத்ததாம். வைரக்கல்லின் வண்டல் படிவு பென்னாறு, கிருஷ்ணா மற்றும் கோதாவரி ஆற்றுப் படுகைகளில் பல நூற்றாண்டுகளுக்கு முன்பு, அதாவது சுமார் 3000 ஆண்டுகளுக்கு முன்பு இருந்ததாகக் கூறப் படுகிறது. தற்போது உலகில் 96% வைரம் தென்னாப்பிரிக்காவிலிருந்து.

இப்போது இந்தியாவில், கோதாவரிக்கு அருகிலுள்ள சம்பல்பூர், நிஜாம், பல்லாரி ஆகிய இடங்களில் வைரங்கள் கிடைக்கின்றன. இவை சுரங்கங்களில் அல்லாமல் ஆற்றோரங்களிலும் ஆற்று மணலிலும் கிடைக்கின்றன. ஆற்று வைரங்களே சிறந்தவையாம். வைரங்கள் பண்டைய இந்தியாவில் மதச்சின்னமாகப் பயன்படுத்தப்பட்டதை அடுத்து ராசிக்கல்லாகக் கருதப்படுகிறது.

வைரங்களின் மிகப் பிரபலமான பயன்பாடு அலங்காரம். பழங்காலந்தொட்டே இது நடைமுறையில் இருந்து வருகிறது. வெள்ளை

ஒளியைச் சிதறலம் அடையச் செய்து, நிறமாலை வண்ணங்களை வெளிப்படுத்துவது வைரத்தின் முதன்மைப் பண்பு. காரட், வெட்டு, நிறம், தெளிவு ஆகியவை வைரத்தின் பொதுவான நான்கு பண்புகள். அதிகரித்த தேவை, மேம்படுத்தப்பட்ட பட்டை தீட்டும் முறை மற்றும் மெருகேற்றும் நுட்பங்கள், உலகப் பொருளாதாரத்தில் வளர்ச்சி, புதுமையான மற்றும் வெற்றிகரமான விளம்பர உத்திகளால் வைரத்தின் புகழ் 19ஆம் நூற்றாண்டு முதல் வியத்தகு வளர்ச்சியை எட்டியது.

அது சரி, வைரத்தைப் பற்றி எதற்காக இவ்வளவு பெரிய விளக்கம்? காரணம் இல்லாமலா!

'தியாரூ சிறுகதைகள்' என்னும் எனது நூலில் மொத்தம் 41 சிறுகதைகள். அந்நூலுக்கு அணிந்துரை வழங்கிய என் பேரன்பிற்குரிய படைப்பாளர் திரு. இந்திரா சௌந்தர்ராஜன் அவர்கள், 41 சிறுதை களை 41 வைரக் கட்டிகள் என்று குறிப்பிட்டிருந்தார். அவர் உள்ளன்போடு தந்த வாழ்த்து வரிகள் என் உள்ளத்தில் வைரங்களாய் மின்னிக் கொண்டிருந்தன.

இதோ, 'தியாரூ சிறுகதைகள்' நூலுக்கு 'எழுத்து வேந்தர்' இந்திரா சௌந்தர்ராஜன் அவர்களின் மனம் எழுதிய மதிப்புரை:

நாற்பத்தியோரு சிறுகதைகள்!

திரு. தியாரூவின் கற்பனை வைரக் கட்டிகள் என்று கூட இதனைக் கூறலாம்.

ஒவ்வொரு கட்டியையும் அனுபவித்து என்னை மறந்து படித்தேன். 'எப்போதும் கதை நம்மை இழுக்க வேண்டும்; நாம் அதை இழுக்கவே கூடாது. அது இழுத்தால் குதிரை, நாம் இழுத்தால் அது 'கழுதை' என்பார், ஆனந்த விகடன் அதிபர் உயர்திரு எஸ். பாலசுப்ரமணியன் அவர்கள்.

அந்த வகையில் தியாரூவின் இந்த 41 சிறுகதைகளும் 41 குதிரைகள்! ஒவ்வொன்றும் ஒவ்வொரு வேகத்தில் பயணிக்கிறது. நாம் ஏறி அமர்ந்து கொண்டால் போதும்; அது நம்மை ஏற்றிக்கொண்டு புதுப்புது உலகத்துக்குச் சென்று அரிய காட்சிகளை நமக்குக் காட்டுகிறது.

எளிய நடை - தலையைச் சுற்றி மூக்கைத் தொடாத நேரிடையான அணுகுமுறை - கதையின் களத்தை நன்கு புரிந்துகொண்டு அதற்கேற்ப ஹோம் ஒர்க் செய்துகொண்டு ஆழமாகவும் அதே சமயம் அகலமாகவும் எழுதும் பாங்கு என்று தியாரூவின் பேனா பயணிக்கிறது.

அடிப்படையில் தியாரூ ஒரு கவிஞர்.

கவிஞர் தியாரூதான் கதாசிரியர் தியாரூவாக பரிமாண மாற்றம் பெற்றிருக்கிறார்.

அப்படியிருக்க கதைகளில் கவிதையின் சாயல் கொஞ்சமாவது இருக்கும். இருந்தால் அது ஒன்றும் தவறுமில்லை. அது ஒரு புது சுவையை கொடுக்கும்.

குமுதத்தில் ஒரு கதாசிரியராக திரு. வைரமுத்து அவர்கள் சிறுகதைகளைப் படைத்தபோது கவிப்பேரரசு வைரமுத்துவின் தாக்கம் கதைக்கான வர்ணிப்புத் தளங்களில் பட்டவர்த்தனமாகத் தெரிந்தது. அது ஒரு தனிச்சுவையைத் தரவும் செய்தது. தியாரூவிடம் ஒரு ஆச்சரியம் என்னவென்றால் 'இது உரைநடையின் களம். இங்கே கவிதைக்குத் தேவையில்லை' என்கிற ஒரு நெறியோடு துளியும் கவிதைத் தாக்கம் இன்றிக் கதைகளைப் படைத்திருக்கிறார்.

இது எனக்குப் பெருத்த ஆச்சரியமளித்தது.

ஒருவர் தான் போடுகிற வேடத்திற்கு ஏற்ப அப்படியே மாறிவிடுவது போன்றது இது. அடுத்து கதைக்காக மூளையைப் போட்டு செயற்கையாக கசக்கிக் கொள்ளாமல் வெகுயதர்த்தமாய் தான் வாழும் வாழ்வில் தான் காணும் காட்சிகளில் இருந்தே கதைகளைப் படைத்திருக்கின்றார்.

'ஊர் என்ன சொல்லும்' என்கிற முதல் கதையே இன்றைய இளம் பெண்கள் முற்போக்காக எப்படிச் சிந்திக்கிறார்கள் என்பதை எதிர்பாராத திருப்பத்துடன் சொல்லி முடிக்கிறது. இந்தக் கதையின் முடிவை யாரும் யூகிக்க முடியாது. அதே சமயம் செயற்கையான முடிவும் கிடையாது. இந்த முடிவே சரியான முடிவு! அப்படிப்பட்ட முடிவை ஒரு தாய்க்காக அந்த தாயின் மகளே எடுப்பது என்பது சாதாரணமல்ல.

முதல் கதையே மற்ற கதைகளுக்கு ஒரு முன்மாதிரியாக அமைந்து விடுகிறது.

அடுத்தடுத்து புதிய புதிய கோணங்களில் கதைகள் சிட்டாய் பறக்கின்றன.

'தங்கக்காசு' என்று ஒரு கதை!

இப்போது ஒருவேளை கண்ணகி இருந்தால் அவளைக்கூட ஒரு ஆண்மகன் நம் நகைக்கடைகளுக்கும், புடவைக் கடைகளுக்கும் அழைத்துச் சென்று சற்று சலனப்படுத்திவிடமுடியும். அப்படி ஒரு காலகட்டம் இது!

ஒலிம்பிக் தங்கத்தைவிட அட்சயத்திரிதியை தங்கம் நம்மவர்களுக்கு பெரிதாகிவிட்ட ஒரு காலச்சூழல் இது. வணிகர்களின் அபார சாதுர்யம் மகாலட்சுமியையே தங்கள் வணிக வளாகத்துக்குள் இழுத்துப் பிடித்து உட்கார்த்தி வைத்திருப்பது போல ஒரு பிரமையை உருவாக்கிவிட்ட நிலையில் ஒரு ஏழைப்பெண் அந்த நாளில் ஒரு பவுன் தங்கம் வாங்க ஆசைப்படுகிறாள்.

அன்று வாங்கினால் ஒன்று பத்தாகும் என்கிற நம்பிக்கைதான் காரணம். அதற்காக அவள் படும்பாட்டில் அவள் தன்னையே இழப்பதுதான் கொடுமை. அவளுக்கு ஒரு பவுன் நாணயமும் கிடைத்துவிடுகிறது. அவள் எதிர்பாராமல் இன்னொரு பவுனும் கிடைக்கிறது. அது கிடைக்கும் விதம் அவளை மட்டுமல்ல நம்மையும் ஒரு உலுக்கு உலுக்கிவிடுகிறது.

ட்விஸ்ட் எனப்படும் திருப்பம் அளிப்பதில் தியாரூ மிக பலமான வராகத் திகழ்கிறார். சிறுகதைகள் மனதில் நிலைபெற திருப்பங்களே பெரிய காரணங்களாக இருக்கின்றன. சில நேரங்களில் செயற்கையான திருப்பங்களால் சில கதைகள் மிகையான கற்பனையாக மாறி மனதில் இடம்பெறாமலே போய்விடுவதும் உண்டு.

இம்மட்டில் தியாரூவின் கதைகளில் செயற்கையான திருப்பங்கள் இல்லை. மிக இயற்கையாக ஒரு பெருவளைவில் ரயில் பெட்டிகள் அழகாய் திரும்புவது போல திரும்பிப் பயணிக்கின்றன.

'என்ன தவம் செய்துவிட்டேன்' என்று ஒரு கதை.

பணி ஓய்வுக்குப் பின் பென்ஷன் வாங்கி அந்த வருவாயில் வாழ்பவர்களின் வாழ்வை மையமாகக் கொண்ட கதைத் தளத்தில் ஊசி குத்தினாற் போல் ஒரு சுரீர்!

பென்ஷனர்கள் மேல் பேரன்பு காட்டும் ஒருவனின் அன்பும் பாசமும் எப்படிப்பட்டது, அது எதை மையமாகக் கொண்டது என்கிற நிஜத்தை சொல்கிறது.

'புன்னகை விடியல்' என்னும் கதையோ ஓய்வு பெறப்போகும் ஒரு தமிழாசிரியர் பணி ஓய்வை ஏற்க முடியாமல் படும்பாட்டை உளவியல் ரீதியாகச் சொல்கிறது. ஒரு இடத்தில் முப்பது நாற்பது வருடங்கள் பணியாற்றிய நிலையில் 'போதும் நீ வேலை பார்த்தது. போ- போய் ஓய்வெடுத்துக்கொள்' என்று சொல்லும் இன்றைய யதார்த்தத்தின் மறுபக்கம் எவ்வளவு ரணமானது என்பதை அதை அனுபவித்தவர்கள் அவ்வளவு பேருமே உணருவார்கள்.

'அதற்குள் 58 வயதாகிவிட்டதா?

ஐயோ இந்த முதுமையை இனி எப்படி கழிப்பது...?

வேலை பார்த்துக்கொண்டிருக்கும் போதே செத்துப் போவதைப் போல ஒரு சிறப்பு வேறு இருக்க முடியுமா? யாருக்கும் பாரமாய் இல்லாமற் முதுமையிடமும் சிக்காமல் வாழும் அந்த வாழ்வல்லவா உன்னத வாழ்வு?'

இப்படி ஓய்வு பெற்றவர்களில் நூற்றுக்கு தொண்ணூறுபேர் நிச்சயம் நினைப்பார்கள்.

இந்த முதுமைக்கு ஒரு அழகான தீர்வோடு கதை முடிகிறது.

'தாத்தா சொத்து' என்கிற கதை வட்டார வழக்கில் சொல்லப்பட்டு நெத்தியடியாக முடிந்து படிப்பவர்கள் மனதில் நிறையவே கேள்வி களை எழுப்புகிறது.

தியாரூ ஜியாக்ரஃபிகலாகவும் எழுத வல்லவர் என்பதை இக்கதை உணர்த்துகிறது. இக்கதையின் உரையாடல்களும், சூழ்நிலை விவரிப்பு களும் ஒரு தென் தமிழ்நாட்டு கிராமத்தை அப்படியே கண்முன் கொண்டு வந்து நிறுத்துகிறது.

'வள்ளலார் பேசுகிறார்' கதை ஒரு மயிலிறகின் சுகம்! வீட்டுப் பிராணிகளான நாய், பூனை போன்றவைகளால் வீடுகளில் ஏற்படும் சிக்கல்களையும் சந்தோஷங்களையும் சொல்லுகிற கதை.

இப்படி ஒவ்வொரு கதையையும் சொல்லிக்கொண்டே போகலாம். ஒரே பாணி, ஒரு களம் என்றில்லாமல் தியாரூ மனித வாழ்வின் எல்லா தளங்களிலும் பயணித்து நவரசங்களும் இடம்பெறும் வண்ணம் இந்த நூலில் கதைகளைத் தந்துள்ளார்.

வாசிக்கும் நமக்கு பொழுது போவதோடு ஒரு படிப்பினையும் கிடைக்கிறது. நம் அகக்கண்கள் அகண்டு விரிந்திட உள்ளம் விசாலமாகிறது. நல்ல சாப்பாட்டின் வாசம் நாளெல்லாம் கைகளில் தங்கி முகரும் போதெல்லாம் மணப்பது போல இந்த நூல் வாசித்து முடித்த நிலையிலும் நினைக்கும் போதெல்லாம் ஒரு நல்ல தாக்கத்தை தரும்.

கவிஞர் தியாரூவின் கதை எழுத்தாளர் பரிமாணம் துளியும் சோடை போகாத ஒரு நல்ல கம்பீரம். இந்த கம்பீரத்துக்கு மாலை மரியாதைகள் நிச்சயம்.

வாழ்த்துக்களுடன்,

இந்திரா சௌந்தர்ராஜன்

வார்த்தைச் சித்தர் வழங்கிய வாழ்த்து

வசீகரிக்கும் சொல்லாட்சி, அருவிபோல் ஆர்ப்பரித்துப் பொங்கி வழியும் வார்தைகள், தங்குதடையின்றித் தாவி வரும் சிந்தனை ஓட்டம், உலக இலக்கியங்களை எல்லாம் கண்களில் தேக்கிய நுண்மான் நுழைபுலம், தமிழிலும் ஆங்கிலத்திலும் பெரும்புலமை, மேடைதோறும் சந்தனத் தென்றலாய்த் தவழ்ந்த மாமேதை, பேச்சிலும் எழுத்திலும் ஞான வித்தை புரிந்த ஞான பாரதி 'வார்த்தைச் சித்தர்' டாக்டர் வலம்புரி ஜான்.

திருநெல்வேலியில் செயின்ட் ஜான்ஸ் கல்லூரியில் எனது முதுகலைப் பட்டப்படிப்பை முடித்திருந்த காலக்கட்டத்தில் 'தியாரூ கவிதைகள்' என்னும் எனது முதல் கவிதைத் தொகுதி மிகச்சிறப்பாகத் தயாரிக்கப்பட்டு, அதற்கான விழா மேடையில் விமரிசையாக வெளியிடப்பட்டது. அந்த நூலுக்கு டாக்டர் வலம்புரி ஜான் அவர்கள் வழங்கிய அதி அற்புதமான அணிந்துரை, என் இலக்கியப் பயணத்திற்கு விரிக்கப்பட்ட சிவப்புக் கம்பளமாக அமைந்தது.

படித்து உள்வாங்கிப் பாராட்டுகின்ற பண்பு,
என் கவிதைகள் மீது அவர் கொண்டிருந்த மதிப்பு,
வஞ்சமின்றி வாழ்த்துகின்ற உள்ளார்ந்த
பரந்தகன்ற நெஞ்சம், வெளிச்சப் புன்னகை,
பெருக்கெடுத்துப் பாய்கின்ற சொல்வளம்-

ஆகிய அனைத்தையும் அவர்தம் அணிந்துரையில் காணுந்தோறும் என் நெஞ்சம் நெகிழ்கிறது. அதனை இங்கே மறுபதிவு செய்வதில் பேருவகை கொள்கின்றேன். **வாழ்த்து வரிகள் ஒவ்வொன்றிலும் வார்த்தைச் சித்தரின் நேசத்தின் வாசம் கமழ்வதைப் பாருங்கள், இதோ:**

அமரக் குடிலே! அன்பான வணக்கம்!

சூழ்நிலை இல்லாவிட்டால் சூல் கொள்ளாது; காலம் கனியா விட்டால் கருத்துக்கள் கால் கொள்ளாது. என்னைச் சிறைபிடித்தால் அல்லாது இனி எனது எழுத்துச் சிறகுகள் அசையாது.

அழுத்தத்தில் எழுதுகிறேன். வித்தை அழுத்தினால் எண்ணெய் வரும். வித்தை தெரிந்தவனை அழுத்தினால் எண்ணம் வரும். தோல் விற்காது; பழம் நிற்காது. விதை! விதைக்கு வரலாறு உண்டு. நான் எப்போதும் முளைக்கத் துடிக்கும் விதை.

நான் அழுத்தப்படவே விதையானேன். எண்ணெயாக வடிந்து விழுவதில் சம்மதமில்லை. வித்தாய்க் கிடந்து, விளைந்து எழுந்து கிளை பரப்பி வம்ச விருட்சமாய் காலங்களைக் கடந்து வாழ - வாழ்வைத் தர நான் வந்தேன்.

கவிஞர் தியாரூவை எனக்கு ஏன் பிடித்தது? இளைஞர்களைப் பிடிக்கும் என்கிற பொதுவிதியில் இவர் பிடிபடவில்லை. இளைஞர் களிலும் அநேகர் உலர்ந்தவர்களாக உலா வருகிறார்கள். எரிப்பதற்காக அலங்கரிக்கப்படுகிற பிணங்களைப்பற்றி அர்ச்சிக்கப்பட்ட எழுதுகோல்கள் அலசுவதில்லை.

தியாரூ என்கிற இளைய இமயம், உயிரோடிருக்கிறது. இது நடக்கிற நதி; பாய்கிற பறவை. விண்ணுக்கும் மண்ணுக்கும் முடிச்சிடுகிற வித்தக விரல். மயான சந்தியிலும் பிரம்மக் காற்றாய் பிறந்து தவழுகிற படைப்பாளி.

பிரம்மாவிற்கே அய்ந்தாவது முகத்தை வைக்கிற அசுர ராட்சசன்.

தியாரூவின் வாமனத்தைப் பார்க்கிறவர்களே! உங்களுக்கு ஒன்று சொல்லுகிறேன். விஸ்வம் இறுகிக் கிடக்கிறது. ஏமாந்து விடாதீர்கள்!

விறகைப்போட்டால் சப்தம் வரும்; வீணையைத் தொட்டால் சங்கீதம் எழும். வீணையாய் இருப்பது என் பிழை அல்ல.

தாயின் தாலாட்டில் அர்த்தம் இருக்கிறதோ இல்லையோ, ஆழம் இருக்கிறது. ஒவ்வொரு நாளும் படிக்கிற விழிகள் எனக்கு. எனது கண்ணின் கருப்பே எழுத்துக்களின் முத்தத்தால் விளைந்தது. ஆகவே எனது புகழ்ச்சியிலும் பொருள் உண்டு. ஏளனத்திற்கோ ஏராளம் அர்த்தம் உண்டு. கவிஞர் தியாரூ தமிழ் நிலத்திற்குக் கிடைக்காமல் கிடைத்தவன். எந்தத் தாய் செய்த தவமோ தமிழுக்கு இவன் கிடைத்தான். ஆழக்கடலில் மூழ்கி, மூச்சடக்கி வந்த முயற்சிகள் அல்ல இவன் கவிதைகள்.

கீட்சின் "செடிகளில் வந்த இலைகளைப்போல", வாலிபனுக்கு வந்த அரும்பு மீசைபோல, இளையவளின் கன்னத்தில் சதிராடும் நாணக் குழிபோல இயற்கையாய் கவிதை இவரிடத்தில் அரும்பியதைக் கண்டு ஆனந்திக்கிறேன்.

"மந்திரப் பூக்கள்" என்கிற கவிதையில் தியாரூ தன்னை "மகா கவி" என்கிறார். எனக்கு இவரைப் பிடித்ததே இதனால்தான். தன்னைத்தான் அறியாவிட்டால், பிறர் தெரியமாட்டார்கள். ஆடியில்லாமலும் தன்னைப் பார்க்க முடிகிற இளைஞனே திரும்பிப்பார்!

"நல்ல நிலத்தில் விழுந்த விதைகள் ஒன்றுக்குப் பத்தாய் பலனைத் தந்தன" என்கிற விவிலிய வரிபோல் எனது அருமைத் தம்பி தியாரூ நல்ல நிலத்தில் விழுந்து, கிளர்ந்து எழுந்து கிளை பரப்பிய நன்மரம், பண்பட்ட பயன் மரம்; மனிதரில் சிறந்த மாமரம்; "தரு" என்று அழைப்பதே தக்கது.

மனிதநேயம் தோய்ந்த மாபெரும் எழுத்தாளர்- பத்திரிகையாளர் ஆர்.எஸ். ஜேக்கப் அவர்களின் எழுத்துக் குடும்பத்தில் எழுந்த இந்த ஞான ஞாயிறு உதிக்கும் காலத்திலேயே அதன் வெளிச்சப்பாலை உணர்ந்த முதல்வர்கள் சிலரில் முனைப்பானவன் நான்.

எப்போதும் வருவதல்ல கவிதை; எப்போதோ வருவது கவிதை. நினைத்தால் வருவதல்ல கவிதை; இதயம் கனத்தால் வருவது கவிதை- என்கிற எனது கணித ஞானத்தின் கைகாட்டி முட்களாக அமைந்தவை கவிஞர் தியாரூ அவர்களின் கவிதைக் கனிகள்.

வார்த்தை மாமிசமானது அப்போது. அப்துல் ரகுமானுக்கு மாமிசமே வார்த்தையானது. எங்கள் தவக் கவிஞர் தியாரூவுக்கு விரல்களே வித்தக வீணைகளாகிவிட்டன. விரலே விரலைமீட்ட வீங்கிய நாதம் வியப்பாய் நிறைகின்றது.

"எந்தைபற்றி எழுதுகின்றேன்" என்கிற கவிதை கவிஞர் தியாரூவை உலக மகா கவிஞர்களில் ஒருவராய் எனக்கு இனங்காட்டுகிறது.

தந்தையை நினைக்கிற தனையர்கள் அரிதாகிப்போன உலகத்தில், அவருக்கு ஒரு பாட்டுப் படையலைப் படைக்க முன்வந்த தியாரூவை நெஞ்சம் நெகிழ வாழ்த்துகிறேன்.

காலத்தைப் பிரதிபலிக்காதவன் கவிஞன் அல்ல. அதற்காக கவிஞன் ஒரு நாட்குறிப்புப் புத்தகம் என்று கொண்டுவிடக்கூடாது. நிகழ்ச்சிகளால் பாதிக்கப்படாதவன் கவிஞனில்லை.

புத்தன் எழுதாத கவிஞன். அரண்மனையை விட்டு விட்டு ஆரண்யத்திற்குப் போனானே! துன்பத்தைத் துடைக்கவேண்டும் என்கிற எண்ணமல்லவா தூண்டுகோலாக இருந்தது? நிகழ்ச்சிகளால் பாதிக்கப்படுகிற எவனும் கவிஞனே. எழுதாதவர்களில் நிரம்பப்பேர் கவிஞர்கள். வெளிப்படுத்துவது ஒரு திறமை மாத்திரமே. அழுகை

இல்லாமல் கன்னங்கள் ஈரமாவது ஒருவகை காகிதப் புணர்ச்சி மாத்திரமே

"நெருப்பினிலே மலர்க்குவியல்" இற்றுவிழும் ஈழத் தமிழர் களுக்காக சற்றும் கவலைப்படாத களிமண் உருண்டைகளுக்கு மத்தியில் இவரை உப்புக்கல் வைரமாக உயர்த்திக் காட்டுகிறது.

சப்தம் ஒழுங்குபடாத சங்கீதம்; சங்கீதம் நெறிப்படுத்தப்பட்ட சப்தம். சங்கீதம் பாடலுக்குச் சலங்கை கட்டுகிறது.

உயிரால் உடல்; உடலால் உயிர். ஆகவே சங்கீதமும் கவிதைக்கு அடிப்பொருளே; ஆன்மக் கூறே.

"மதி மயக்கங்கொள்ளுவதோ" என்கிற கவிதை இவரது சந்தமழைக்கு சிறுதுளிச் சான்று மாத்திரமே. "நீல விழி வண்ண மலரே" போன்ற எத்தனையோ கவிதைகளை இதற்கு உதாரணமாகக் கொள்ளலாம்.

வள்ளலார்போல், பாரதிபோல், காரைக்கால் அம்மை போல் "அளவோடு கேட்கின்றேன்" என்கிற கவிதையால் சாகாத தலைமுறை யோடு கவிஞர் தியாரூ சங்கமம் ஆகின்றார்.

எழுதி மேற்செல்லும் எனது கரத்தை இழுத்து நிறுத்துகிறேன். எங்கள் தவக்கவிஞர் தியாரூவை உச்சிமுகர்ந்து உள்ளன்போடு வாழ்த்துகிறேன்.

எழுத்து தெய்வம்; எழுதுகோலும் தெய்வம் என்றான் பாரதி; உன் கவிதைகளைப் படித்த பிறகு தாளும் தெய்வம்; உன் தளிர் விரலும் தெய்வம் என்று உன்னை விழிகள் இரண்டிருந்தும் தழுவாத நான், நேயக் கலவை நெக்குருகும் மயக்கத்தால் ஆரத் தழுவுகின்றேன்.

அன்பனே நீ வாழ்க! உன் அற்புதக் கவிதைகள் காலம் கடந்து வாழும்! அமரக் குடிலே! வணக்கம்! வணக்கம்!

என்றென்றும் அன்புடன்,

வலம்புரி ஜான்

❖❖❖